கோசலை

தமிழ்ப்பிரபா

நீலம்

நீலம்

கோசலை
நாவல் | தமிழ்ப்பிரபா
முதல் பதிப்பு : டிசம்பர் 2022
மூன்றாம் பதிப்பு : நவம்பர் 2023
வெளியீடு : நீலம் பப்ளிகேஷன்ஸ்,
முதல் தளம், திரு காம்ப்ளக்ஸ், மிடில்டன் தெரு,
எழும்பூர், சென்னை - 600 008.

அட்டை வடிவமைப்பு : சந்தோஷ் நாராயணன் செந்தில்குமார்
நூல் வடிவமைப்பு : சிவராஜ் பாரதி & நெகிழன்
விலை : ரூ.300

Kosalai | Novel
Thamizhpraba © Prabakaran
First Edition : December 2022
Third Edition : November 2023
Published By NEELAM PUBLICATIONS,
1st floor, Thiru Complex, Middleton street,
Egmore, Chennai - 600008.

Cover Design : Santhosh Narayanan Chenthilkumar
Printed at Ramani Print Solution, Chennai - 600 089

ISBN : 978-93-94591-07-3

Email : editor@neelampublications.com
Mobile : +91 98945 25815
₹300

Neelam Monthly Magazine & Subscription - www.theneelam.com
Neelam Online Store - www.neelambooks.com

தமிழ்ப்பிரபா (1986)

இயற்பெயர் பிரபாகரன். சென்னை சிந்தாதிரிப்பேட்டையைப் பூர்வீகமாகக் கொண்டவர். 'கோசலை' இவரது இரண்டாம் நாவல். எளிய மக்களின் வாழ்வியலை அதன் கொண்டாட்டத்துடன் பதிவு செய்ததினூடே கவனம் பெற்றவர். இயக்குநர் பா.இரஞ்சித்துடன் இணைந்து 'சார்பட்டா பரம்பரை'யின் திரைக்கதையாசிரியராகவும் வசனகர்த்தாவாகவும் அறிமுகமாகி தற்போது 'தங்கலான்' உள்ளிட்ட பல்வேறு திரைப்படங்களுக்குத் திரைக்கதை, வசனம் எழுதிவருகிறார். 'பேட்டை' இவரது முதல் நாவல்.

மின்னஞ்சல் : prabha.prabakaran@gmail.com

நன்றி

காமாட்சி

சி.மோகன்

அழகிய பெரியவன்

பா.வெங்கடேசன்

ஸ்டாலின் ராஜாங்கம்

எஸ்.குமாரதாசன்

பா.இரஞ்சித்

மோனிகா

தீபு ஹரி

சுனில் கிருஷ்ணன்

வாசுகி பாஸ்கர்

மீனாட்சி சுந்தரம்

பிரகாஷ்

கோவிந்தசாமி

சந்தோஷ் நாராயணன் செந்தில்குமார்

அன்பு வேந்தன்

ப்ரதீப் காளிராஜா

இலஞ்சி. அ.கண்ணன்

சிவராஜ் பாரதி

திலிப்குமார் சங்கரலிங்கம்

சாரலுக்கும் தோகைக்கும்

1

அனல் நட்சத்திரத்தின் பிரியத்துக்குரிய மே மாத வெய்யிலை அவமானப்படுத்தும் விதமாக தங்களுக்குக் கிடைத்த கோடை விடுமுறையின் திளைப்பை எக்காரணத்தைக் கொண்டும் விட்டுக் கொடுக்கக் கூடாதென்கிற வைராக்கியத்துடன் நாய் பொறை, ஏழாங்கல், எங்க வீட்டு நாய், கல்லா மண்ணா, பச்சா, வடபாயாசம் என ஐயா முதலி தெருவிலிருந்து பஜார் தெரு, காக்ஸ் தெரு, சர் லாசரஸ் சர்ச் தெரு வரைக்கும் சிறுவர், சிறுமிகள் விளையாடி வியர்த்து, கண்மண் தெரியாமல், தெருவில் போகவர இருக்கிறவர்களை ஆட்டவேகத்தில் முட்டிமோதினார்கள். பெரியவர்கள் இப்பிள்ளைகளைச் சபித்தும், பதிலுக்கு இப்பிள்ளைகள் பழிப்புக் காட்டியும் தெருவை அல்லோலப்படுத்தினார்கள்.

ஒரு சிறுவன் ஐஸ்பாயில் டப்பா அடிக்க ஓடும்போது எதிரில் ஈசல் விற்றபடி வருகிற ஆயாவை இடித்துவிட, அவள் சுதாரித்துக் கூடையைப் பிடித்ததும் சிறுவனை நோக்கி ஓடினாள். அச்சிறுவன் ஆயாவுக்குப் பழிப்புக் காட்டியபடியே ஓட, பிள்ளைகளெல்லாம் சிரித்துக் கொண்டிருக்க இவர்களுக்கு மத்தியில், ஒரு சிறுமி அவளைக் காட்டிலும் மிக உயரமானவனின் கையைப் பிடித்து ஆங்காரத்துடன் நடந்து வந்தாள். மிக உயரமானவனின் கால்முட்டி அளவுக்கே அச்சிறுமியின் தலை இருந்தது. சிரித்துக்கொண்டிருந்த பிள்ளைகள், இவ்விருவரின் உருவ வேற்றுமையிலிருக்கும் சுவாரசியத்திற்காக, அவர்களை உற்றுப் பார்த்தனர்.

ஆயாவிடமிருந்து தப்பித்து ஓடிய சிறுவன் ஓட்டத்திலிருந்த கவனம் பிசகி இவர்களை உற்றுப்பார்த்த கணத்தில், ஆயாவின் கைகளுக்குள் அகப்பட்டு அடிவாங்க மற்ற பிள்ளைகள் இன்னும் அதிகமாகச் சிரித்தார்கள்.

ஒரு சாமியாடி வேப்பிலைக் கொத்தைப் பிடித்து உக்கிரத்துடன் நடந்து போவது போல, தம்பி கணேசனின் மணிக்கட்டை அழுத்திப் பிடித்தபடி கோசலை நடந்து வந்தாள். ஐயா முதலி தெருவிலெடுத்த நடையின் வேகத்தை சர் லாசரஸ் சர்ச் தெருவில் நுழைந்து எதிரியின் முகாமை அவதானித்தபோது குறைத்துக்கொண்டாள்.

"எந்த நாயிடா எந்தம்பிய ஆஸ்பித்திரி பால்னு சொன்னது?"

கோசலையின் பிடியிலிருந்து தன் கையை விடுவித்துக்கொண்டான் கணேசன். நீண்டநேரம் அழுத்திப் பிடித்திருந்ததால் அவன் நிறத்திற்கு, அவளின் விரல் தடங்கள் முல்லை மொட்டுக்களாக கணேசனின் மணிக்கட்டைச் சுற்றிலும் பதிந்திருந்தன. தன்னைத் திட்டியவன் யாரென்று அடையாளம் காட்டுவதற்கு நீட்டிய அவனின் ஆள்காட்டி விரல் அச்சத்தால் நடுங்கியது. ஏழாங்கல்லிற்கு, தரையில் கிழித்த வட்டத்தினுள் நாட்டு ஓடுத் துண்டுகளை ஒன்றின்மேல் ஒன்றென அடுக்கிய இரண்டு பேரில், கணேசன் யாரை விரல் சுட்டுகிறான் என்கிற குழப்பம் அவளுக்கிருந்ததால், சொன்னவனே முன்னகர்ந்து வருவானெனச் "சொல்லுங்கடா... எவன்டா அது?" எனக் கேட்டாள். தன் தம்பியை ஒருவன் திட்டிவிட்டான் என்பதுடன், தன் அப்பாவின் அறவுணர்வையும் கேள்விக்குட்படுத்தியதால் நெஞ்சில் குமைந்த சீற்றமும் அதில் அடங்கியிருந்ததில் அவளின் குரலொலி இருமடங்கானது.

"சொல்லுங்டா எந்த நாயிடா"

அவள், பற்களைக் கடித்த ஒலி கெச்சாக்களை உருட்டியது போல இருந்தது. அவள் கண்கள் எதிரிகளின் மீது நிலைகுத்தியிருந்தன.

அவளெதிரிலிருந்த இருவரில், மேலுதட்டின் இரு ஓரத்திலும் மயிர் மினுமினுத்தப் பூனைமீசைக்காரன் கோசலையை நோக்கி எழுந்து வரும் போது கணேசனுக்கு உடல் சிலிர்த்துத் தோள்கள் முன்னகர்ந்தன.

"வாக்கா போலாம்" என்று அமிழ்ந்த குரலில் சொன்னான்.

சொன்ன அவனுக்கே அவ்வார்த்தைகள் கேட்டிருக்காதபோது, அவனுக்கு மிகக் கீழே இருந்த கோசலையின் காதில் அவன் சொன்னது விழுந்திருக்காதென்று உணர்ந்தவன், மீண்டுமொருமுறை "அக்கா, வா போலாம்" என்று குரலுயர்த்தினான். எதிரே நடந்து வரும் பூனைமீசைக்காரனின் காதில் விழுந்து அவமானப்பட்டாலும் பரவாயில்லை என அவனுக்குத் தோன்றியது.

“ஏ... ச்சீ... ஏன் பயப்புடுற.” அவன் மணிக்கட்டை மீண்டும் இறுகப் பற்றினாள். தப்பித்து ஓட முடியாதவாறு அக்கா, கையை அழுத்திப் பிடித்துக்கொண்டாளே என்கிற துயரம், எதிராளி நெருங்கி வந்தபோது கணேசனுக்கு வியர்வையாகத் துளிர்க்கத் துவங்கியது.

பூனைமீசைக்காரன் இன்னும் நெருங்கி வந்தபோது, தலை அண்ணாந்து கோசலை கேட்டாள், “எதுக்குடா எந்தம்பிய ஆஸ்பித்திரி பால்னு சொன்ன? எங்கப்பா எத்துனு வராரு நாங்க குடிக்கிறோம். உனக்கு எங்க நோவுது?”

“ஏ அப்டித்தாங் சொல்லுவேங் இப்போ இன்னா?”

“இன்னொருவாட்டி சொன்ன நல்லா அர்த்தமா கேப்பன் உன்ன.”

“ஏ, குள்ளச்சி கொட்னேன்னு வெச்சிக்கியேங், மகள தல தொண்டியாயிடுங். கம்னு போயிடு.”

“அடிங் யார குள்ளச்சினு சொல்ற?”

பிடித்திருந்த தம்பியின் கையை உதறிவிட்டுத் தன் தலையின் உயரத்திற்குச் சமமாக இருந்த எதிரியின் வயிற்றைத் தலையால் முட்டித் தள்ளியபடியே அவனைச் சுவரோரத்தில் சாய்த்தாள். பதிலுக்குப் பூனைமீசைக்காரன் தன் கையை மடக்கி, துருத்திய முழங்கை எலும்புக் கூர்மையில் கோசலையின் நடுமுதுகில் ஒன்று வைத்தான். பழுத்தக் கனியொன்று மண்ணில் விழுவது போலச் சத்தம் கேட்டது. அவள் “அம்ம்ம்ம்ம்” என மூச்சைப்பிடித்து அப்படியே உட்கார்ந்து கொண்டாள்.

அடுத்த இலக்கான கணேசனை மூச்சு வாங்கப் பார்த்தான் பூனை மீசைக்காரன். கணேசனுக்கு உடல் நடுக்கம் அதிகமானது. “ம்மாள கணேசு” என கணேசனை நோக்கி முன்னகர்ந்தான்.

மூச்சுப்பிடித்து உட்கார்ந்தவள் அரை செங்கலுடன் எழுந்து, கையைச் சுழற்றி பூனைமீசைக்காரனின் தலையை நோக்கி வீசினாள். ‘ம்ம்மோவ்’ என்று அலறி தலையைப் பிடித்து அமர்ந்து அவன் சுவற்றில் சாய்ந்தான். அதைப் பார்த்த பூனைமீசைக்காரனின் நண்பனுக்கு சண்டே கிளாசில் சொல்லிக்கொடுத்த தாவீது கோலியாத் கதை நினைவுக்கு வந்தது. இதில் உயரமானவனுக்கு ஆதரவாகச் செயல்படுவது இயேசுவுக்கு எதிரானதாக இருக்குமோ என்ற அச்சமும், கோசலையிடம் வெளிப்பட்ட வெறியும் அவனைத் தடுத்தது.

பூனைமீசைக்காரனின் விரலிடுக்குகளில் இரத்தம் வழிவதைப் பார்த்த கோசலை, சண்டே கிளாஸ் பையனைப் பார்த்துச் சொன்னாள்,

"இனிமே, எவன்னா என் தம்பியை ஆஸ்பித்திரி பால்னு கிண்டல் பண்ணீங்க, மகன அவ்ளோதான். வாடா, கணேசா..."

வந்த வழியாகவே தெருவில் விளையாடிய சிறுவர் சிறுமிகளைத் தாண்டி, கணேசனின் கையைப் பிடித்து நடந்து சென்றாள்.

தெருவுக்குள் நுழையும் போதிருந்ததை விட, அவளுடைய உக்கிரம் அதிகரித்து இருந்தது.

காயமுற்றவனின் தரப்புத் தங்களைத் துரத்தி வருகிறார்களா என கணேசன் திரும்பிப் பார்த்தபடி வந்தபோது, கோசலை சடாரென்று நின்றாள்.

சிறுநீரை அடக்க முடியாமல் ஆசிரியையிடம் அனுமதிக் கேட்கும் உள்ளொடுங்கிய குரலில் கணேசன் சொன்னான் "எதுக்குக்கா நிக்குற வா போலாம்."

வீடு கட்டுவதற்காகக் கொட்டப்பட்டிருந்த ஜல்லிக் கற்களைக் காட்டி, "கல்லாங்காய் ஆடுணும். உருண்ட ஜல்லியா பாத்து இருவது கல்லு பொறுக்கின்னு வா" என்றாள்.

"அக்கா. அவனுங்க தொரத்திட்டு வர போறானுங்க. அந்த பையனுக்கு ரத்தம் எப்டிக் கொட்டுச்சுப் பாத்தல்ல."

"அட, போடா பய்ந்தாங்கோலி. நீ வேணும்னா வீட்டுக்கு ஓடு. நா கல்லு பொறுக்கிக்னு வரேன்."

அப்படிச் சொன்ன கணத்தில் கணேசன் அக்காவை விட்டு வேகமெடுத்தான்.

உருண்டை ஜல்லியாகப் பார்த்துப் பொறுக்கக் குனியும்போது நடுமுதுகெலும்பில் பூனைமீசைக்காரன் குத்தியதனால் ஏற்பட்ட வலியை மற்றவர்கள் முன்னிலையில் தேய்த்து அவமானப்படக் கூடாதென்று, கண்களைச் சுருக்கி மூச்சை இழுத்துப் பிடித்து ஜல்லியைப் பொறுக்கிச் சட்டையில் முடிந்து அதன் நுனியைப் பிடித்து நடந்தாள்.

மூச்சைப் பிடித்து நடந்து வந்த தன் சிறுவயது சம்பவம், பால்கனியில் உட்கார்ந்து ஆழ்ந்திருந்த கோசலையின் நினைவில் வந்து அவள் இதழோரம் புன்னகையாகத் தேங்கியது. அதைச் சிதற விடாமல் உதட்டைக் கடித்துக்கொண்டாள்.

தம்பி கணேசன், ஹவர் சைக்கிள் ஓட்ட, கோசலை களிமண் உண்டியலில் காசு திருடி அப்பாவிடம் அடி வாங்கியது, வண்ணத் துணியில் சித்திரப்பூத் தையல் போடத் தெரியாமல் சங்கரி டீச்சரிடம் அவன் அடிவாங்கி அழுகையும் விக்கலுமாய் அவள் முன்னாடி வந்து நின்றபோது, பள்ளியிலிருந்து வீட்டுக்கு வரும் வழியிலேயே நடைபாதையில் உட்கார்ந்து அவனுக்குத் தையல் போட்டுக் கொடுத்தது; அடிக்கடி அப்பா வாங்கிவரும் பம்பா லக்கடியைச் சமமாகப் பிரித்துக்கொடுத்த அவர் முன்னிலையில் ஓரிரண்டு துண்டையே வெகுநேரமாக மென்று அவர் சென்ற பிறகு கையில் இருப்பதை கணேசனுக்குக் கொடுப்பது; அவனுக்கு உடம்பெல்லாம் சிரங்கு வந்தபோது பேபி ஆஸ்பிட்டல் டப்பா க்ரீமை ஒவ்வொரு புண்ணிலும் அவனுக்கு வலிக்காத மாதிரி தேய்த்துவிட்டது; பள்ளிக்கூடத்திற்கு அவன் பேண்ட் அணிந்து சென்ற முதல்நாள் தான் அழுததற்குக் காரணம் அறிய முடியாமல் தடுமாறியது; பொதுத்தேர்வு சமயங்களில் அதிகாலையில் அவனை எழுப்பி காப்பி போட்டுக் கொடுத்துக் கதவோரத்தில் உறக்கம் தள்ளச் சாய்ந்தது; மணப்பெண்ணின் கழுத்தில் அவன் தாலி கட்டும்போது துடைக்கத் துடைக்கக் கண்களிலிருந்து நீர் கொட்டியது எனத் தம்பி கணேசன் வீட்டைவிட்டுத் தனிக்குடித்தனம் போகும் அன்றைய தினம், அவனைப் பற்றிய நினைவுகள் அவளை மீறி, மிக உயரத்திலிருந்து திராவகச் சொட்டுக்களாக அவள் தலைக்குள் இறங்கியபடி இருந்தன.

போக வேண்டாமென இதற்கு மேலும் அவர்களைக் கெஞ்சுவதற்குக் கோசலையின் சுயமரியாதை இடமளிக்கவில்லை. கணேசனின் மனைவி உஷா, ஓர் இன்பச் சுற்றுலாவுக்குச் செல்லும் படபடப்புடன் பாத்திர, பண்டங்களை ஏறக்கட்டி சணல் முடிச்சுப் போட்டுக்கொண்டிருந்தாள்.

போனால் போகட்டும் தனக்கொன்றும் பெரிய வருத்தமில்லையென்பதை நிரூபிக்கும் விதமாக, பால்கனியில் வேடிக்கை பார்க்க உட்கார்ந்தவளுக்குக் கணேசனின் நினைவுகள் அலைக்கழிக்க, பார்வை நிலைகுத்தி வெறித்திருந்தாள்.

“அத்தமா, நாங்க போயிட்டு வரோம் டாட்டா” என மூன்று வயது அப்புனு அவளைத் தொட்டதும், விளிம்புவரை நீர் தழும்பும் கிணற்றில் ஒரு தும்பி உட்கார்ந்ததும் அது வழியத் துவங்குவது மாதிரி, அப்புனு தொட்டதும் கோசலை அழத் துவங்கினாள். தன் அழுகை கணேசனுக்கும் உஷாவுக்கும் கேட்டுவிடக் கூடாதென்று உடனே அழுகையை நிறுத்தி, அப்புனு முகத்தைத் தன் இருகைகளால் சுற்றி திருஷ்டி கழித்து, அவன்

நெற்றியில் முத்தமிட்ட போது, அவள் கண்ணீரால் அப்புனுவின் முகம் நனைந்திருந்தது.

அப்புனு முத்தத்தை வாங்கியதும் "அப்பா... த்தமா வுறாங்க த்தமா வவுறாங்க" எனச் சொல்லி குறுக்கும் நெடுக்குமாக ஓட, கோசலை, தன் இரு உள்ளங்கைகளால் முகத்தை அழுத்தித் துடைத்து மூக்கை உறிஞ்சினாள்.

கோசலைக்குப் பதினாறு வயது இருக்கும்போது, ஜன்னி கண்டு வேண்டாமணி இறந்து போனபிறகு, ஐந்து வயது குழந்தையின் தோற்றத்தில் இருக்கும் கோசலையால், இனி எப்படிக் குடும்பத்தைப் பேணமுடியுமென அரக்கோணத்திலிருந்து கோசலையின் சித்தி தவமணி, அவள் அப்பா அம்மாவின் ஏச்சுப் பேச்சுகளுடன் மெட்ராஸ்க்கு இரயிலேறினாள்.

அக்கா வீட்டுக்காரர் தன்மீது விருப்பமாக இருக்கிறார் என்பதை அவரின் துருத்தலான பார்வையிலும், உரசல்களிலும், இரவு நேரத்தில் தவமணி தூங்கும்போது இருட்டில் தெரியாமல் மிதிப்பது போல அவள் பாதங்களைச் சீண்டியபடியே கடந்து கழிவறைக்குப் போவதுமென அவர் செய்யும் சில்மிஷங்களைப் பார்க்க அவர் மீது அவளுக்கொரு பரிதாப உணர்ச்சி மேலிட்டது. இரண்டாவது திருமணத்திற்கு அவள் தயார் என்பதை அவரிடம் ஒரு போக்காக "மாமா... நா இங்கயே இருந்து பசங்களே பாத்துகிறேன். அப்பா அம்மாகிட்ட நீங்க பேசிக்கிறீங்களா" என்று வினவினாள்.

"என்ன தவம் சொல்ற. எனக்கு ஒன்னும் புரியலையே?" என அவர் கேட்க, அவள் ஸ்லைடு பின்னை சரிசெய்வது மாதிரி தலையைத் திருப்பிக்கொண்டு அங்கிருந்து நகர்ந்துவிட்டாள்.

ஆனால், அதற்கடுத்த நாட்களிலும் அவர் தவமணியின் லாவண்யத்தில் தடுமாறி வாய்ப்புக் கிடைக்கும் போதெல்லாம் அவள் சூட்டை எதிர்ப்பார்த்தார். ஒருமுறை, சமையல்கூடத்தில் நின்றபடி தவமணி வேலை செய்யும்போது, உள்ளே போவதும் வருவதும் என அவளது உடலின் ஏற்ற இறக்கங்களில் கண்களால் சவாரி செய்தபடியிருந்தவர், வேறேதோ ஆழ்ந்த சிந்தனையில் வழிமாறி சமையல் கட்டுக்குள் நுழைந்துவிட்டது போல உள்ளே வந்தார். முள்ளங்கி அலசுவதற்குத் தவலையில் தண்ணீர் கோர, அவள் குனியும்போது அலங்காரவேலன் தன் இடுப்பை முன்னகர்த்தி

அவள் பின்பக்கத்தை உரச, தீப்பட்டதுபோல அவள் சடுதியில் திரும்பி நிமிர்ந்தாள். "அயோ... எங்க போச்சுன்னு தெரியலையே" என தான் தேடிய பொருள் எங்குதான் இருக்குமோ என்று அவதியில் அல்லலுறுவது போலப் பிதற்றிக்கொண்டு அங்கிருந்து அவர் நகர்ந்தபோது அவள் சொன்னாள்,

"மாமா, இந்த மாதிரி என்கிட்டே பண்றத இதோட நிறுத்திக்கங்க." அழுகைக்கு முன்பான கோபம் குரலில் இருந்தது.

"நா, என்ன பண்ணேன் தவம்?" தொலைத்த பொருள் கிடைக்காத கடுகடுப்பிற்கு நடுவே இவள் என்ன ஏதோ புதுமையாகக் கேட்கிறாள் என்கிற ஆச்சர்யத்துடன் கேட்டார்.

"ரெண்டு பிள்ளைங்கள வெச்சுகிட்டு கஷ்டப்படுவீங்களேன்னு அப்பா, அம்மா சொன்னத மீறி வந்தேன். எனக்கு வேணும்தான்." அழுதாள்.

"என்ன பேசுறன்னே எனக்குப் புரியலை போ" எனச் சொல்லி அலங்காரவேலன் அங்கிருந்து நகர்ந்தார்.

அழுது துடைத்துக்கொண்ட முகத்துடன் அவள் உணவு பரிமாறியபோது, "சித்தி ஏன் அழுவுற?" என்றான் கணேசன்.

"ஒன்னும் இல்லடா நீ சாப்டு."

கோசலை எதுவுமே கேட்காமலிருந்ததை அலங்காரவேலன் ஓரப் பார்வையில் கவனித்தார்.

சித்தியின் முகத்தைப் பார்த்த கணேசன் மீண்டும் ஒரு கேள்விக்குப் போகும்முன் அவ்வுரையாடல் தொடராத வண்ணம் "ஏ, கணேசா எத்தனை வாட்டி சொல்றது காய்கறியைத் தனியா வைக்காத. எடுத்து சாப்பிடணும்னு. அப்படியே அறைஞ்சன்னா பாரு" என அலங்காரவேலன் கையை ஓங்கினார். கணேசன் நடுங்கினான்.

அவன் தட்டிலிருந்த முருங்கைத் துண்டை நகத்தால் கீறி அதன் சதையை வழித்து, "இந்தா கணேசா சாப்டு" என்றாள் கோசலை. சித்தியின் மனக்கலக்கத்தின் மீது கோசலைக்கிருந்த கவனத்தை கணேசனின் பக்கம் திசைதிருப்பியதன் சாமர்த்தியம் அலங்காரவேலன் சாப்பாட்டை மெல்லுவதில் தெரிந்தது.

கணேசனை எதாவது திட்டினால், அவன் அதை உணர்ந்து முகம் மாறும் முன் அவன் வலியைத் தனதாக்கித் தவித்து, எதிர்வினையாற்றும் கோசலையைப் பற்றி தெரியாதவரில்லை அலங்காரவேலன்.

தவமணி மீது அவர் நிகழ்த்திக்கொண்டிருக்கும் சபலப் போரை கோசலை கவனிக்கிறாள் என்கிற சந்தேகம் அலங்காரவேலனுக்கு எழும்போதெல்லாம் கண்ணுக்குப் புலப்படாத அவரின் போர்க்களத்திலிருந்து கோசலையைப் பிடித்து அவர் வெளியே போடுவார். அதற்கு அவர் பயன்படுத்தும் கொக்கி, கணேசன்.

அன்றிரவு, தவமணி சாப்பிடவில்லை.

அடுத்த நாளிலிருந்து தவமணிக்குள் ஒரு பாதுகாப்பற்ற உணர்ச்சி படர்ந்தது.

தனியாய் உட்கார்ந்து பாக்கெட் நாவல் படிக்கும்போது, அருகில் யாரையும் சேர்க்காமல் தனித்த வாசிப்பின்பத்தை அனுபவித்து, கதைகளின் ஆழத்தில் உழன்று கிடக்கும் தவமணி சித்தி, கோசலையை அருகே அமர வைத்து அந்நாவல்களின் கதைகளை அவளுக்குச் சொல்ல ஆரம்பித்தாள். அப்பாவுக்கும் சித்திக்கும் இடையே நிகழ்ந்துகொண்டிருப்பதைப் புரிந்துகொள்ள முடிகிறதென்றாலும், சித்தியிடம் அதை வெளிப்படையாகக் கேட்கும் பக்குவம் கூடிவராததன் தத்தளிப்பிலிருந்தாள் கோசலை.

தவமணி சித்தியும் கோசலையிடம் தன் அந்தரங்கத் துயரைப் பகிர விரும்பாமல் இருவருக்குமிடையில் ஓர் பொருள் பொதிந்த மௌனம் உருவாகும்போதெல்லாம், அதை நீட்டிக்க விரும்பாமல் தான் வாசித்த பாக்கெட் நாவல்களின் கதைகளை, கதைமாந்தர்களிலுள்ள சுவாரசியத்தைப் பூதாகரப்படுத்திப் பேசிக்கொண்டிருப்பாள்.

அலங்காரவேலன் சில சமயம் பகல் பொழுதுகளிலேயே வீடடையும்போது, சித்தி கோசலையைக் கிளப்பி சிந்தாதிரிப்பேட்டையிலுள்ள கோஷன் நூலகத்திற்குச் செல்வாள். நூலகத்தை நெருங்கும்போது அங்குள்ள மக்களாலும், நூலகத்து உட்புறச் சூழலும் சித்திக்கு அசூயையாக இருக்குமெனினும் அலங்காரவேலனுடைய அருகாமைக்கு இது பரவாயில்லை எனக் கோசலையுடன் நூலகத்தின் உள்ளே சென்று, புத்தகங்களைப் புரட்டிப் பார்த்து, கொஞ்ச நேரம் உட்கார்ந்து படிப்பாள். படிப்பதைச் சற்று நிறுத்தி அவ்வப்போது ஆழ்ந்து எதையாவது யோசித்துக் கொண்டிருப்பாள். சித்திக்கு ஒத்தாசையாக வரும் கோசலை சித்தியின் அருகே உட்கார்ந்து கையில் கிடைக்கும் நாளிதழ்களை, புத்தகங்களைப் புரட்டிக்கொண்டிருப்பாள். உள்ளே யாரிடமும் பேசக் கூடாது என்பதால்

நூலகத்தினுள்ளே அங்குமிங்குமென நடந்து வேடிக்கைப் பார்ப்பாள். கலைந்திருந்த நாளிதழ்களை அடுக்கி வைப்பதை ஒரு விளையாட்டுப் போலச் செய்வாள்.

வீட்டிற்கு வந்ததும், சமையற்கட்டிலும் சித்தி கோசலையைக் கூடவே வைத்துக் கொள்வாள். ஏற்கெனவே சமையலில் ஆர்வம் மேலோங்கி அவ்வப்போது சித்தியை நச்சரித்த கோசலைக்குச் சித்தியே தன்னை அழைத்து அருகில் வைத்துக் கைப்பக்குவத்தைச் சொல்லிக் கொடுப்பது பரவசமாக இருந்தது.

தவமணி சித்தி தன் அப்பா அம்மாவுக்கு இன்லேண்ட் எழுதிவிட்டு, ஒருநாள் கிளம்பும்போது கணேசன் “போவாத சித்தி” எனக் கலங்கினான். கோசலை எதுவுமே சொல்லவில்லை. சித்தியும் அவளும் மௌனமாகப் பார்த்துக்கொண்டனர்.

“ம்ம்ம்... ட்ரைனுக்கு நேரமாவுது.”

கண்டித்தக் குரலில் அலங்காரவேலன் அதை முடித்து வைத்தார்.

சித்தி போனபிறகு கோசலை வீட்டை ஆள ஆரம்பித்தாள்.

2

வயதுக்கு மீறிய பேச்சும், சுபாவமுமென கோசலை, அவள் பூண்டுவிட்ட ஒரு தோரணையில் கம்பீரமாக இருந்தாள்.

சமையலுக்கு ஆள் வைக்கலாமென அலங்காரவேலன் சொன்னபோது, அதெல்லாம் வேண்டாமென அவள் மறுத்தவுடனே வற்புறுத்த வேண்டாமென ஒருவாரம் கழித்து 'உனக்கு எதுக்குக் கஷ்டன்னுதாம்மா' என அவர் ஆரம்பித்தபோது, அதை அவள் மீண்டும் மறுத்ததிலிருந்த மூர்க்கத்தைக் கவனித்தவர், தனக்கு வேறு ஏதேனும் உள்நோக்கம் இருப்பது மாதிரி உணர்ந்துகொண்டாளா என அவருக்கு சம்சயமாக இருந்தது. இடைப்பட்ட நாட்களில் தவமணி ஏதேனும் கடிதத்தில் சொல்லியிருப்பாளா என நினைத்து மருண்டார். மேலும், இதுகுறித்து மகளை வற்புறுத்துவது சரியாக இருக்காது என அவருக்குத் தோன்றியது.

கோசலை கேட்டது போலவே, சமையற்கட்டை ஆளுவதற்கு அவள் உயரத்திற்குத் தோதான மர ஸ்டூல் ஒன்றை கோபால், மேஸ்திரியிடம் சொல்லி செய்துகொடுத்தார். அதை வாங்கி, அவுதி பவுதியாகச் சமையலறைக்கு இழுத்துப் போட்டுப் போய் உட்கார்ந்து கச்சிதமாக இருக்கிறதா எனச் சோதித்துப் பார்த்தபோது, அவள் முகம் சந்தோஷமாகவும் அலங்காரவேலனுக்குச் சோகமாகவும் இருந்தது.

ஸ்டூலில் அமர்ந்து கையில் கரண்டியை வைத்துக் கிளறி ஒவ்வொரு நாளும் சமைக்கும்போது, அதிலிருந்து மணம் கிளம்பி அவள் மூக்கை நிறைக்கும் தருணங்களும், குழம்பைக் கொஞ்சம்போல உள்ளங்கையில் ஊற்றி சுவைக்கும்போது நாமொட்டுக்களில் ஏற்படும் குறுகுறுப்பும் சமையல் வேலையின் மீது அவளுக்கொரு போதையைத் தந்தன.

சித்தி தங்களுக்குப் பார்த்துப் பார்த்துச் செய்ததைக் கவனித்தவள் அதையே அப்பாவுக்கும் தம்பிக்கும் செய்தாள்.

ஜட்டி பனியன் அலசுவது, ஒரே குழம்பை அவரவர் ருசிக்கு ஏற்றாற்போல் இரண்டு கிண்ணங்களில் எடுத்து வைப்பது, ரேடியோவில் பிடித்தப் பாடல் ஒலிபரப்பினால் அவர்கள் சொல்வதற்கு முன்னே சத்தங்கூட்டி வைப்பது, அப்பாவுக்குத் தலையில் பூசும் கருமைச் சாயம் கேசங்களைத் தாண்டி வடியாமல் பூசுவதென அவர்களைத் திருப்திப்படுத்திப் பார்ப்பதிலேயே தினசரிப் பொழுதுகளில் நிறைவைக் கண்டாள்.

கோசலையின் அன்பை, அவளுக்கு இவ்விருவர் மீதிருந்த அக்கறையின் எல்லையை, அவளாகவே விரிவுப்படுத்திக் கொண்டுபோக, அதன் விஸ்தாரத்தில் அவ்விருவரும் உருண்டு, புரண்டு சாவகாசமாக இருந்தார்கள்.

தன் மனைவி இருந்திருந்தால் கூட இந்த அளவுக்குப் பார்த்துப் பகுமானம் செய்திருக்கமாட்டாள் என அலங்காரவேலன் நினைத்துப் பிரமித்ததுண்டு.

சமூகம் தன்மீது வைத்திருக்கும் மதிப்பீட்டில் கீறல் விழுந்துவிடுமென்கிற அச்சத்தில் இரண்டாவது திருமணம் செய்வதற்கு மனோபலமில்லாமல் அந்தந்த நேரத்துத் தொடைச்சூட்டிற்குத் தவமணி கிடைப்பாளா என்று அலங்காரவேலன் செய்த முயற்சிகளனைத்தும் தோல்வியில் முடிய, ஒரு கடுமையான வாழ்க்கைக்கு அவர் தலைப்பட்டிருந்தார். அக்கடுமையைத் தளர்வாக்கக் கட்சியில் மீண்டும் இணைந்து தொழிற்சங்க நடவடிக்கைகளில் மிகத் தீவிரமாக இயங்கும் ஒரு எண்ணம், கீற்றாக அவருள் ஓடி மறையும் போதெல்லாம் அதிலிருந்து வலுக்கட்டாயமாகத் தன்னை விடுவித்துக்கொள்வார். இப்படியொரு எண்ணம் மீண்டும் தோன்றுமளவுக்கு ஒரு வெறுமைக்குள் பிரவேசிக்கிறோமே என்கிற பெரும் சோர்வு அவருக்கிருந்தது.

தனிமை என்கிற உணர்வுக்குப் பொருளே அறியாத பரபரப்புடன் அவர் வாழ்ந்த காலங்களும் இருக்கத்தான் செய்தது. அதுவும், அவர் கட்சியில் இணைந்த புதியதிலேயே அவரின் விவேகத்தின்மீது மலைப்பானவர்கள்

எத்தனை பேர்! மட்டுமின்றிக் கட்சியில் நுழைந்த ஆரம்பக் காலத்திலேயே அனைவரது கவனத்தையும் பெறும்படியான சம்பவங்களை நிகழ்த்தியவர் அலங்காரவேலன்.

ஏகேஜி எழுதிய 'நான் என்றும் மக்கள் ஊழியனே' என்னும் புத்தகத்தை வாசித்த அலங்காரவேலன், அதிலிருந்த கருத்துகளினால் உந்தப்பட்டுச் சிந்தாதிரிப்பேட்டையிலிருந்த சிம்சன் நிறுவனத்தில் செய்துகொண்டிருந்த வேலையை ராஜினாமா செய்து கம்யூனிஸ்ட் கட்சியில் முழுநேர ஊழியனாகத் தன்னை இணைத்துக்கொண்டார். இவ்விஷயத்தை வேண்டாமணியிடம் சொன்னபோது இதை ஒரு தகவலாகத்தான் தன்னிடம் இவர் கூறுகிறார் என்பதும், இதில் தன் அபிப்ராயத்தை அவர் கேட்க விரும்பாத தொனியும் அவளைச் சினங்கொள்ளச் செய்தது. இதை வெளிப்படையாக அவரிடம் கேட்டுவிட்டால், உன் இடம் இதுதான் என அவர் இன்னும் சத்தமாக உணர்த்திவிடுவார். அதை ஏற்றுக்கொள்கிற மனோதிடம் தனக்கு இருக்காது என்பதால் அவள் எதுவுமே கேட்கவில்லை. பதினைந்து வயசுப் பெண்ணை வைத்திருக்கிறோம் அதுவும் தோற்றத்தில் வதங்கி இருக்கிறது. ஒன்பது வயதில் பையன் திரண்டு வருகிறான். கட்சி அது இதெல்லாம் குடும்பத்திற்கு ஆகுமா என்கிற குமைச்சலை, ஓர் அடர்த்தியான மௌனத்தில் அவள், அவரிடம் வெளிப்படுத்தினாள்.

தன் அதிகாரத்திற்கு, தன் முடிவுக்கு உகந்த மரியாதையை மனைவி செலுத்திவிட்ட பிறகு அவளிடம் ஒரு கனிவைக் காட்ட அவர் மனம் இளகியது. "பார்ட்டி வேலன்னாலும் சம்பளம் உண்டுடி" என்று காப்பியை மிடறியபடி சொன்னார். "நல்லதுங்க" என்ற அளவில் முடித்துக்கொண்டவள் காய்கறிகளை நறுக்குதலில் தன் எதிர்ப்பை வெளிக்காட்டினாள்.

திரிசூலமலைக் குவாரியில் வேலை செய்யும் தொழிலாளர்களுக்கு எதிரான முறைகேட்டை சரிசெய்யும் பொறுப்பு, கட்சி சார்பாக அலங்கார வேலனுக்கு அளிக்கப்பட்டிருந்தது.

'கார்ப்பரேஷன் மலை' எனச் சொல்லப்படுகிற திரிசூலமலைக் குவாரியில் ஐந்நூறுக்கும் மேற்பட்ட தலித் தொழிலாலளர்கள் வேலை செய்தார்கள்.

குவாரியில் ஆங்காங்கே வேட்டு வைத்துப் பாறைகளாகச் சிதறும் மலைத்துண்டுகளை, சிறிய கற்களாகப் பிளந்து, அதை இன்னும் அரைஜல்லி, கால்ஜல்லியாக உடைப்பார்கள். மழை, வெயில் பாராமல் காலையில் ஏழு மணிக்கு வேலைக்கு வரும் மக்கள், பிள்ளை குட்டிகளுடன்

இருட்டில் கற்களினூடாகப் பார்த்துப் பார்த்துக் கால் வைத்து ரோட்டுக்கு இறங்குவார்கள். மெட்ராஸ் நகரத்தின் எண்பது வட்டங்களின் தெருக்களில் தார்ச்சாலைப் போடுவதற்குத் திரிசூலமலைக் குவாரியிலிருந்து மக்கள் வெட்டிக் கொடுக்கும் கற்களைத்தான் மெட்ராஸ் கார்ப்பரேஷன் பயன் படுத்தி வந்தது.

காலையில் வேலைக்கு வரும் மக்களை ஒவ்வொருவராக எண்ணிக் கொண்டிருந்த மேஸ்திரி, குவாரி உள்ளே புதியதாக ஒரு ஆள் நல்ல உயரத்தில் ஆகிருதியான உடல் வாட்டத்துடன், பாலிஸ்டர் வெள்ளைச்சட்டையில் ஜோல்னா பையுடன் வருவதைப் பார்த்தார்.

"யாருங்க என்ன விசயம்?"

"நீங்க யாரு?"

"நான் குவாரி மேஸ்திரி... சொல்லுங்க"

"கார்ப்பரேஷன் சர்வீஸ்படி ஐந்து வருடம் பணி நிறைவு செஞ்சா தொழிலாளர்கள பர்மனெண்ட் பண்ணனும்னு சட்டம் இருக்குது. ஆனா, திரிசூலமலைக் குவாரித் தொழிலாளர்கள் ஆறாவது வருசத்துல வேலை செய்திட்டு இருக்காங்க... இன்னும் இவங்கள யாரையும் நீங்க பர்மனெண்ட் பண்ணல... கேக்க ஆளில்லன்னு நினைச்சீங்களா?"

"யோவ்... இதெல்லாம் கேக்க நீ யாரு..? எங்க இருந்து வந்த..?"

"நா... கம்யூனிஸ்ட்யா... இன்னும் என்ன வேணும் உனக்கு?"

"மரியாதையா வெளில போ... யோவ்... போயா"

"யார போயான்னு சொல்ற..?" என அலங்காரவேலன் அருகே சென்று பிடித்துத் தள்ளினார். சுதாரித்த மேஸ்திரி அலங்காரவேலனை அடிக்கப் பாய, அங்கிருந்த நரசிம்மன் என்கிற குவாரித் தொழிலாளி மேஸ்திரியை ஒரு அறை விட்டதில் கண்கள் இருண்டு அவர் இரண்டடி தள்ளி விழுந்தார்.

"தோழர்களே இங்க வாங்க" என அலங்காரவேலன் கூக்குரலிட, ஏற்கெனவே இவர்களின் வாக்குவாதத்தைக் கண்டு ஆங்காங்கே நின்றிருந்த மக்கள், இவர் பேச்சிலுள்ள நியாயத்தின் மீது நீண்ட நாள் அவர்களிருக்கும் ஏக்கத்தின் விளைவு, அவர்கள் அவரை நோக்கி வந்த வேகத்திலேயே தெரிந்தது.

நரசிம்மனிடமிருந்து மேஸ்திரியை அவரது ஆட்களே காப்பாற்றித் தள்ளி நிற்க வைத்தார்கள். "தோழர்களே, யாரும் எதுக்கும் கவலைப்படாதீங்க. உங்கள நிரந்தரப் பணியாளரா மாத்துறதுதான் என் வேலை. கட்சி அதுக்குத்தான் என்ன இங்க அனுப்பியிருக்கு"

மக்களில் சிலர் கைத்தட்டினார்கள்.

"நா... அடிக்கடி இங்க வருவேன்... உங்களோட பேசுவேன்"

"நீ... எப்டி இங்க வருவேன்னு பாக்குறேன்" எனச் சொல்லி மேஸ்திரி தன் சவாலை நடைமுறைப்படுத்துவதன் முனைப்புடன் அங்கிருந்து வேகமாக நடந்தார்.

மேஸ்திரி இவ்விஷயத்தைக் கார்ப்பரேஷன் அதிகாரியிடம் சொன்னபோது "யோவ்.. அவனுங்களுக்கெல்லாம் வேற வேல இல்ல... அப்ப அப்ப வந்து கத்திட்டுப் போவானுங்க கண்டுக்காத" என்றார்.

"லேபர் ஆபிஸில் டிஸ்ப்யூட் ரைஸ் செய்வேன். ஏஐடியூசி எவால்வேஷன் கமிட்டில உங்க கார்ப்பரேஷன சந்தி சிரிக்க வைப்பேன். மக்கள வெச்சு ஸ்ட்ரைக் செய்வேன்" என, ஒவ்வொருமுறையும் அலங்காரவேலன் மேஸ்திரியிடம் சவால்விட்டுப் போவார்.

ஒருமுறை சம்பள நாளன்று வந்த அலங்காரவேலன் திடீரெனக் குரலை உயர்த்தினார் "தோழர்களே, தொழிற்சங்க சட்டப்படி 240 நாட்களானாலே பர்மனெண்ட் தொழிலாளிகளுக்குக் கொடுக்கக்கூடிய சம்பளத்தைக் கொடுக்கணும்னு சட்டம் இருக்குது. உங்கள நல்லா ஏமாத்துறாங்க. கூலிய வாங்காதீங்க" எனச் சொல்ல, கையில் பணத்தாளைச் சுருட்டி வைத்திருந்த ஒரு தொழிலாளி வாங்கிய கூலியை மேஸ்திரியிடம் கொடுக்க அவரையொட்டி இன்னொருவர், மற்றவர் எனக் கொடுக்க மீதியிருந்தவர்கள் கூலியை வாங்காமல் அப்படியே நின்றனர்.

மேஸ்திரிக்கும் அவரது ஆட்களுக்கும் இது பெரிய வெறுப்பாகிப் போக, மேஸ்திரியின் ஆட்கள் அலங்காரவேலனை அடிக்கப் போக, குவாரித் தொழிலாளர்கள் மேஸ்திரியின் ஆட்களை அடி அடியென்று அடித்தார்கள்.

அடுத்தநாள் மேஸ்திரியும், அவரது ஆதரவாளர்கள் நான்கைந்து பேரும் பாறைகளினிடையில் தகிக்கும் வெயிலில் உட்கார்ந்திருந்தார்கள். ஒருவன் மேஸ்திரியை நோக்கி ஓடிவந்தான்.

“ஏன்டா... இன்னாவாம் எவனும் வரல?”

“மேஸ்திரி... ஜனங்கல்லாம் அடிவாரத்துக்கீழகிற அர்ச மரத்தாண்ட இருக்குதுங்கோ... அந்தாளு ஏதோ பேசினுகிறாங்...”

“ஆறு மாசமா இந்த ஆளு துக்கிரித்தனம் பண்ணினுகிறான். அங்க கார்ப்பரேஷன்ல சொன்னா அவனும் கண்டுக்க மாட்டுறான்” எனப் புலம்பினார் மேஸ்திரி.

“தெபாரு மேஸ்திரி... பல்லாவரம் டேசன்ல மூஞ்சடிக்க முடியுமான்னு பாரு... லத்தி சார்ஜ் பண்ணி மேல ஏத்தலாம்”

“இப்டி செஞ்சி... நாளைக்கும் எவனுமே வேலைக்கு வர்லன்னா... உன் வூட்லருந்து என் வூட்லருந்து கல் ஒடைக்க வருவாங்களா?”

அவன் தலை குனிந்து கொண்டான்.

மேஸ்திரியும் அவரது ஆட்களும் மலையடிவாரத்தில் இறங்கினர்.

அலங்காரவேலன் கையை உயர்த்திக் கோஷமிட மக்கள் அதைத் திருப்பிச் சொன்னார்கள்.

“ஓங்கட்டும்! ஓங்கட்டும்!”

“தொழிலாளர் ஒற்றுமை ஓங்கட்டும்!”

“வளரட்டும்! வளரட்டும்! கம்யூனிஸம் வளரட்டும்!”

சந்திப்போம்! சந்திப்போம்! துப்பாக்கி முனையைச் சந்திப்போம்!

“மோதாதே... மோதாதே... எங்களிடம் மோதாதே...”

“இறுதி வெற்றி எங்களுக்கே!”

மேஸ்திரியும், அவர் ஆட்களும் இறங்கி வந்தார்கள்.

“தோழர்... நா கார்ப்பரேஷன் அதிகாரிகிட்ட பேசிட்டேன். அவங்க சம்பளம் ஏத்தாதுக்கு நா என்ன பண்ண முடியும்? வந்து வேலை செய்யச் சொல்லுங்க, பாத்துக்கலாம் தோழர்”

மேஸ்திரி தோழர் என்கிற வார்த்தையைப் பயன்படுத்தியதைக் கண்டு அவரது சமயோசிதத்தைப் பாராட்டும் விதமாக உடனிருப்பவன் மேஸ்திரியைப் பார்த்தான். அவனுடைய பார்வையை ஓர் அங்கீகாரமாக

ஏற்றுக்கொள்ளும் இடத்தில் மேஸ்திரி இல்லை. அவர் அலங்காரவேலன் முகத்தையே பார்த்தார்.

"உங்க கார்ப்பரேஷன் அதிகாரி முகவரியைக் கொடுங்க" என்றார் அலங்காரவேலன்.

மேஸ்திரி ஒரு துண்டு காகிதத்தில் எழுதிக் கொடுக்க, அதை வாங்கியவர் "தோழர்களே, நீங்க போயி வேலை செய்யுங்க... நா ஒரு முடிவோட வரேன்" எனச் சொல்லிவிட்டு அவர் செல்ல... மக்கள் குழந்தை குட்டிகளுடன் மலையேறினார்கள்.

மாலையிருட்டில் மக்கள் வேலை முடித்துவிட்டு இறங்குகையில், அரசமரத்தின் கீழே அலங்காரவேலன் நிற்பதைப் பார்த்து எல்லோரும் அவரைச் சுற்றிக் கூடினர். அங்குள்ள ஒரு சிறிய பாறையின் மீது ஏறி குரலையுயர்த்திப் பேசினார்.

"தோழர்களே, உங்க பணி நிரந்தர ஆணை சம்பந்தமா போயி கார்ப்பரேஷன் அதிகாரிய சந்திச்சேன். இந்த திரிசூலமலை மைன்ஸ் டிப்பார்ட்மெண்ட்ல வரும்ங்கிறதால மாநில அரசை விட்டு மத்திய சர்க்கார்க்கு மனு எழுத சொன்னாரு அதிகாரி... நான் கையோட சாஸ்திரி பவனுக்கு போயி சென்ட்ரல் லேபர் கமிஷனுக்கு ஒரு மனு எழுதிக் கொடுத்துட்டு வந்துட்டேன். ஒரு மாசம் காத்திருக்கச் சொல்லியிருக்காங்க. தோழர்களே, எதுக்கும் கவலைப்படாதீங்க. வெற்றி நமக்குத்தான்" எனச் சொல்லி முடித்து, தன் ஜோல்னா பையிலிருந்த தண்ணீரை எடுத்துக் குடித்துவிட்டு எல்லோரிடமும் விடைபெற்றுச் சைக்கிளை மிதித்தார்.

வீட்டிற்கு வந்தாரென்றால் குளித்துவிட்டு அக்கடா என்று குப்புறப் படுப்பவரின் முதுகில், வேண்டாமணி சுடுசோறு ஒத்தடம் கொடுத்து முடித்த பிறகுதான் எழுந்து நிமிர்ந்து உட்கார்வார்.

கோசலை கணேசனுக்காக வீட்டுப்பாடத்தை எழுதும்போது, அவள் அருகே அமர்ந்து அதைக் கவனித்துக் கொண்டிருப்பார். தன்னுடைய வீட்டுப்பாடத்தைத்தான் எழுதுகிறேனென்கிற அவளது பாவனையை, அவர் அறிந்துகொள்ள முடியாத அளவுக்குத்தான் பிள்ளைகளின் மீது அவர்க்கு ஒட்டுதல் இருந்தது.

சில மாதங்களில், சாஸ்திரி பவனிலிருந்து நோட்டிஸ் வந்தது. ஸ்டேட் கவர்மெண்ட்டிலிருந்த ஆவணங்களை மாற்றல் செய்துவிட்டோம், விரைவில்

நல்லது நடக்குமெனச் சாஸ்திரி பவன் நோட்டிஸை அலங்காரவேலன் மக்கள் முன்னிலையில் வாசித்துக்கொண்டிருக்கும்போது 'மீண்டும் தலைப்புச் செய்திகள்' என அவரருகே இருந்த மரத்தில் மாட்டியிருந்த ரேடியோ குரலைக் கேட்டு எல்லோரும் அமைதியாக இருக்கும்படி கையைக் காட்டினார்.

ரேடியோவில் வாசிக்கப்படும் செய்திக் குறிப்பு ஒவ்வொன்றையும் கூர்ந்து கேட்டார்.

"இரு காங்கிரஸ் இணைப்பு ஜனநாயக விரோத சக்தி வீழ்ச்சிக்கு நிச்சயம் வழிவகுக்குமெனக் காங்கிரஸ் கட்சியின் புதிய தலைவர் டி.கே. பருவா கடிதம்."

"மாநில அரசு ஒருதலைப் பட்சமாக நடந்துவருவதால் உடனடியாக மத்திய அரசு தலையிட வேண்டுமெனத் தமிழக முன்னாள் முதல்வர் பக்தவத்சலம் கோரிக்கை."

"திமுகவை எதிர்க்கும் அணியைப் பலப்படுத்த வேண்டுமென இந்தியக் கம்யூனிஸ்ட் கட்சியின் தமிழ்நாடு கிளைச்செயலாளர் எம்.கல்யாண சுந்தரம் எம்.பி. வேண்டுகோள்"

"தமிழக அரசு மக்களிடையே தூண்டும் பிரிவினைவாதத்தைத் தடுக்க டெல்லியில் பாரதப் பிரதமர் தலைமையில் இன்று அவசர ஆலோசனைக் கூட்டம் கூட இருப்பதாக நாடாளுமன்றச் செய்திப் பிரிவு அறிவித்திருக்கிறது."

"தமிழகத்தில் நடந்துவரும் திமுக தலைமையிலான அரசு எந்த நேரத்திலும் கலைக்கப்படலாமென எமது டெல்லி செய்திக் குழு தெரிவித்திருக்கிறது"

"இத்துடன் இந்தச் செய்தி அறிக்கை நிறைவுபெற்றது"

என ரேடியோ குரல் முடித்ததும் அலங்காரவேலன் தலையில் கைவைத்து அப்படியே உட்கார்ந்துவிட்டார். மக்கள் அவரையே பார்த்தனர்.

அடுத்த ஒருவாரத்தில் சில கம்யூனிஸ்ட் தலைவர்கள் கைதானதால், கட்சியின் சங்கத்தையும் குவாரி பிரச்சினையையும் சேர்த்து அணுக வேண்டிய பொறுப்பு அலங்காரவேலனுக்கு ஏற்பட்டது. ஆகவே, முன்புபோலக் குவாரி பக்கம் போக வர அலங்காரவேலனால் முடியாமல் போனது.

சங்கம் இருந்த கட்டடத்துக்கு வாடகை, டெலிபோன் பில், கரண்ட் கட்டணம் என எதுவும் கட்ட இயலாமல் பெரும் கஷ்டமான சூழல். இதை எப்படிச் சமாளிப்பதென யோசித்து முடிவுக்கு வந்த அலங்காரவேலன் குவாரி மக்களிடம் சென்றார். அவர்களிடம் விஷயத்தைச் சொன்னதும், அம்மக்கள் தலைக்கு ஐம்பது பைசா சந்தா கட்ட முன்வந்த அன்று கட்சி அலுவலகத்தில் குண்டு பல்ப் எரிந்தது, டெலிபோன் மணி அடிக்கத் துவங்கியது.

ஒருபக்கம் குவாரியில் மேஸ்திரியின் பொருட்டு மக்கள் நிலைமையும் மோசமாகி வரவே, இதை உணர்ந்த அலங்காரவேலன் எமர்ஜென்ஸி சமயம் என்றும் பாராமல் மக்களை ஸ்டிரைக்கிற்குத் தயார் செய்தார். சுமார், முன்னூறுக்கும் மேற்பட்ட தொழிலாளர்களை ரிப்பன் பில்டிங்கிற்கு சைக்கிள் பேரணியாக அழைத்து வந்து, அங்கே அமர்ந்து ஸ்டிரைக் செய்ய வைத்தார். அடுத்தநாள் ரிப்பன் பில்டிங் வாசலில் அனுமதி கிடைக்காததால் திரிசூல மலையிலிருந்து இறங்கி, வண்டிகள் ஓடும் சாலையின் நடுவே அமர்ந்து மக்கள் ஸ்டிரைக் செய்தார்கள்.

ஸ்டிரைக்கின் முதல்நாள் சாலையின் நடுவே இருந்தார்கள், அடுத்தநாள் சற்றுத் தள்ளி ஒதுங்கினார்கள். அதற்கடுத்தநாள் சாலையினோரம் என ஸ்டிரைக் செய்யும் இடங்களும் நாட்களும் கொஞ்சங் கொஞ்சங்மாக அதன் வெக்கையிலிருந்து நிழலுக்கு நகர்ந்தாலும், மக்கள் நெஞ்சுரத்துடன் 25 நாட்கள் அலங்காரவேலனுடன் ஸ்டிரைக்கில் ஈடுபட்டனர். அவரவர் வீட்டுக்குச் சென்றால் ஒற்றுமை குலைந்து விடுமென அத்தனை நாட்களும் அடிவாரத்திலிருக்கும் ஆலமர நிழலில் தங்கிப் போராடினர். 25 நாட்களுக்கும் மக்களுக்குத் தேவையான அரிசி பருப்பை காஜாபீர் என்கிற பாய் வழங்கினார்.

26ஆவது நாள் அங்கே வந்த நிர்வாக அதிகாரிகளிடம் அலங்காரவேலன், "உங்க யாருகிட்டயும் நா பேச தயாரா இல்ல... அஸிஸ்டெண்ட் லேபர் கமிஷனரை சந்திக்க நான் நாளைக்கே மக்களோட கிளம்பறன்" எனச் சொன்னவர், அடுத்தநாள் மக்களை அங்கே கூட்டிக்கொண்டே சென்றார். அவர் அன்று விடுமுறையில் சென்றுவிட அவருக்கு அடுத்த நிலையிலுள்ள தலைவர் பேச அழைக்க, 'அவசியமில்லை' என மறுத்த அலங்காரவேலன் மீண்டும் மக்களைப் போராட்ட இடத்திலேயே ஒருங்கிணைத்தார்.

அப்போது அங்கே கொஞ்ச நேரத்தில் பெரும் போலீஸ் கூட்டம் வந்தது. எல்லோரும் கையில் லத்தி வைத்திருந்தார்கள்.

மக்கள் எல்லோரும் போலீஸை உற்றுப் பார்த்தனர். போலீஸ் தரப்புத் தாக்குவதற்குச் சரியான தருணத்திற்குக் காத்திருந்தபோது, மக்கள் தங்களுக்குள் பேசிக்கொள்வதைக் கவனித்தார்கள். குழந்தைகள் முதல் முதியவர்கள் வரை அங்கே இருந்த மலை கற்துண்டுகளைக் கையில் எடுத்தனர்.

"அடித்தால் திருப்பி அடிப்போம்" என அலங்காரவேலன் சொல்ல, மக்களும் அதையே சொல்ல அது ஒரு கோஷமாக மாறியது.

விற்பதற்கு ஏற்றாற்போல் 'கட்டிங்' செய்து வைத்திருக்கும் மலைக்கற்களின் கூர்மை மக்களின் கைகளில் மினுமினுப்பதையும், தங்கள் மீது நிகழ்த்தப்படும் அநியாயத்தின் உக்கிரம் மக்களின் முகத்தில் பிரதிபலிப்பதையும் உணர்ந்த போலீஸ் தரப்பு அங்கிருந்து கிளம்பியது.

இரவு எப்போதும்போல அங்கேயே சமையல் வேலை பரபரத்தது.

காப்பி பில்லை ஒன்றை வெல்லத்தில் கொதிக்க வைத்து அலங்காரவேலன் பருகுகையில், வேண்டாமணிக்குக் காலரா தீவிரமாகிவிட்டது எனக் கட்சி ஆள் ஒருவர் வந்து சொல்ல, அலங்காரவேலன் அங்கிருந்து கிளம்பினார்.

அவர் இல்லாத சமயத்தில் பேச்சுவார்த்தை நடத்துவதாகத் தொழிலாளர்களை அழைத்துச் சுமார் இருபத்தெட்டுப் பேரை அவர்கள் கைது செய்தார்கள்.

வேண்டாமணி நிமிர்ந்து உட்கார்ந்த இரண்டாவது நாள் அலங்காரவேலன் பல்லாவரம் போலீஸ் ஸ்டேஷனுக்கு வந்தார். ஜாமீன் எடுத்தால்தான் வெளியே வர முடியும் என்கிற நிலையில், ஸ்டேஷனுக்கு வெளியே நிர்தாட்சண்யமாக நின்றிருந்த தொழிலாளர்களிடம் "நா... பணத்தோட வரேன்" எனச் சொல்லிவிட்டுக் கிளம்பினார்.

நொய்க்கஞ்சிக் குடித்து இளைப்பாறியிருந்த வேண்டாமணியின் காதருகே சென்று "தாலிய தர்றீயா... அடுத்த மாசம் சம்பளம் வந்ததும் மூட்டுக்கிறேன்" என்று சொல்ல, அவள் கஷ்டப்பட்டு நிமிர்ந்து உட்கார்ந்து தாலியைக் கழட்டி எதிரேயிருந்த சுவரில் எறிந்தாள். அலங்காரவேலன்

அவளை அடித்துத் தள்ள, வேண்டாமணியின் அம்மாவும் அப்பாவும் அவள் தங்கை தவமணியும் அலங்காரவேலனைப் பிடித்து மடக்கி நிறுத்தினார்கள்.

“உனக்கெல்லாம் நல்ல சாவே வராது பாரு” என வேண்டாமணியின் அம்மா மூச்சிரைக்கச் சாபம் விட்டாள்.

அழுது கொண்டிருந்த கோசலையின் அருகே சென்ற அலங்காரவேலன், அவள் கையிலிருந்த வளையல்களைக் கழட்டினார். முடியவில்லை. கோசலையை பாத்ரூமுக்கு அழைத்துச் சென்று, மணிக்கட்டைச் சுற்றி லைபாய்ப் போட்டு நுரை ததும்ப வளையல்களைக் கழற்றி அங்கிருந்து விறுவிறுவென நடக்கத் துவங்கினார்.

கைதானவர்கள் ஜாமீனிலிருந்து வெளியே வந்தார்கள்.

கார்ப்பரேஷன் அதிகாரிகளும் குவாரி முதலாளியும் விஷயம் தெரிந்து குவாரிக்கு வந்து, மக்களிடம் பேசி ஓர் ஒப்பந்தம் போட்டனர். அதில் எல்லாப் பணியாளர்களும் கையொப்பம் போட்டால்தான் ஒப்பந்தம் செல்லுபடியாகும் என்பதால் எல்லோரும் கையொப்பம் போட்டார்கள்.

ஒப்பந்த காகிதங்களை வாசித்த அலங்காரவேலன் கோபமடைந்தார். ஒப்பந்தப்படி, தினசரி ஒவ்வொருவரும் இரண்டு பொட்டி கல்லு கொடுக்க வேண்டும். அதில் எவ்வளவு குறைகிறதோ அதற்கேற்றார்போல் சம்பளம் பிடித்தம் செய்யப்படும் என்று ஒப்பந்தத்தில் எழுதி கையெழுத்து வாங்கி யிருக்கிறார்கள் என்று மக்களிடம் விளக்கினார்.

குவாரியின் உள்ளே அடுத்தடுத்தநாட்கள் அவரை அனுமதிக்கவில்லை. வெளியிலேயே போலீஸார் அவரைத் தடுத்து நிறுத்தினர்.

இதைத் துரோக ஒப்பந்தம் என அறிவித்துப் பார்லிமெண்ட்டில் சமர் முகர்ஜிக்கு ஒரு நீண்ட கடிதம் எழுதினார். அத்துடன், துரோக ஒப்பந்தத்தை எதிர்த்துக் குவாரி மக்களிடையே கையெழுத்து இயக்கம் நடத்தத் திட்டமிட்டார்.

தன்னைக் குவாரியினுள் விடவில்லை என்றால் என்ன? என்று துணிந்தவர், குளத்துமேடு, பாகநந்தபுரம், காந்திநகர், கீழ்க்கட்டளை, மாம்பாக்கம், பொன்மார், கோவிலம்பாக்கம், நன்மங்கலம், அனகாபுத்தூர் ஆகிய ஊர்களிலுள்ள குவாரி மக்களின் ஒவ்வொருவர் வீட்டிற்கும் சைக்கிளிலேயே சென்று அவர்களிடம் கையெழுத்து வாங்கினார்.

மக்களை ஒன்றிணைத்துச் செக்கரட்டரி அருகே தன் கட்சி ஆட்களுடன் போராட்டம் நடத்தினார்.

லேபர் கமிஷன் ஆபிசில் சம்பளம் பிடித்தது குறித்துப் புகார் கடிதம் அளித்தார். எல்.ஐ.சி அருகே தனியாளாகப் பதாகைப் பிடித்துக் கைதாகி சிறை சென்றார்.

வீட்டுக்கு வருவது பெரிதும் குறைந்திருந்தது. வேண்டாமணிக்கு அடிக்கடி உடல்நிலை சரியில்லாமல் போக, சத்து மாத்திரைகளும் சாத்துகுடி ஜூசும் அவள் உடம்பை எதுவும் செய்யவில்லை. அலங்காரவேலனும் மனைவிக்கு என்ன ஏதென்று அக்கறையில்லாமல் இருந்தார்.

அவர் வீட்டுக்கு வந்தே பல நாட்கள் என்றாகிப்போனது சூழல். என்றாவது ஒருநாள் வருவார். துவைத்தத் துணிகள் காயும் வரை இருப்பார். பின்னர் துணியைப் பெரிய ஒயர்கூடையில் திணித்துக் கிளம்பிவிடுவார்.

குவாரி மக்களின் பிரச்சினை குறித்தும் அலங்காரவேலனின் தொடர்ப் போராட்டம் குறித்தும் அறிய வந்த உள்ளாட்சித்துறைத் தலைமைச் செயலாளர் வாசுதேவன் அலங்காரவேலனைச் சந்திக்க அனுமதியளித்தார்.

அலங்காரவேலன் வாசுதேவன் அறையினுள் நுழைந்தார். வாசுதேவன் அவரைப் பார்த்தார்.

மெலிந்துபோயிருந்த தேகத்தில் அரைக்கைச் சட்டையின் தொளதொளப்பு மின்விசிறிக் காற்றில் ஆடியது. கிழிந்த ஜோல்னா பையின் துளை வழியே காகிதங்கள் சுருண்டிருந்தது.

"சார், வணக்கம்... பிரச்சினை என்னென்னா..." என்ற அலங்காரவேலனை இடைமறித்த வாசுதேவன்...

"எல்லாம் கேள்விபட்டுத்தான் உங்கள வர சொன்னேன். எல்லோரையும் நிரந்தரப் பணியாளர் ஆக்குறேன் போதுமா?"

"சார்... அது மட்டுமில்ல சார். தொழிலாளர்களுக்கு இதுவரை கொடுக்கப்படாத சம்பளம் கிடைக்கணும் சார். Back wages கிடைக்காதுன்னு சொல்றாங்க. அதுவும் நீங்க ஏற்பாடு பண்ணீங்கன்னா ரொம்ப நல்லா இருக்கும்"

“உங்களோட உறுதி... உங்களோட பிடிவாதம்...” எனச் சொல்லி வாசுதேவன் பிரம்மிப்புடன் கையைக் கொடுக்க அலங்காரவேலன் கையைக் கொடுத்தார்.

மறுநாள் மக்கள் மலையடிவாரத்திலுள்ள அரசமர நிழலில் பெரிய பெரிய பாத்திரங்களில் கறிச்சோறு செய்து உண்டு மகிழ்ந்தனர். நரசிம்மன் என்கிற தொழிலாளி ஒரு பெரிய கல்லில் அலங்காரவேலனின் முகத்தைச் செதுக்கி அங்கே ஒரு கல்வெட்டை வைக்க, அலங்காரவேலன் அதை எடுக்கச் சொல்லி எவ்வளவோ வற்புறுத்தியும் கேட்காமல் கல்வெட்டை அவர்கள் அங்கே நிறுவினர்.

அடுத்த சில நாட்களில் வேண்டாமணி இறந்துபோய்விட தன் மகளின் இறப்பிற்கு அலங்காரவேலனின் பாரமுகமே காரணமெனச் சண்டைப் போட்டு அவளின் பெற்றோர்கள் கிளம்பிய பிறகு வீட்டில் புகுந்த வெறுமையும் குற்ற உணர்ச்சியும் பிள்ளைகளின் மீதான பொறுப்பும் ஓரிரு மாதங்களுக்கு அவரை வீடடங்கச் செய்தது. குவாரி பக்கம் போகும் சூழலே அவருக்கு அமையாமல் இருக்க இன்னொரு புறம் குவாரி மக்களுக்கு அவர் செய்த காரியத்தின் விளைவாகக் கட்சியில் அவர் பெயர் பரவலாகத் தெரியவர, இதனால் உள்கட்சிப் பூசலில் அலங்காரவேலன் ஓரங்கட்டப்படுவதை உணர்ந்தார். வேண்டாமணி இறப்பிற்குப் பிறகு மகளின் உடற்குறைபாடு அவருக்குப் பெரிதாகத் தெரியவர, கட்சி சார்ந்து முன்பிருந்த வேகம் படிப்படியாகக் குறைந்து வீட்டிலேயே இருக்கத் தலைப்பட்டார்.

ஜி.ஹெச்சில் வேலை செய்த நீண்டநாள் நண்பர் ஒருவர் சிபாரிசு செய்ததன் அடிப்படையில் அவருக்கு அங்கே வேலை கிடைத்தது. குவாரி விஷயத்தில் கட்சியிலுள்ள பெரிய தலைவர்களைத்தாண்டி இவர் நேரடியாக சமர் முகர்ஜிக்குக் கடிதம் எழுதியது மேலிடத்திற்கு நெருடலை ஏற்படுத்தியதாகவும் அதனால் இவருக்கும் அவர்களுக்கும் ஏற்பட்ட மௌனமான இடைவெளியில் அகங்காரம் மெல்ல மெல்ல வளர்ந்து, இவர் ஓரங்கட்டப்பட்டதாகவும் கட்சிக்கு வெளியேயுள்ள தேநீர்க்கடையில் தோழர்கள் ஆற்றிக்கொண்டார்கள். அதுவொரு பெரும் பேசுபொருளான பிறகு இனிக் கட்சி ஆபீஸ் பக்கமே போகக்கூடாது என அலங்காரவேலன் முடிவு செய்தார். ஒரு முடிவு செய்துவிட்டாரெனில், அதை ஸ்திரப்படுத்தத் தன் சித்தாந்தம், தனிப்பட்ட குணாம்சம் என எதையும் விலையாகக்

கொடுப்பவராக அலங்காரவேலன் இருந்தார். எனினும், அவர் போராட்டக் குணம் ஓயாமலே இருந்தது. ஜி.எச்சில் வேலை செய்தபோது தொழிலாளர்கள் மீது நடந்த அதீத வேலைநேர அத்துமீறலைக் கண்டித்து அவ்வப்போது அவர்களை ஒன்றுதிரட்டிப் போராட்டம் நடத்தினார். அவர்களுக்கு நியாயமாகக் கிடைக்க வேண்டிய மானியங்களை, ஊக்கத் தொகையை நிர்வாகத்துடன் விவாதம் செய்து வரையறுத்தார். மருத்துவமனையில் பணிபுரியும் துப்புறவுத் தொழிலாளர்களுக்குப் பாதுகாப்பான உபகரணங்கள் வேண்டுமென வலியுறுத்தி அவற்றை உறுதி செய்தார்.

மக்களுக்காக ஆற்றிய பணிகள் குறித்தப் பெருமிதங்களை அவர் ஒருபோதும் தலையில் ஏற்றிக்கொண்டதில்லை. சொல்லப்போனால் அவற்றைப் பெருமையாக நினைக்ககூடிய விஷயமாக அல்லாமல் ஒரு கடமையாகவே எண்ணியிருந்தார்.

பணி ஓய்வுக்குப் பிறகு, தனிப்பட்ட வாழ்வில் அவருக்கு ஏற்பட்ட வெற்றிடம், மகளுக்கொரு வழித்துணையைக் கண்டறிய முடியாத இயலாமை இவையெல்லாம் சேர்ந்து அவர் இருப்புக் குறித்தான கேள்வியை அவருக்கு எழுப்பிக்கொண்டே இருக்க, அதனால் உண்டான தத்தளிப்பைச் சமன் செய்ய சமூக வாழ்வில் அவர் சாதனைகளை மிகையாக நினைத்து அசைபோட ஆரம்பித்தார்.

இப்போதெல்லாம் அதைப்பற்றி சுற்றியிருப்பவர்களிடம் அடிக்கடிப் பேசலானார். தன்னைப் பற்றிப் பெருமிதமாகக் கூறிவிட்டு அதற்கு எதிர்வினையாற்ற, அதைக் கேட்பவர்களிடம் ஒரு சின்ன மௌனத்தைக் கால அவகாசமாகக் கொடுப்பார். அவர்களும் அதற்குத் தகுந்த மதிப்பை அளித்ததும் மீண்டும் தொடர்வார். பெருமிதங்களைப் பேசுகையில் அதைக் கேட்பவர்களின் ஆர்வம் வடிந்துபோய் விடுவதைத் தன் அனுபவத்தின் வழியாக அவர் அறிந்ததும் அப்போது அவரைச் சூழும் வெறுமையில், மகளைப் பற்றிய நினைப்பு வியாபகம் கொள்ள, தன்னுடைய பகுதியில் ஒரு சீர்திருத்தப் பணியின் மிச்சம் இருக்கிறது, அது இதுவென ஏதோ காரணம் சொல்லி பூங்கா நண்பர்களிடமிருந்து எழுந்து நடக்க ஆரம்பித்துவிடுவார்.

மூனடி உயரமும், தலைக்கும் தோளுக்கும் நடுவே கழுத்துப் பகுதியே இல்லாது, வளைந்த முதுகில் கொஞ்சம் கூன் வேறு சுமந்து வாழும் மகளுக்கான வரனைக் குடும்பத் தரகரிடம் சொல்லித் தேடும்போது தனக்குத் தெரிந்தவர்களிடம், அவளின் அங்க அடையாளங்களைச்

சொல்லும்போது, அவருக்கிருந்த தயக்கமும், அதற்குப் பிறகு அவர்களின் மௌனமான நிராகரிப்பும் அவரால் ஏற்றுக்கொள்ள முடியாமல் போகவே, வரன் பார்ப்பதையே விட்டுவிட்டார். கணேசனுக்கும் திருமணம் செய்து பார்த்துவிட்ட பிறகு, தனித்திருக்கும் மகளைப் பார்க்கும்போதெல்லாம், வீட்டிலிருந்து காலையில் கிளம்பிப் போனாரென்றால் தெருவை நாய்கள் ஆக்கிரமிக்கும் நேரந்தான் வீட்டுக்கு வருவதைப் பழக்கமாக்கியிருந்தார்.

அப்புனு வீட்டில் அங்குமிங்கும் ஓடி காப்ரா செய்ய, கலகலவென்று இருந்த வீடு அவர்கள் போன பிறகு இரயில் கிளம்பிய நடைபாதையானது.

கணேசனைப் போலவே அப்புனுவுக்கும் தாய்ப்பாலூட்டுவதைத் தவிர சகலத்தையும் கோசலைதான் செய்தாள். அப்புனுவின் நினைவேக்கம் அவளைத் துன்புறுத்தினாலும், கோசலைக்குக் கணேசனை நினைக்கையில்தான் வருத்தமாக இருந்தது. உஷா வந்த பிறகும் கூட எதன் பொருட்டும் 'அக்கா... அக்கா' என்றிருப்பான்.

கணேசனுக்குச் சொந்தமாக முடிவெடுக்கத் தெரியாது. ஒரு ரஃப் நோட்டு வேண்டுமென்றால் கூட இரண்டு நோட்டைக் கோசலையின் கையில் வைத்துவிட்டு "க்கா, இது எடுத்துக்கலாமா, அது எடுத்துக்கலாமா?" "க்கா கத்ரிப்பூக் கலர் சட்டை எடுத்துக்கலாமா, ராமர் ப்ளூ சட்டை எடுத்துக்கலாமா?" அவனுக்குத் தேவையானது எதுவென அறிந்துகொள்ள இயலாத தடுமாற்றத்தை, அவனுடைய சிறுவயதிலிருந்தே உணர்ந்தவள் அவன் தடுமாறும் முன்னரே அவனுக்கு வழிகாட்டியாகக் கோசலை இருந்தாள். அதை அவனுடைய பலவீனமாகக் கூட அவள் பார்க்கவில்லை. அவன் தனியாக ஒன்றைத் தீர்மானிக்கத் தடுமாறுகிறான் எனில், ஒரு அக்காவாகத் தன்னுடைய உறவின் நிலை என்ன என்பதுதான் அவளுடைய கவனமாக இருந்தது.

ஒருநாள் அப்பா அவனிடம் இரண்டு புகைப்படங்களைக் காட்டினார். அவன் அதை வாங்கி கோசலையிடம் செல்ல, அவர் சொன்னார்,

"கணேசா, மொதல்ல நீ பாத்துட்டு சொல்லுடா. எனக்கே ஆயிரத்தெட்டு டென்சனு."

அவர் ஒரு பேச்சுக்குத்தான் அவனைப் பார்க்க சொல்கிறார். அலங்காரவேலனுக்கும் தெரியும், கோசலை பார்த்துச் சொல்வது போல வராது என்று. மூத்த மகளை முதிர்கன்னியாக வீட்டில் கிடத்திவிட்டு இளையவனுக்குத் திருமணம் செய்து வைக்கிற சூழலில், இதை ஒரு நிதானமான மனநிலையில் அவர் முன்னெடுக்கவில்லை என்பதைக் கோசலைக்கு உணர்த்தும் விதமாகப் பதற்றத்துடனேயே கையாளுவது போல கணேசனின் திருமணக் காரியங்களை அவர் முன்னெடுத்தார்.

ரேடியோவைக் கையில் வைத்துப் பாட்டில் மெய் மறக்கும் பாவனையில் இருந்த கோசலையிடம் கணேசன் வந்து இரண்டு புகைப்படங்களைக் காட்டினான்.

“க்கா, ரெண்டுல எந்த பொண்ணு நல்லா இருக்குன்னு பாரேன்.”

“உனக்கு என்னடா கொறச்சலு? ரெண்டு பேரையும் கட்டிக்கோயேன்.”

சொல்லிவிட்டுப் பொய்ச்சிரிப்புடன் கோசலை நகர்ந்தாள். அவனைவிட்டு நகர்ந்த கணத்திலேயே அவள் முகம் வாடியது.

கணேசனின் மீது அவளுக்கிருக்கும் அன்பில் இன்னொரு பெண் பங்கு போடப் போகிறாள். அவன் மீது இருக்கும் பாசத்தின் ஆழத்தில் இன்னொருத்தியும் வந்து குதிக்கப் போகிறாள். அதை அனுமதிக்க கோசலைக்குத் தயக்கமாக இருந்தது. அதை எதிர்கொள்ள அவளால் இயலவில்லை. திருமணத்திற்கான காரியங்களெல்லாம் ஒரே நாளில் நடந்து, அன்றே திருமணமும் முடிந்து விட்டால்தான் என்ன? இத்தனை நாட்கள் இது நீண்டு, அதனுள் தன்னைப் பொருத்திக்கொள்ள இயலாமல் உண்டாகும் மனநெளிவைக் கடந்து வர, தம்பியின் திருமண விஷயத்தில் அதீத அக்கறைக் காட்டுவது போலச் செய்யும் பாவனையின் மீது அவளுக்கே வெறுப்பு. கண்களை இறுக்கிமூடி கசாயத்தை விழுங்குவது போல இந்நாட்களை விழுங்கிவிடலாம் எனப் பார்த்தால், ஒரு திருமணம் செய்துமுடிப்பது லேசுப்பட்ட காரியமாக இல்லை. அவளின் பங்களிப்புத் தவிர்க்க முடியாமல் போனது.

ஒருவேளை, கணேசனுக்குத் திருமணம் ஆகிவிட்டாலும் அவனுக்கும் தனக்குமான அன்பில் விரிசல் விழும் அளவுக்குப் பலகீனமான உறவொன்றும் இது இல்லையே! சிறுவயதிலிருந்து அவனுக்குப் பார்த்துப் பார்த்துச் செய்துவிட்டு, அவன் திருமண விஷயத்தில் ஒதுங்கி இருப்பது

கோசலைக்கே தவிப்பாக இருந்தது. 'நம்ம கணேசனுக்கு நம்மள விட்டா யாரு இருக்கா?' எனப் பல விதங்களில் தன்னை சமாதானம் செய்துகொண்ட பின்னர், திருமண காரியங்களில் அவள் மும்முரம் காட்டியதை உணரத் துவங்கியபோதுதான் அலங்காரவேலனுக்கும், கணேசனுக்கும் ஆறுதலாக இருந்தது. இனி, கோசலை பார்த்துக்கொள்வாள்.

"ஏழு ஜோடி செருப்பு தேஞ்சி என் தம்பிக்கு ஒரு பொண்ணு அமைச்சு தருவீங்கன்னு பாத்தா என்னமோ அலுத்துக்கிறீங்களே. வேற தரகர் பாத்துக்கிறோம்" எனத் திட்டி அனுப்பியவள், அது இது எனக் கடைசியாய்க் கிடைத்த ஒரு தரகரைக் கந்தலாக்கி, ஒரு பெண்ணின் புகைப்படத்தை கணேசனிடம் காட்டினாள்.

"கணேசா, இவதான்டா உனக்கு ஏத்தப் பொண்ணு."

கணேசன் புகைப்படத்தைப் பார்க்க மறுத்து "நீயே சொல்லிட்டல்ல, அப்புறம் என்ன, விடுக்கா" எனச் சொன்னதும் கோசலை பூரித்துப் போனாள்.

3

‘கணேசன் பொண்டாட்டி காலம் வரைக்கும் என்னைக் கட்டிட்டு அழணுமேன்னு இதான் சாக்குன்னு கழட்டிவிட பாக்குறா போல. அவள விடு. கணேசனுக்கு எங்க போச்சு புத்தி?’ கோசலைக்குள் எழும்பிய வைராக்கியத்தினால் இனி யாரைப் பற்றியும் நினைக்கக் கூடாதென்று தன்னைக் கட்டுப்படுத்திக்கொண்டாள். ஆனாலும், அவளை மீறி எழுந்துவரும் நினைவுகளின் மோதலில் அவள் தள்ளாடவே செய்தாள்.

வீட்டில் தனியாக உட்கார்ந்து எவ்வளவு நேரம்தான் ரேடியோ கேட்பது?

நேயர் விருப்ப நிகழ்ச்சியில் அவளுக்குப் பிடித்தப் பாடலான ‘காவலுக்குக் கெட்டிக்காரன்’ படத்திலிருந்து, ‘சோலை இளங்குயில் யாரை எண்ணி எண்ணி ராகங்கள் பாடுதோ’ பாடல் வேண்டி அஞ்சல் அட்டையில் எழுதிப் போட்டு, அவர்கள் ஒலிபரப்புவார்கள் எனக் காத்திருந்து, ஒரு மாதத்திற்கு மேலாகியும் ஆத்திரத்தில் ரேடியோ கேட்பதையும் விட்டிருந்தாள்.

மர அலமாரியிலிருந்த பாக்கெட் நாவல்களையும் சித்தி கடந்தமுறை வந்தபோது கொடுத்தனுப்பி விட்டாள். பதிலுக்கு சித்தி கொடுத்துவிட்டுப் போன, ‘வீணா ஒரு வீணை’, ‘மங்களாவின் கணவன்’, ‘வைர மூக்குத்தி’ ஆகிய நாவல்களையும் வாசித்தாகிவிட்டது.

அவளை மூழ்கடிக்கும் தனிமையிலிருந்து மீளும் வழி தெரியாத தடுமாற்றம், தம்பியின் வீடு தேடிப் போகலாமா. தம்பி மகனை ஓர்

எட்டுப் பார்த்துவிட்டு வரலாமா என்கிற அளவுக்குப் போகும். கணேசன் போய் ஒருமாதம் ஆகியும் ஒரு பேச்சுக்குக் கூட இங்கு வராமல் இருப்பது அவனுடைய திட்டமிட்ட புறக்கணிப்பு. அவனுக்கே அவ்வளவு இருந்தால், தனக்கு எவ்வளவு அகங்காரமிருக்குமெனக் கட்டுப்படுத்திக்கொண்டாள்.

பால்கனியில் ஸ்டூல் போட்டு உட்காந்து கண்களிரண்டும் வான் நோக்க வேடிக்கை பார்க்கும் ஆசை, அதற்கு முன்பு அவர்கள் வீடிருந்ததற்கு எதிர்வீட்டிலிருந்த பெண் அதைச் செய்வதைப் பார்த்ததிலிருந்து தொடங்கியது. ஊரிலுள்ள பூர்வீக நிலத்தை விற்று இப்போதிருக்கும் வீட்டை அப்பா அவளுடைய பன்னிரண்டு வயதில் வாங்கிய பிறகு, பால்கனியில் இருந்து வேடிக்கை பார்ப்பது, அவளிடமிருந்து பிரிக்க முடியாத, அவளின் தினசரியில் கணிசமான நேரத்தைப் பற்றிக்கொள்ளும் முக்கியப் பொழுதுபோக்காக இருந்தது.

எல்லோரையும் எங்கேயும் எதையும் அண்ணாந்து பார்த்துப் பார்த்து உண்டாகும் கழுத்தெலும்பின் கடுகடுப்பிலிருந்து பால்கனிப் பார்வை அவளுக்கு ஓர் இதத்தை அளித்தது. பள்ளியில் அவளின் உயரத்தை வைத்து மற்ற மாணவர்கள் ஆசிரியர்கள் என அவர்கள் செய்த ஏளனங்களையும், பாரபட்சங்களையும் தன்னுடைய பால்கனிப் பார்வையால் சுட்டுப் பொசுக்கினாள்.

தன்னுடன் படிக்கும் வகுப்பு நண்பர்கள் கடைக்குப் போக வர இருக்கையில், பால்கனியிலிருந்து அவர்களைப் பெயர் சொல்லி அழைத்து டாட்டா காட்டுவாள். அவர்கள் பதிலுக்குத் தலை அண்ணாந்து பார்க்கையில் தன் வெற்றிப் புன்னகையை ஆறுதல் பரிசாக அவர்களுக்கு அளிப்பாள்.

தவமணியும் கோசலையும் இரவுச் சாப்பாடு முடித்து மொட்டை மாடியில் உலவும்போது, “சித்தி, எங்கம்மா அதோ அதுக்குள்ள இருக்காங்க… அங்க போறாங்க பாரு. இங்க போறாங்க பாரு” என ஆகாயத்தில் ஊர்ந்து போகும் மேகக் கூட்டங்களைக் காட்டி லயிப்பாள்.

பால்கனியில் உட்கார்ந்து மேகங்களின் வடிவங்களை இறக்கைகள் கொண்ட யானை, நீந்தும் வாத்துக் கூட்டம், கிறிஸ்மஸ் மரம், முதியவரின் கொட்டாவி, அரிசி உலை வழிவது, மிதக்கும் ரசகுல்லாக்கள், அப்பா

எடுத்து வந்து மருந்துப் பெட்டியில் திணிக்கும் பஞ்சுப் பொதி, பரீட்சை அட்டையின் க்ளிப், இந்தியா மேப்பின் முதல்பாதி, சிறகை விரிக்கும் கழுகு எனத் தன் கற்பனைக்கு எட்டியவாறு ஒப்பிட்டு ரசித்துக் களிப்புறும் நேரத்திலேயே அவள் பொழுதுகள் கழியும்.

மேகங்களில்லாத துடைத்துப் போட்ட நிர்மலமான வானத்தைப் பார்க்க நேரிடுகிறபோது, அவள் முகம் சோர்ந்து வானத்தையே வெறித்து நிலை குத்தியிருக்கும். மேகங்கள் வரும்வரை வானத்தையே பார்த்தபடி இருப்பாள். நெடுநேரம் கழித்துப் பார்வையை அவள் அங்கிருந்து திருப்பிக் கண்ணிமைகளை மூடும்போது தெரியும் இருளில் ஊதாவும், செம்மஞ்சளும் கலந்த புகை வளையங்கள் அவளைத் தாண்டி நெளிந்தோடும். அதையொரு விளையாட்டாகக் கூடப் பல நேரங்கள் அவள் விளையாடிப் பார்ப்பாள்.

அவள் உயரமாக வேண்டுமெனப் பல ஆண்டுகளாகத் தினசரி அவள் செய்த பிரார்த்தனையைக் கொஞ்சமும் பொருட்படுத்தாத முருகன் மீது அவளுக்கிருந்த பக்தி, பெருமாளிடம் சென்றது. பெருமாளிடமிருந்து மாங்காளியம்மனுக்கு மாறித் தன் உடலமைப்பு மீது அவளுக்கிருந்த வெறுப்பு கடவுள் மீது மாறியது. தன்னுடைய தோற்றத்துக்கும் தனக்கும் எந்தவிதத்திலும் தொடர்புமில்லை என்றும் இது முழுக்க கடவுளின் நிந்தனை என்றும் தன்னை ஆற்றுப்படுத்திக் கொண்டாலும், ஒவ்வொருமுறையும், தன் உடலைக் கண்ணாடியில் பார்ப்பதை வெறுத்தாள். ஒருமுறை ஆடை மாற்றும்போது அவள் பின்கழுத்துக்குக் கீழ் மேடு கட்டியிருக்கும் கூன் சதையைப் பார்த்தாள். மணலில் புதைந்து கொஞ்சம் மட்டும் வெளியே தெரியும் கிர்ணிப்பழம் போல அது இருந்தது. அதைத் தொடக்கூட அவள் விரும்பவில்லை. ஆனால், முக அழகில் தனக்கு இணையாக நடிகை ராதாவைத் தவிர யாருமில்லை என்கிற இறுமாப்பு அவளுக்கிருந்தது. அதற்காக மட்டுமே கண்ணாடியை அடிக்கடிப் பார்ப்பாள். அவள் உயரத்திற்கு ஏற்றாற்போல் சுவரில் மாட்டியிருக்கும் கண்ணாடியை அவளைத் தவிர மற்ற இருவர் பார்க்க மாட்டார்கள். அது அவளுடைய கண்ணாடி. மரவேலைப்பாடுகளுடன் சட்டகமிட்ட முகம் மட்டும் தெரிகிற நீள்செவ்வகக் கண்ணாடி முன் அவ்வப்போது வந்து முகத்தைப் பார்த்துக்கொள்வாள்.

தன் அதரங்களை நாவால் ஈரப்படுத்தி, சற்றுப் பக்கவாட்டாகத் திரும்பிக் கண்ணாடியில் தன் மூக்கின் கூர்மையைக் கவனித்து, மூக்கில்

ஜொலிக்கும் கடுகுக்கல் மூக்குத்தியை மினுங்க வைக்க, தலையை அங்குமிங்குமாக மெல்ல அசைத்துச் சிரித்துக்கொள்வாள். எத்தனை பரபரப்பான வேலைக்கு இடையேயும் வந்து கண்ணாடியைப் பார்த்துக் காதோரம் பொழிந்து கிடக்கும் முடியை ஓரம் ஒதுக்கிக்கொள்வதும், அதரங்களை ஈரப்படுத்திக்கொள்வதும் அவளுக்குப் பிடித்தமான ஒன்று.

அப்புனு பிறந்ததற்குப் பிறகு பால்கனியில் உட்கார்ந்து வேடிக்கைப் பார்ப்பதற்கோ, கண்ணாடியில் அவ்வப்போது தன்னழகை ரசித்துக் கொள்வதற்கோ அவளுக்கென இல்லாமலிருந்த நேரத்தை தனிமையும் வெறுமையும் சூழ்ந்த இந்நாட்கள் பரிசாக அளித்தன.

கண்ணாடி பார்க்கும்போது, கண்ணாடியில் தன் முகத்திற்குப் பின்னால் தெரியும் வீட்டுத் தனிமையின் கோரத்தை அவளின்னும் விகாரமாக உணரவே கண்ணாடிப் பார்ப்பதையும் குறைத்துக்கொண்டாள்.

பால்கனியில் உட்கார்ந்து மேகங்களின் மீதான ஒப்புமை விளையாட்டில் ஈடுபடுவது மட்டுமேதான் அவளுக்கு ஆறுதலாக இருந்தது. அவள் போட்டு உட்கார்ந்திருந்த ஸ்டூலின் உயரமும் பால்கனியின் பிடிசுவரும் அவளது முழங்கைக்குச் சரியாக இருக்கும். மேகங்களிலிருந்து விலகிக் கண்களை மூடி ஊதாவும் செம்மஞ்சளும் கலந்த புகை வளையங்கள் அவளைத் தாண்டி நெளிந்தோடிய பிறகு கண்களைக் கசக்கி வீடுகளின் மேற்கூரைகளை, அதன் மீது போட்டு வைத்திருக்கும் பொருட்களைப் பார்ப்பாள். பொருளை விற்க வாடிக்கையாளரின் கவனத்தைக் கோரும் வகையில் தெருவில் கூவியபடிச் செல்லும் மனிதர்களின் ஓசையைத் தூரத்திலிருந்து அனுமானிப்பாள். அவ்வப்போது சத்தம் கேட்டுத் தன் வீட்டுக்குக் கீழே சற்றுத் தள்ளி, கேரம்போர்டு ஆடுபவர்களின் ஆட்டத்தையும் வேடிக்கை பார்ப்பாள்.

தெருமுனையில் கோசலையின் வீடு இருந்ததால், தெரு விளக்கின் வெளிச்சத்திற்குக் கீழே வாகாகக் கேரம் ஆடுவது வழமை. அவர்கள் ஆடுவதைப் பார்த்தபடியிருந்த ஒருநாள், கேரம் ஆடுபவர்களுடன் நின்றிருந்த ஒருவனின் பார்வை, தன் மீது விழுகிறதென்று தெரிந்ததும் பார்வையைத் திருப்பிக் கொண்டவள், அவன் பார்வை விழுந்தபோது உண்டான மெல்லிய கிறக்கம் மீண்டும் வேண்டி அவன் பக்கம் பார்க்க வேண்டுமென நினைத்தாள். இரண்டொருமுறை பார்க்கவும் செய்தாள். பார்க்கக்கூடாது என்கிற பிடிவாதமும் அவளுக்கிருந்தது. அப்படிப் பார்க்காதபோது அவன்

மட்டும் பார்த்து, இவள் பார்க்கமாட்டாளா என்கிற ஏக்கத்தை அவனுக்கு உருவாக்குகிறோம் என்கிற கற்பனை அவளுக்குப் பிடித்திருந்தது. ஆகவே, கற்பனையின் ஆயுளை நீட்டித்தவள் நெடுநேரம் கழித்து அவன் பக்கம் பார்த்தாள். கேரம் மீதிருந்த ஆர்வத்திலிருந்து நழுவி இவளுடனான பார்வை விளையாட்டை யாருக்கும் தெரியாமல் ஆடுகிற, அவனின் தத்தளிப்பைக் கவனிக்கும்போது இவளுக்கு அவன் மீது பரிவு உண்டானது.

அன்றிரவு உறக்கம் வராமல், உத்திரத்தில் பக்கவாட்டாகப் பொருத்தப் பட்டிருந்த மரக்கட்டைகளை ரெண்டு, நாலு, ஆறு, எட்டு என்று ரெண்டாம் வாய்ப்பாடு முடிந்து மூன்றாம் வாய்ப்பாடு, நான்காம் வாய்ப்பாடு என்று மனம் சென்ற கதியில் முணுமுணுத்திருந்தாள்.

அதற்கடுத்தடுத்த நாட்களில், அவளுடைய பால்கனிப் பார்வை மேகங்களிலிருந்து விலகி முற்றிலும் அவனைச் சுற்றியே இருந்தது. அப்படி என்னதான் கேரம் ஆட்டத்தில் இருக்கிறது என்பதாகப் பார்வையை ஆட்டத்தில் குவிப்பது போலப் பாவனை செய்து கருவிழிகளை அவன் பக்கம் நிறுத்தினாள். நிமிர்கையில் தப்பித் தவறி மேகங்களைப் பார்க்கும்போது, தன்னால் கைவிடப்பட்ட அவற்றின் தனிமையை நினைத்து அவளுக்குப் பாவமாகக் கூட இருந்தது.

தன் தோற்றத்தைப் பற்றி அவளுக்கிருந்த தாழ்வான அபிப்ராயங்களை எல்லாம் பொருட்படுத்தாத மனநிலைக்கு எப்போதோ வந்து சேர்ந்திருந்தாலும், தற்போது ஒரு மிகப்பெரிய வாய்ப்பு தன் கண் முன்னாடி நிற்கும்போது, தன்னைப் பற்றிய அத்தனை குறைகளையும் அவ்வாய்ப்பின் முன் வைத்து அதற்குத் தான் தகுதியானவள்தானா என நிறுத்துப் பார்க்கும்போது, அவளுக்குத் தன் பலகீனங்களே கனமாகத் தோன்றியது. உடனடியாக எடைக்கு எடை ஒப்பீட்டிலிருந்து விலகி, அவனை அடைவதற்கான பரிதவிப்பும் ஏக்கமும் பீடித்தப் பார்வையில் அவ்வப்போது அவனைக் கவனிக்கத்தான் செய்தாள்.

நம்முடைய முகத்தைப் பார்த்து ரசிக்கிறான். அதற்குக் கீழ் இருக்கும் சராசரியற்ற தன்மையையும் அறிந்து கொள்ளட்டும். பிறகு, அவனுடைய பார்வைப் பரிமாற்றத்தில் சுணக்கம் தெரிகிறதா என்றுணர்ந்த பின்பு அடுத்தக் கட்டத்திற்கு நகரலாம் எனத் தீர்மானித்தாள். ஸ்டூலிலிருந்து

எழுந்து, சமையற்கட்டிலுள்ள கூடையை எடுத்துக் கையிடுக்கில் கோத்துக் கண்ணாடியில் இலட்சணத்தை உறுதி செய்தபிறகு, அவன் தெருவில் நண்பர்களுடன் இருக்கும்போது நாட்டார் கடைக்கு நடந்தாள். அவள் வீட்டுக்குக் கீழேயே அவர்கள் கேரம் ஆடிக்கொண்டிருந்ததால், தன் வீட்டிலிருந்து போகும்போது கணப்பொழுது மட்டுமே அவனைப் பார்க்க முடிந்தது.

நாட்டார் கடையிலிருந்து நடந்துவரும்போது தொலைவிலேயே இவள் வருவதைப் பார்த்துவிட்டான் என்றுணர்ந்தவளுக்கு, அவனை நோக்கி நடந்து வருவதற்கே கூச்சமாக இருந்தது. அவளுடைய நடை இயல்பிலிருந்து விலகியிருந்தது. அவனைப் பார்க்காமல் அவள் வீடிருக்கும் தெருவின் வீடுகளை அப்போதுதான் முதன்முறை பார்ப்பதுபோல ஏற இறங்கப் பார்த்து நடந்து வந்தாள். சுவரில் ஒட்டியிருந்த சிதைந்து போன ராஜீவ்காந்தியின் உடலைக் கடந்த வாரம் அதையொட்டும்போதே பார்த்திருந்தாலும், திடுமென்று கண்ணில் தட்டுப்படும் கோரத்தால் சிலுத்துக்கொண்டு வருவது போலச் செய்து, தன்னுடைய அழகுணர்ச்சியை வெளிப்படுத்தியவள், அதை அவன் கவனித்திருக்க வேண்டுமென உள்ளுக்குள் ஆசைப்பட்டாள்.

வீட்டை நெருங்கும்போது இருவரின் பார்வைகளும் தழுவிக்கொண்ட புள்ளியின்போது அவள் தொடை ரோமத்தின் வேர்கள் குத்திட்டு நின்றன. கடைக்குப் போய்விட்டு மீண்டும் பால்கனியில் உட்கார்ந்து, மிகுந்த பதற்றத்துடன் அவன் தன்னை முன்புபோலக் கவனிக்கிறானா எனப் பார்வையை அவன் பக்கம் செலுத்தினாள். அவனின் பார்வை கேரம் ஆட்டத்தில் இருந்தது. தன் பக்கம் திரும்பமாட்டானா என ஏங்கினாள். அவ்வேக்கம் தோல்வியில் முடியக் கூடாதென்று, அப்படித் தோல்வியில் முடிந்தாலும் அது தன்னை பாதிக்காமலிருக்க அதற்கான தயாரிப்புகளைச் செய்தாள்.

திருமணம் என்கிற பந்தம் ஒருபோதும் எனக்கு ஏற்படாது. முப்பத்தியொரு வயதை அடைந்துவிட்ட, அதுவும் என்னைப் போல ஒருத்தியைக் கட்டிக்கொள்ள யார் முன்வருவார். நானே ஒரு ஆணாகப் பிறந்திருந்தால் கூன் விழுந்த குள்ள மனுஷியைக் கட்டிக்கொள்ள எப்படி விரும்புவேன். என்னுடன் ஜோடியாக நடக்க எந்த ஆண்தான் விரும்புவான்! என்னைப் போல ஒருத்தியை மனைவியென்று இன்னொருவரிடம் அறிமுகப் படுத்திக்கொள்ள யாருக்குத் தைரியம் வரும்? இப்படியொரு தோற்றத்துடன்

பிறந்துவிட்டுத் திருமணம் வரைக்கும் எதிர்ப்பார்ப்பதெல்லாம் பேராசை இன்றி வேறென்ன! இவன் என்னைப் பார்க்கவில்லை. நான்தான் அவ்வாறு கற்பனை செய்துகொண்டேன்.

அவனை நினைத்துக் கழித்த இரவுகளையும், எதிர்காலக் கனவுகளையும் உள்ளிருந்து திரட்டி ஒரு நுரைப்பந்தாக ஊதி வெளியே தள்ளினாள். அது பறந்து போவதை ஏக்கத்துடன் பார்த்தாள். அது தன்னைவிட்டுத் தூரம் செல்வதை ஏற்றுக்கொள்ள முடியாமல், தன்னை அவன் பார்க்கிறானா என்கிற தவிப்பில் அவனிருக்கும் பக்கம் திரும்பினாள்.

உடனிருப்பவர்களுக்குச் சந்தேகம் வராத மாதிரி அவளைப் பார்ப்பதில் அவனுக்குக் கடந்த சில தினங்களாகப் பயிற்சி இருக்கிறதென்றாலும், அவள் வைத்த தேர்வின் முடிவை அவளுக்குத் தெரிவிக்கும் இம்முக்கியத் தருணத்தை நீட்டிக்க விரும்பித் தன் பெருந்தன்மையை அவள் உணர அவளுக்கு நேரம் வழங்கினான்.

நண்பர்களினூடாக நின்றிருந்தவன் தலையைக் கோதி, கழுத்து வலியை நிவாரணப்படுத்துவதுபோல தலை அண்ணாந்து கண்களை மூடித் தலையை மெல்ல இறக்கும்போது கண்களைத் திறந்து பால்கனியில் நின்றிருக்கும் அவளைப் பார்த்தான். அவள் ஊதித் தள்ளிய நுரைப் பந்து அவனின் கண்ணசைவில் மீண்டும் அவளை நோக்கி வந்தது. உடல் முழுதும் இனிமை பரவிய அக்கணத்தைக் குறித்து அன்றிரவு கவிதையெழுதித் தன் ஆல்பா சூட்கேஸில் அதைப் பத்திரப்படுத்திக்கொண்டாள்.

தினமும், அவர்கள் கேரம் விளையாடும் நேரத்திற்காக அவள் காத்திருந்தாள். கேரம் விளையாடாத சமயத்திலும் அவள் தெருவிலுள்ள நண்பனைச் சந்திப்பதுபோல, அவன் அங்கு வந்து நிற்கத் தொடங்கிய பிறகு மரவேலைப்பாடுகளுடன் சட்டகமிட்ட தன் அபிமான நிலைக் கண்ணாடியைக் கோசலை அடிக்கடிப் பார்க்கத் தொடங்கினாள்.

உடனிருக்கும் மற்ற நண்பர்கள் தங்கள் லௌகீகத் தேவைகளின் பொருட்டு ஆளாளுக்குச் சிதறிவிட்டாலும், ஜோதி கோசலையின் வீடிருக்கும் தெருவே கதியென்று கிடந்தான். அவ்வப்போது யாரிடமாவது வட்டிக்காசு வாங்கிவரச் சொல்லி அவன் அம்மா பர்வதம்மா அனுப்பினால் போய் வருவான். அம்மாவுக்கும் அவனுக்கும் பேச்சுவார்த்தை அற்றுப்போகி ஆண்டுகளாகிவிட்டதால் வீட்டிலிருப்பதற்கே அவனுக்குப் பிடிக்காது.

பர்வதம்மாவின் மீது அவனுக்கிருந்த பெரும்பயமும் ஒரு காரணமெனச் சொல்லலாம். ஒருகாலத்தில் அவள் வாழ்ந்த வாழ்வு அப்படி!

பர்வதம்மாள் திருத்தணி புச்சிரெட்டிப்பள்ளி கிராமத்தில் குறி சொல்லுதலுக்கும், மாந்திரீகப் பரிகாரங்களுக்கும் சூனியக்கட்டு வைப்பதிலும், சூனியக்கட்டு எடுப்பதிலும் பெயரறிந்தவளாக இருந்தாள். குறி சொல்லுதலும், ஜோசியக் காரியங்களும் பொதுப்படையாகச் செய்துவந்தவள், சூனியக் கட்டு எடுப்பதையும் வைப்பதையும் ஊரறிந்த ரகசியமாகச் செய்துவந்தாள். அவள் மகன் ஜோதிக்கே இது தெரியாதவாறு பார்த்துக்கொண்டாள். அவனுக்குத் தெரியுமெனினும் இதில் எதுவும் ஆர்வம் இல்லாதவனாகவும் அதேசமயம் எதிர்ப்பைக் காட்டாதவனாகவும் அவன் இருந்தான்.

இவள் வைத்த சூனியம் பலித்து இழப்பைச் சந்தித்தக் குடும்பமொன்று இவளைத் தேடிவந்து சண்டைப் போட்டபோதுதான் ஊரில் இவள் செய்கிற காரியம் இதுவெனெ வெளிப்படையாகத் தெரிய ஆரம்பித்தது. ஊர்த்தலையாரி உட்பட யாரும் காட்டிக்கொள்ளாத மாதிரியும் காட்டிக் கொடுக்காத மாதிரியும் இருந்ததற்குக் காரணம் தங்கள் வாழ்வின் தன்மையை மாற்றிவிடக் கூடிய சக்தி இவளிடம் இருக்கிறதென அஞ்சி இவளைப் பற்றி முணுமுணுப்பதற்குக் கூட அச்சம் கொண்டார்கள்.

மாந்திரீகக் காரியங்களில் இவளின் ஒரே ஒத்தாசையாக ஊரில் இவள் கணவன் மட்டுமே இருந்தான். குறி சொல்லுதலிலும், கோயில் பரிகார உத்திகளைச் சொல்லும்போதும் கிடைக்கும் தட்சணையானது படிநெல்லு, பழம் பாக்கு மிஞ்சிப் போனால் அஞ்சிரூபா என்றுதான் இருக்கும். ஆனால், சூனியக் காரியங்களுக்கு நல்ல பணம் புரண்டதால் பர்வதம்மாளை அவள் கணவனும் நன்றாக உசுப்பேற்றினான். அவளுக்குப் பணம் மீது பெரிய ஆர்வமில்லை எனினும், தன்னுடைய மந்திரம் செயல்படும் விதத்தைக் கண்டு மகிழ்வதில் தன் வாழ்வுக்கான நிறைவைக் கண்டடைய துவங்கியதிலிருந்து, அவள் முழுக்கவும் சாமியாராகவே மாறிப்போனாள். பூசை சமயத்தில் மட்டும் சிவப்புப் புடவை, கறுப்பு ஜாக்கெட், பெரிய குங்குமப் பொட்டு விபூதி என்றிருந்தவள் நாளடைவில் எப்போதும் அதே தோற்றத்திற்குத் தன்னைத் தருவித்துக்கொண்டாள்.

சூனியம் வைக்கச் சொல்லி வருபவர்களிடம் யாருக்கு, எதற்கு எனப் பல கேள்விகளைக் கேட்பாள். அவள் சூனியம் வைக்கப் போகிற நபர் குறித்து எதிர் தரப்புச் சொன்னது உண்மையென அவள் உள்ளுணர்வில் தோன்றினால் மட்டுமே வேலையை ஆரம்பிப்பாள். ஏனெனில், எதிரிக்கு வைக்கும் சூனியத்திற்கு ஒருவேளை அவர் தகுதி இல்லாதவர் என்கிற பட்சத்தில் குறிப்பிட்ட காலம் வரைக்கும் அது எதிரியுடன் இருந்துவிட்டுப் பின்னர் வைத்தவரிடமே திரும்பும் என்கிற நம்பிக்கையின் பொருட்டு அவள் மிகுந்த கவனத்துடன் இதை ஒப்புக்கொள்ள நேரெமெடுத்துக் கொள்வாள்.

அடிப்படைப் பொருட்களான, விபூதி, எலுமிச்சை, நாட்டுக்கோழி முட்டை, சுடுகாட்டுச் சாம்பல், தேங்காய், ஊமத்தங்காய், கருவேலமுள் இவற்றையெல்லாம் வீட்டிலேயே வைத்திருப்பாள்.

சத்ருவிற்கு எந்த மாதிரி விளைவுகளை ஏற்படுத்த வேண்டுமென்பதற்கு ஏற்றாற்போல் அவளின் சூனியமுறையும் தேவையான பொருட்களும் வேறுபடும்.

சத்ரு பயன்படுத்திய பொருள் அல்லது சத்ருவின் முடி, புகைப்படம் இவற்றில் ஏதேனும் ஒன்றை வைத்துச் சுடுகாட்டுச் சாம்பலை கையிலள்ளிப் பிசைந்தபடி மந்திரம் செய்து கிடப்பாள்.

சூனியம் வைப்பது மட்டுமின்றித் தேங்காய் மாந்திரீகத்தில் சூனியக்கட்டை முறிப்பதிலும் பெயர் போனவள் பர்வதம்மா. இவ்விதமான சூனியக்கட்டு எடுக்கும் வேலையையும் தான் செய்கிறோம் என்பதில்தான் ஒருவிதமன சமநிலைத்தன்மையைப் பேணுவது குறித்து அவளுக்கு நிம்மதியாக இருந்தது.

இவற்றைத் தவிர இன்னொரு விஷயத்தையும் பர்வதம்மாள் அவ்வப்போது செய்து வந்தாள். அது வெகு ரகசியமாகப் பாதுகாக்கப்பட்டு அவள் கணவருக்கும் பக்கத்தூரு சாமியாரான கிரான ராஜனுக்கும் மட்டுமே தெரிந்திருக்கும் விஷயம்.

அவள் இதைச் செய்வதில் ஆரம்பத்தில் எள்ளளவும் உடன்பாடு இல்லாதவளாக இருந்தாள். ஆனால், அமாவாசை இறுதி நாளன்று சுட்டக் கருவாடு, சாராயம், தாம்பூலம் இவற்றைப் படையலாக வைத்து, இதற்கான தம்மனப் பேதன மந்திரங்களை உச்சாடனம் செய்யும்போது, தன் கண் முன்னே வந்து நின்றாடும் துர்தேவதைகளின் நடனத்தில் செவிகள் அதிரத்

தன்னுடைய வெற்றியைக் கண்டவள் அடுத்து ஒரு வாய்ப்பு எப்போது வருமெனக் காத்திருந்தவளுக்கு, இரண்டாண்டுகளுக்குப் பிறகு அது அமைந்தது.

பர்வதம்மா வீட்டில் சோறு வடிக்கையில் ஒரு நடுத்தர வயது ஆளும் அவருடன் பக்கத்தூரு சாமியரான கிரான ராஜனும் வந்திருந்தார்.

"ஜெய் வராகி அன்னை அருள்!"

"ஜெய் வராகி அன்னை அருள்!"

இரு மந்திரவாதிகளும் மாறி மாறி சொல்லிக்கொண்டனர்.

"இன்னா விஷயம் கிரானா?"

"வீட்ல யாரு இருக்கா?"

"எம் பையன் ஜோதி இருக்கான்"

"வூட்டுக்காரரு?"

"அவரு பூஜைக்கு எட்டி மாலை வாங்கினு வர போயிருக்காரு"

"கொஞ்சம் வெளிய வந்து நிலா சாட்சியா பேசலமா?"

பர்வதம்மா எழுந்து அவர்களுடன் வெளியே சென்றாள்.

"பர்வதம்மா இவரு ஒரு விசயத்துக்காக எங்கிட்ட வந்துருக்காரு..."

"என்னவாம்?" எங்கருந்து வந்திருக்காரு?

இவரு பக்கத்து ஊருதான் அலுமேலுமங்காபுரம். நாலு தலைமுறைக்கு முன்னால, படையெடுப்புச் சமயத்துல இவரு பூட்டன் பயந்துகிட்டுக் குடும்பப் பூர்வீக நகைகளை இவங்க நிலத்துல புதைச்சி வெச்சிருக்காரு. அதை இப்போ எங்க தேடிப்பாத்தும் கெடைக்கலயாம்... புதையல் கிடைச்சாத்தான் குடும்பத்துல பல நல்ல காரியங்கள் நடக்குங்கிற நிலைமையில இருக்காங்க. என்ன பண்ணலாம்னு என்கிட்ட வந்து நின்னப்போ... உனக்குத் தெரியும் நா என்ன சொல்லியிருப்பேன்னு... ஆனா, நீ இல்லாம நா தனியா இதைச் செய்ய முடியாது பர்வதம்"

"ஒத்தப் புள்ளைன்னா நா செய்ய மாட்டேன்"

உடன் வந்த ஆள் சொன்னான்,

“இல்லம்மா... மூனு புள்ளைங்க..”

“அதுவும் மூனாவது பொம்பளைப் புள்ளதான் பர்வதம். உனக்குரிய பங்கு என்னானு பேசிக்கலாம்”

“அது பேசிக்கலாம்... ஆனா... இவன் யாரு..? இவன எப்டி நம்புறது?”

“என்ன பர்வதம் நா கூட்டிட்டு வரேனெ...”

அவள் தலையுயர்த்தி நிலாவையே பார்த்தாள். அதன் கருமைத்திட்டுகள் மெல்ல ஊர்ந்தன.

“ம்ம்ம்... சரி, அங்க பொதையல் இருக்குங்கிறதுக்கு இன்னா அத்தாட்சி? எதை நம்பி காரியத்துல இறங்குறது..?”

“சாமி சத்தியமா பொதையல் இருக்கும்மா... வேறொரு விசியமா சோசியர பாக்கப் போக அவரும் இத சொன்னாரு. என் ரெண்டு தாத்தனுங்க தெசையெங்கும் தேடிப்பாத்து அவனுங்களும் மண்ணுல போயிட்டானுங்க... என் காலத்துல தேடி எடுத்துட்டென்னா ஏழு தலைமுறைக்கும் குடும்பம் தழைக்கும்மா கொஞ்சம் பெரிய மனசு பண்ணுங்க. உங்க மந்திரத்தால ஆகாதது ஒன்னுமில்லன்னு தெரிஞ்சுதான் தூரத்துலெருந்து தேடி வந்திருக்கென்” எனக் கையெடுத்துக் கும்பிட்டவனை கிரான ராஜன் சீண்ட அவன் பர்வதம்மாள் காலில் விழுந்தான்.

“கிரான உனக்குத் தெரியாதுல்ல... வண்டு துளைக்காத பனையோலை, எட்டிக்கொட்டை, தெக்குப் பக்கம் போற முருங்கைவேர், கஸ்தூரி மஞ்சள், கல் உப்பு இதையெல்லாம் இவன் கையால ஒரு தண்ணில கலந்து நாளைக்கு எடுத்துட்டு வர சொல்லு. கதம்ப தண்ணியப் பாத்துட்டுத்தான் அடுத்து என்னென்னு நா சொல்லுவேன்”

“அது உன் மனம்போல பர்வதம்... நிச்சயம் நீ சந்தேகப்படுற மாதிரி எதுவும் இல்ல.”

“எடுத்துட்டு வர சொல்லு அப்புறம் பாக்கலாம்” என்று அவர்களை அனுப்பி வைத்தாள்.

அதே மாதிரி மறுநாள் இவர்கள் கொண்டுவந்த கதம்பத் தண்ணீரைச் சாமிக்கு முன்பு வைத்துக் கண்களை மூடி மந்திரங்களை ஜெபித்துவிட்டுத் தண்ணீரைப் பார்த்தாள். ஏதோ உறுதி எடுத்தவள் போலக் கலசத்துடன்

வெளியே வந்து கதம்பத் தண்ணீரை அவன் மீது தெளித்துவிட்டுச் சொன்னாள்.

"நீ உறுதியா இருக்கன்னா நாளைக்கு நீயே ஒரு காயிதத்துல எழுதி கையெழுத்துப் போட்டு எடுத்துனுவா. அப்டியே நாளைக்கு வரும்போது உன் பொண்ணோட காலடி மண்ணும், உச்சி முடியும் தனித்தனியா ஒரு பையிலப் போட்டு எடுத்துட்டு வந்துடு"

கிரானராஜன் ஒரு பையைப் பர்வதம்மாளிடம் கொடுத்தார்.

"எல்லாம் தயாராத்தான் கூட்டிட்டு வந்திருக்க போல."

"ஆமா... பர்வதம்... நூத்திப்பதினெட்டு சவரன் உள்ள பொதையலாம்... எப்டியாவது திசைக்காட்டி குடுத்துடு."

"அது என் கையில இல்ல... ஜெய் வராகி அன்னை அருள் இருந்தா உனக்குக் கிடைக்க வேண்டியது கிடைக்கும். இன்னிலருந்து அமாவாசைக்குப் பதினோரு நாள் இருக்கு. நா நாளையிலிருந்து பத்துநாள் பூசை செய்வேன். பதினோராவது நாள் ராத்திரி நீ உன் பொண்ண கூட்டிட்டு வரணும். எங்க வரணும் எந்த வழியா வரணும்னு கிரானங்கிட்ட சொல்லுறேன்."

உடன் வந்த ஆள் தலைமேல் கையெடுத்துக் கும்பிட்டான்.

"இருங்க வரேன்..." எனச் சொல்லி உள்ளே போனவள், கையில் ஒரு சிறிய பொட்டலத்துடன் வெளியே வந்தாள்.

"இந்தா, இதுல மந்திரிச்ச சுடுகாட்டுச் சாம்பலு இருக்கு... வாசனைக்கு இதுல விபூதி கலந்து உன் பொண்ணு தூங்கும்போது தினமும் வெச்சுவுடு."

அவன் உடல் வளைந்து குனிந்து சுடுகாட்டுச் சாம்பலை வாங்கித் தலை நிமிராமல் அவள் காலில் விழுந்தான்.

பர்வதம்மாள் தலையாட்ட அவர்கள் அங்கிருந்து சென்றார்கள்.

கணவன் வந்ததும் அவனிடம் விஷயத்தைச் சொன்னாள் பர்வதம்மாள்.

இருவரும் கலந்து பேசி பூஜையை ஆரம்பித்தனர்.

மருள் ஊமத்தையையும், காமாட்சிப்புல்லையும் எலுமிச்சைச் சாறுடன் சேர்த்து ஒரு புது மண்சட்டியில் விளக்கெண்ணெய் ஊற்றி, தீயில் கருக்கி மையாக்கி முதல்நாள் பூஜையை ஆரம்பித்தாள்.

கறுப்புப் பூனையின் மண்டை ஓட்டை, இவர்களின் வழக்கமான குறவர்களிடம் போய் பர்வதம்மாவின் கணவர் இரண்டாவது நாள் வாங்கி வந்த பிறகு, கறுப்புப் பூனையின் மண்டை ஓட்டில் சிறுமியின் காலடி மண்ணைக் களியாகப் பிசைந்து உருண்டையாக்கி, அதில் முடியைப் பதித்து இரண்டாவது நாள் பூஜையின்போது வேப்பெண்ணெய்த் தீபம் ஏற்றினாள். அதைச் சுற்றி அவல், பொறிகடலை, தூபதீபம், வெற்றிலைப்பாக்கு, நைவேத்யம் வைத்துத் தினம் ஒருமணி நேரம் என ஏழு நாட்கள் பூஜை செய்தாள்.

எட்டாவது நாள். பர்வதம்மாள் பூஜைக்கான பொருளை ஒவ்வொன்றாக எடுத்து வைத்தாள். கணவன் தீக்கங்குகளை ஊதாங்கோலால் கிளறிக்கொண்டிருந்தார். அப்போது நான்கைந்து போலீஸார், கிரான ராஜனையும் அலமேலுமங்காபுரத்துக்காரனையும் ஒரே விலங்கில் பூட்டி அங்கே வந்தனர்.

"போலீஸ்க்கு இவன் பொண்டாட்டித் தகவல் கொடுத்திருச்சு பர்வதம்..." என்றார் கிரானராஜன்.

"சார்... என் பொண்டாடிக்கும் இதுக்கும் சம்பந்தம் இல்ல... என்னென்னு சொல்லுங்க நா ஸ்டேஷன் வரேன்" எனப் பர்வதம்மாளின் கணவர் ஸ்டேஷனுக்கு போலீஸுடன் சென்றவர் அதன்பிறகு திரும்பவே இல்லை.

ஊரே பர்வதம்மாளைக் கரித்துக்கொட்ட ஆரம்பித்தது. மகன் ஜோதியுடன் அண்ணன் பொண்டாட்டி ஊரான சிந்தாதிரிப்பேட்டையில் பழைய சுவடுகளில்லாமல் தன் தோற்றங்கலைத்துப் பதினைந்து வருடமாக அவள் வாழ்ந்து வருகிறாள்.

ஜோதி, எங்கெங்கோ வேலைக்கு முயற்சி செய்துப் பார்த்தான். கொஞ்ச நாளுக்கு மேலே அவனால் எங்கும் வேலை செய்ய இயலவில்லை. ஊரிலுள்ள நிலத்தை விற்ற பணத்தைச் சிந்தாதிரிப்பேட்டையில் சுருள் சுருளாக வட்டிக்கு விட ஆரம்பித்தாள் பர்வதம்மா. அதில் வரும் பணத்தில்தான் குடும்பம் செழிக்கிறதே தவிர அவள் ஜோதியை இதுவரை நம்பியதில்லை.

அம்மாவின் மாந்திரீக விஷயங்களில் ஜோதி பெரிதும் ஆர்வம் காட்டியதில்லை. இது தொடர்பான எந்தவோர் உதவியும் அவன் பர்வதம்மாவுக்குச் செய்ததுமில்லை. ஆனாலும், போலீஸிடம் இவந்தான் போட்டுக் கொடுத்திருப்பான் என்று ஒரு செய்தி அவள் காதிலே

விழுந்தபோது, அந்தளவுக்கு மகன் இறங்கியிருக்க மாட்டான் என்றே அவள் நம்பினாள். அது குறித்து அவனிடம் எதுவும் கேட்கவில்லை. எனினும், அவளுக்குள் ஒரு வடு இருந்து கொண்டேதான் இருக்கிறது.

இதற்கெல்லாம் அப்பாற்பட்டுப் பதிமூன்று வருடங்கள் கழித்துத் தனக்குப் பிறந்து வாரிசாக இருக்கும் குலக்கொழுந்தை அவள் போஷாக்காகவே வளர்த்தாள். அவளளித்த சொகுசின் தென்றலில் இளைப்பாறிப் பழகிவிட்ட ஜோதி, சம்பளத்திற்கென்று எங்கும் வேலைக்குப் போக விருப்பமில்லாதவனாக முப்பொழுதும் தெருவில் வியாபித்திருந்தான்.

4

இரண்டு மாதங்கள் கடந்த நிலையில், கோசலையின் மேல் அவன் வைத்திருக்கும் அன்பின் விளக்கத்தையும் அதை நேரில் அவளிடம் பகிர விரும்புவதாகவும் அதனால் அக்கிரஹாரத் தெருவிலுள்ள ஆதிகேசவப் பெருமாள் கோயிலுக்கு அவளை வரச் சொல்லி எழுதிய கடிதத்தைக் காகிதப் பந்தாகச் சுருட்டிப் பால்கனியின் மீது வீசினான். கோயிலுக்குச் செல்ல கோசலைக்குத் தயக்கமாக இருந்தது. தன்னுடைய உடலமைப்பைக் கண்டு தன்னை நிராகரித்து விடுவானோ என அஞ்சி அவன் குறிப்பிட்ட நேரத்திற்குக் கோயிலுக்குச் செல்லாமல் இருந்தாள்.

இவ்வளவு நாட்களுக்குப் பிறகும் ஏன் அவநம்பிக்கை ஏற்படுகிறது. தன்னைப் போல ஒருத்தியை உயர்ந்த மனதுடன் காதலிக்கும் அவன் உணர்வுகளைக் கொச்சைப்படுத்துவது போல ஆகிவிடும் என அவன் தரப்பை யோசித்தாள்.

அதே சமயம், இம்முறை சந்திக்கும்போது தன்னை நெருக்கமாகப் பார்த்துத் தன் உயரத்தை அவனுடன் ஒப்பிட்டு, பொருத்தமின்மைக் காரணமாக ஒருவேளை மறுநாளிலிருந்து விலகலை அவன் காட்டினால் அதை உணரும் தெம்பு தனக்கில்லை என்பதை முன் அனுமானம் செய்தாள். போகாமல் இருந்துவிடுவதே நிம்மதியாக இருக்குமென்று நினைத்தாள். நிறைவில்லாத நிம்மதி. தவிப்பு இழையோடும் நிம்மதி. வலிந்து ஏற்படுத்திக் கொண்ட நிம்மதி. நிம்மதியற்ற நிம்மதி.

அவன் பெருமாள் கோயிலில் தன்னால் முடியும் மட்டும் காத்திருந்து விட்டு கோசலையின் வீடிருக்கும் தெருப் பக்கம் வந்தான். பால்கனியில் அவள் கண்ணீரோடு நின்றிருப்பதைப்

பார்த்தான். கோசலை இறங்கி வந்தாள். கடைக்குப் போவதைப் போல அவனருகே நடந்து வந்தாள். தெருவில் ஆள் நடமாட்டம் இல்லாத ஒரு தருணத்தில் அவன் கோசலையின் அருகே வந்து "பெருமாள் கோயிலுக்கு வா. நா முன்னாடி போயிட்டு இருக்கேன்" எனக் கிசுகிசுத்தான்.

பெருமாளுக்கு உகந்த சனிக்கிழமை என்பதால், பக்தர்களுக்கு இவர்களைப் பொருட்படுத்துவதைவிட வேறு சில நோக்கங்கள் இருந்தன. இவர்களைப் பார்த்தவர்களும் இது காதல் ஜோடியாக இருக்காதென்று எண்ணிக் கடந்து போனார்கள்.

கோசலை எத்தனையோ முறை சிந்தாதிரிப்பேட்டை ஆதிகேசவப் பெருமாள் கோயிலுக்கு வந்திருக்கிறாள் எனினும் அன்று மாலை பார்த்த ஒவ்வொன்றும் அவள் பார்வைக்குப் புதியதாகத் தெரிந்தது.

கோயிலைச் சுற்றிவந்து, குளத்துப் படிகளில் இருவரும் உட்கார்ந்திருந்தார்கள்.

நிலவின் பிம்பம் வெள்ளித் துகள்களாகக் குளத்தில் மிதக்க, தூரத்திலிருந்து பார்வையால் பேசிக் கொண்டவர்கள் முதன்முறை அருகருகே உட்கார்ந்து ஒருவரையொருவர் பார்த்துக்கொள்ளும்போது...

"ம்ம்ம்... சொல்லுங்க."

"என்ன சொல்றது? நீ தான் சொல்லணும்."

"......"

"................"

"............................"

பேச முடியாமல் பரிதவித்தார்கள்.

இருவருக்கும் நடுவே மீண்டும் வியாபித்த மௌனத்தை கோசலை உடைத்தாள்.

"உங்களுக்கு மேகம்னா ரொம்ப புடிக்குமா?"

"மேகமா?"

"ஆமா, அங்க பாருங்களேன். எப்படி இருக்கு!"

மேகத்தைக் காட்டிப் புன்னகைக்கும்போது அவளைப் பார்த்தவனுக்கு அழகானப் பெண்ணைத்தான் காதலித்திருக்கிறோம் எனத் திருப்தியாக இருந்தது. பார்வையை மேகத்தை நோக்கித் திருப்பி அவள் சிரிக்கும்போது, அவன் தன்னை ரசிக்கிறானென்று உணர்ந்தவள் அவனுக்கு இன்னும் நேரத்தை வழங்கினாள். அவள் பார்வை மேகத்தில் நிலைகுத்தியிருக்க இருவருக்கும் அழகானதொரு நேரமாக அது அமைந்தது.

"நெஜமாவே உங்களுக்கு என்ன ரொம்ப பிடிக்குமா! நா இப்படி இருக்கிறது உங்களுக்கு ஒன்னும் பிரச்சினை இல்லையே?"

"வரியா... சாமிக்கு முன்னாடி நின்னு சத்தியம்கூட செய்றேன்."

"ச்சே, நம்பாம கேக்கலங்க."

அப்போது அடித்த காற்றில், குளத்தைச் சுற்றியிருந்த மரங்களின் சலசலப்பும், நிலவின் பிரபையும் இவர்களின் காதல் உணர்வுகளை மேலும் அழகானதாகவும், அவன் அளித்த நம்பிக்கையின் உச்சம் அழுகையாகவும் மாறியது. இருவரும் எதுவுமே பேசாமல் உட்கார்ந்திருந்தார்கள்.

அதற்கடுத்த நாளிலிருந்து பார்த்துக்கொள்வதோடு மட்டும் நின்றுவிடாமல், இவள் பால்கனியிலும் அவன் தெருமுனையிலும் எனத் தலையாலும் கைகளாலும் அன்பின் தவிப்பைப் பொம்மலாட்டமாடினார்கள்.

மாலை நேரத்தில் தித்திப்பு அரிசி, கீரைவடை, காரப்பணியாரம், மல்லிதா எனக் கோசலை தினுசு தினுசாகப் பலகாரங்களைச் செய்து சூடாறாமல் டிபன்பாக்ஸில் அடுக்கி ஒயர்கூடையில் போட்டுக் கடைக்குப் போவது போலப் பக்கத்துத் தெருப் பக்கம் அவனை வரச் சொல்லிக் கொடுக்க ஆரம்பித்தாள். அவன் நண்பர்களுடன் அதைப் பகிர்ந்துகொள்ளும்போது, அவள் மீது தனக்கிருக்கும் காதலையும் அவன் சொன்னபோது அதிர்ந்த அவர்கள் தங்களால் முடியாத ஒன்றைத் தங்கள் நண்பன் செய்கிறான் என்கிற நிறைவில் அவனை ஊக்கப்படுத்தினார்கள். அவர்களின் ஊக்கப்படுத்தலில் பலகார ருசியின் மயக்கமும் லேசாகப் படிந்திருந்தது.

நண்பனும் சொந்தக்காரனுமான வெங்கட்டய்யாவுடன் பீட்டர்ஸ் சாலையிலுள்ள ராஜ் தியேட்டரில் 'வசந்தகால பறவை' பார்த்துவிட்டுச் சைக்கிளில் செல்லுகையில் பெடல் மிதி வேகத்தைக் குறைத்து வெங்கட்டய்யா கேட்டான்.

"ஜோதி, நிஜமாவே அவங்களை லவ் பண்றியாடா?"

"என்னடா வெங்கட்டு இப்படிக் கேட்டுட்ட!"

"இல்லடா ஏதோ தோனுச்சுன்னு கேட்டேன்."

"வெங்கட்டு சின்சியர் லவ்வு எதையுமே பாக்காதுடா. நா அவ மேல உயிரையே வெச்சு இருக்கேன்."

"பர்வதம்மா ஒத்துக்குமாடா?"

"எப்டிடா ஒத்துப்பாங்க. ஆனா, அவளை விட்டு என்னால இருக்க முடியாதுடா. அவளுக்கு என் மேல எவ்ளோ அன்பு தெரியுமாடா வெங்கட்டு."

"உன்ன நெனச்சா ரொம்ப இதுவா இருக்குடா ஜோதி."

சிந்தாதிரிப்பேட்டையில் எல்லாத் தெருக்களுமே ஜனசந்தடி மிக்க தெருக்கள். எனினும், அமைதியாக இருக்கும் ஒருசில தெருக்களில் இருள் கவியும் போது காதலர்களின் சந்திப்புகளைக் கவனிக்க முடியும். காதலர்களுக்கு உகந்த சில தெருக்களில் பிரசித்திப் பெற்ற லபான் தெரு, ஒரு பக்கம் முழுக்க வீடுகள் இல்லாமல் கல்யாணம் மகளிர் மேல்நிலைப் பள்ளியின் சுற்றுச்சுவரால் முழுக்க மூடுண்டு இருக்கும். சுவருக்கு எதிரே வரிசையாக இருக்கும் வீட்டுவாசிகளும் தேவையில்லாமல் வெளியே எதற்கு வர வேண்டுமென்கிற எண்ணவோட்டத்தையுடைய உயர்நடுத்தர வர்க்கத்தைச் சார்ந்தவர்கள்.

அவர்களின் மனநிலையையும் ஒரு பக்கம் சுவரால் மூடுண்ட சிறிய தெருவையும் தன் காதலியைச் சந்திப்பதற்குப் பயன்படுத்த முடியுமென உணர்ந்த ஒரு நுண்ணறிவுக் காதலன் லபான் தெருவைத் தங்களுடைய காதலின் கூடாரமாகக் கண்டுகொண்ட பிறகு, சில ஆண்டுகளாக லபான் தெருவின் ஒற்றைச் சுவற்றில் பல ஜோடிகளின் முதுகுப்புறம் உராயத் துவங்கியது.

லபான் தெருவைக் கடந்துபோகும்போதெல்லாம் நாமும் நம் காதலியுடன் இப்படிப் பேசுவோமா, அதற்கு வாய்ப்புக் கிடைக்குமா என்று ஜோதி ஏங்காத நாளில்லை. கோசலையுடன் பழக்கம் ஏற்பட்டவுடன் லபான் தெருவில் நின்று பேச வேண்டுமென்கிற நெடுநாள் விருப்பத்திற்குக் காத்துக்

கனிந்திருந்தான். கோசலையை லபான் தெருவுக்கு வரச் சொல்லிவிட்டு அவனும் அங்குச் சரியாக வந்து நின்றபோது இருவருக்கும் லபான் தெருவில் இடமில்லை. அங்கேயே நிற்காமல், அவன் சைக்கிளை லபான் தெரு வழியாகப் பெடலடிக்க கோசலை உடன் நடந்து வந்தாள். கடற்கரைக்கு வரும் ஜோடிகள் மறைவான இடம் தேடி அங்கே உட்கார முற்படுகையில் ஏற்கெனவே அங்கு உட்கார்ந்திருந்த ஜோடி அவர்களை ஒருவித இயலாமைக் கலந்த கனிவான புன்னகையால் பார்ப்பதுபோல லபான் தெருவிற்கு இருள் கவிந்து தாமதமாகச் சென்ற இவ்விருவரும் அம்மாதிரியான புன்னகையைப் பரிசாக வாங்கி வந்ததற்குப் பிறகு கோசலை இனி லபான் தெரு பக்கமே வர மாட்டேன் எனச் சொல்லிவிட்டாள். ஏற்கெனவே அவள் பெருமாள் கோயிலுக்கும் வர மாட்டேன் எனச் சொல்லி இருந்ததால், அவளுடன் சந்தித்துப் பேச இடமின்றித் தவித்துப் போன ஜோதி அதுகுறித்து நண்பர்களிடம் ஆலோசனைக் கேட்டான்.

லபான் தெரு தன் பிரபலத் தன்மையினாலேயே அதன் தனித்துவத்தை இழந்துவிட்டது என்பதைச் சொல்லி, மாறாக இப்போதைக்குக் காதலர்கள் சந்தித்துக் கொள்ளத் தோதான இடமாக அவர்கள் கேள்விப்படுவது மே தினப் பூங்காவிற்கு எதிரே, விரைவில் சிந்தாதிரிப்பேட்டையில் பறக்கும் ரயில் நிலையம் என ஒன்று கட்டுவதற்கு அப்பகுதியைத் தேர்ந்தெடுத்து அங்குள்ள கருவேல மரங்களையும் தாவரக் களைகளையும் அரசாங்கம் ஆள்வைத்து மழித்து மிகத் தூய்மையாகவும் காற்றோட்டமாகவும் இருக்கும் கூவாற்றுப் பகுதியைச் சிபாரிசு செய்தார்கள்.

'கூவாற்றுப் பக்கமா?' எனக் கோசலை முகம் சுழித்தாலும் ஜோதியைச் சந்திப்பதற்குப் போக்கிடமின்றியிருக்கும் தவிப்புக்கு முன் இந்தச் சமரசம் ஒன்றும் பெரிதும் குறைபட்டுக்கொள்ளக் கூடியதில்லை என்று அவள் ஒப்புக்கொண்ட முதல்நாள் அங்குச் சென்றபோது ஏற்கெனவே அங்கே பல ஜோடிகள் முகாமிட்டிருப்பதைப் பார்க்க முடிந்தது. ஆனாலும், அந்நிலத்தின் பரந்தத் தன்மையினால் அங்கிருந்த ஜோடிகளைத் தாண்டியும் இவ்விருவர்களுக்கு ஒரு பாதுகாப்பான மனநிலையைத் தரும் அளவுக்கு அந்தரங்கச் சூழல் அங்கே நிலவியதால் தினமும் சந்தித்துப் பேசத் துவங்கினர்.

ஜோதி சைக்கிளுடன் நடந்து வந்தால் அவனுக்கு இருநூறு மீட்டர் பின்னால் கோசலை நடந்து வருவாள். நடையில் ஒரு பரவசமும் பெருமிதமும் அவளுக்கு இருக்கும். வழியில் தனக்குத் தெரிந்தவர்கள்

யாரும் தன்னைப் பார்த்துவிடக் கூடாதென்கிற பதற்றமும், யாரென்றே தெரியாதவர்களுக்கு அவர்கள் கேட்காமாலேயே, அவர்களிடம் சென்று அவர்கள் போகிற முகவரியைக் கேட்டு அதற்கு வழியைச் சொல்ல வேண்டுமென்கிற எண்ணமும் அவளுக்குத் தோன்றும்.

"ஏ, உன் உதடு செம்ம அழகா இருக்கு" என அவர்கள் சந்தித்துப் பேசும்போது அவன் ஒருமுறை சொல்லுகையில், அதற்கு எதிர்வினையாற்றத் தடுமாறி அதரங்களை நாவால் ஈரப்படுத்தினாள். அது முத்தத்திற்கான சமிக்ஞையென்று கிளர்ச்சியுடன் அவளருகில் நெருங்கிவர, அவள் பின்னகர்ந்து அதை மறுத்தாள். அதனால், அவன் கோவித்துக் கிளம்ப ஒரு வாரத்தில் அவனை வீட்டுக்கு வரவழைத்து அவன் கோபத்தைத் தணிக்க அதரங்களைச் சுவைக்கக் கொடுத்தாள். அவன் சுவைக்கும்போது கையைப் பின்னாலிருந்த நாற்காலியின் பிடிக்குக்கொண்டு போகையில் அவள் தாவணி சரிந்து, இதுவரை யாரும் தன்னைத் தீண்டவில்லை என்கிற அங்கச் செருக்கு மிகுந்த அவளிரு கொங்கைகளையும் பார்த்தவனுக்கு ஒரு பிரமிப்பு உருவானது.

அங்கே கையைக் கொண்டு செல்வதற்கான முகாந்திரமாக, அவள் உயரத்திற்கும் மார்பகத்தின் அளவுக்குமுள்ள முரணை "உனக்கு செம்ம பெருசு" எனச் சுட்டிக்காட்டி, தன் கை விரல்களை அகல விரித்து அதன் மேல் படர வைக்கத் துடித்தவனின் கையைத் தடுப்பதா வேண்டாமா என்கிற குழப்பத்தில் அழுதாள். அவளுடைய அழுகை எந்தவிதத்திலும் தன் துடிப்புக்கு எதிராக இல்லை என்பதை உணர்ந்தவனின் விரல்கள் அவள் மார்பகங்களின் மீது துழாவும்போது அவளடைந்த உன்மத்தத்தில் கண்களை மூடிக் கொண்டபோது மேகங்கள் அவள் உடல் முழுதும் ஊர்ந்து கடந்தன.

அவன் தீண்டிய கணங்கள் அவ்வப்போது ஏக்கமாக அவள் மீது படர மீண்டுமொருமுறை அவனை வீட்டுக்கு வரவழைக்கும் சந்தர்ப்பத்திற்காகக் காத்துத் தவித்தாள். காத்திருப்பின் வலி அவர்களைத் திருமணம் நோக்கி உந்தித் தள்ளியது. பேச ஆரம்பித்த ஆறு மாதத்திற்குள் திருமண முடிவை எடுப்பதற்கு இருவரின் வயதும் காரணமாக இருந்தது.

ஓர் இரவு அப்பாவுக்குப் பிடித்த வெண்டைக்காய் போட்ட காரக்குழம்பைப் பரிமாறுகையில், விஷயத்தைச் சொல்ல வேண்டுமென முடிவு செய்தபோது

கைகள் நடுங்கியதால் வளையல்கள் உரசும் சத்தத்துடன் விஷயத்தைச் சொன்னதும் அலங்காரவேலன் திடுக்கிட்டார். நீண்ட மௌனத்திற்குப் பிறகு 'அவரை வரச் சொல்லு' என்றார். எத்தனை மணிக்கு, எப்போது, எங்கே என எதுவும் அப்பா சொல்லிவிட்டுப் போகவில்லையென்றாலும் அவரின் ஒருவரியே அவளுக்குப் போதுமானதாக இருந்தது. அப்பா வேலை முடிந்து வரும் நேரம் ஜோதியை வரச் சொல்லி இருவரையும் சந்திக்க வைத்தாள்.

அவர்களின் சந்திப்பின் முடிவு குறித்து கோசலைக்கு எவ்விதப் பதற்றமும் இல்லை. தன்னைத் துணிந்து ஏற்றுக்கொள்ளும் ஒருவனைத் தானாகவே கண்டுபிடித்து அப்பாவின் பாரத்தைக் குறைத்ததற்கு உண்டான கர்வத்துடனும், அவனுடனான எதிர்கால வாழ்க்கைக் குறித்த எக்களிப்புடனும் பால்கனியில் வேடிக்கைப் பார்ப்பதும் வீட்டுக்குள் வருவதுமாக இருந்தாள்.

ஜோதி போன பிறகு அலங்காரவேலன் தன் முடிவை அன்றிரவு அவள் சாப்பாடு பரிமாறும்போது சொன்னார். "அவன் சரிப்பட்டு வராதும்மா." அதற்கு அவர் பூடகமாகச் சொன்ன காரணம் கோசலைக்கு அதிர்ச்சியாக இருந்தது. அவரின் பொதுமுகத்திற்கு முற்றிலும் முரணான ஒரு காரணத்தைச் சொல்லி அவர் புறந்தள்ளும்போது, வெறுப்பு உண்டானாலும் அப்பா மீதிருந்த பயத்தாலும், மதிப்பினாலும் எதுவுமே பேசத் துணியாமல் உணவைச் சாப்பிடாமல் பால்கனியில் உட்கார்ந்து அழுதுகொண்டே இருண்டுபோன ஆகாயத்தில் மேகங்களைத் தேடியபடி இரவைக் கடத்தினாள்.

5

அதற்கடுத்த சில தினங்களில் அப்பாவிடம் அதுகுறித்துப் பேச முற்படும்போதெல்லாம் அவர் கடுமையாக அவளிடம் நடந்து கொண்டார்.

தன் அத்தை மகள்களான தங்கைகளுக்கு இன்லேண்ட் எழுதி விஷயத்தைச் சொன்னபோது அதைக் கேட்டுக் குளிர்ந்த அவர்கள் அலங்கார மாமாவிடம் வந்து பேசுவதாக ஒருநாள் வந்தார்கள். கணேசன் கூட அப்புனுவை அழைத்துக்கொண்டு அன்று வந்தான். அப்புனுவை மடியலமர்த்திப் பேன் தேடுதலிலிருந்த கோசலை தன் எதிர்காலம் குறித்த அவர்களின் உரையாடலில் கலந்துகொள்ள விரும்பவில்லை. அவர்கள் பேசி என்ன முடிவு செய்கிறார்கள் பார்ப்போம் என இருந்தாள்.

அக்கா அது விருப்பப்படியே திருமணம் செய்துகொள்ளட்டும் எனச் சொன்ன இருவருக்கும் அக்காவின் விருப்பத்தின் மீதும், அவள் தேர்வின் மீதும் மதிப்பு இருந்ததையொட்டியே அவளுக்கு உறுதுணையாகப் பேசினார்கள் என்று சொல்வதற்கில்லை. அவள் ஒரு வாழ்க்கைக்குள் போய் தன்னைத் தகவமைத்துச் சீர்பட்டுவிட்டால் தங்களுக்குள் இருக்கும் குற்ற உணர்ச்சியிலிருந்து விடுதலை ஆக முடியுமென்கிற ஆசுவாசத்திற்காகவே அவர்கள் கோசலைக்குச் சாதகமானதொரு முடிவை முன்வைத்தாலும் அதை மீறிய ஒரு எண்ணத்தின் ஆக்கிரமப்பில் அவர்களும் அக்காவின் தேர்வை விரும்பவில்லை. சொந்தமாக மணமகனைத் தேர்ந்துடுத்துத் திருமணம் வரை அவள் வந்துவிட்ட சாமர்த்தியத்தின் மீது அவர்களுக்குப் பொறாமை இருந்தது. அதுவும் திரைப்படங்களில் பார்த்துப் பார்த்து ஏங்கிய காதல் உணர்ச்சிகளுக்குச் சொந்த

வாழ்வில் பொருள் சேர்க்க முடியாத அவர்களின் கையாலாகத்தனத்தை, தோற்றத்தில் குறைபாடு கொண்ட அக்கா ஒருவனைக் காதலித்துத் திருமணம் வரை வந்தது அவ்விரு பெண்களாலும் ஏற்றுக்கொள்ள முடியவில்லை. அலங்கார மாமாவின் குணம் பற்றி அவர்களுக்குத் தெரியும். அவர் மறுக்கிற விஷயங்களில் நாம் வாதம் செய்கிறபோது அவர் இன்னும் அதில் உறுதியாக இருப்பார். ஆகவே, 'கோசலக்காவோட சொந்த விருப்பம்' என்பதை வெவ்வேறு விதங்களில் அடிக்கோடிட்டுச் சொல்லி அலங்காரவேலனின் சீற்றத்திற்கு அனல் மூட்டினார்கள்.

அலங்காரவேலன் என்ன காரணம் சொல்லி எதிர்த்தாரோ, அவ்விரு பெண்களின் கணவன்மார்களும் அவருடன் ஒத்துப்போனார்கள். குடும்பத்தில் அலங்காரவேலனுக்கு இருக்கும் மரியாதையையும், ஊரில் இவர்களுடைய வகையறாவுக்கு இருக்கும் கௌரவத்தையும் கோசலையின் மூலம் எவ்விதத்திலும் களங்கப்படுத்த அனுமதிக்க மாட்டோம் என்றும் அவர்கள் அவரிடம் பேசினார்கள்.

அப்பெண்கள் கையறுநிலையில் இருப்பதாகவும், ஆனாலும் அக்காவின் விருப்பத்திற்கு எதிராக நிற்க மாட்டோம் எனச் சொல்வதில் மாமாவை இன்னும் கோபப்படுத்தி மேற்படி எதுவும் நடக்காமல் எப்படியும் அவர் நிறுத்திவிடுவார் என்கிற குதூகலத்திலும், மேலும் மேலும் கோசலை தரப்பைப் பலகீனமாக அவர்கள் முன்வைத்தார்கள். அவர்களுடனான வாக்குவாதத்தில், "எம் பொண்ணுக்கு எப்டி மாப்பிளைப் பாக்கணும்னு எனக்குத் தெரியும். மரியாதையா அவங்க அவங்க வேலையைப் பாருங்க" என அலங்காரவேலன் கடுமையாகத் திட்டி அவர்களை வீட்டை விட்டுத் துரத்த அவ்விரு பெண்களும் தங்களின் விடாமுயற்சித் தோற்றுவிட்டதென ஆளுக்கோர் அபிநயத்தில் கோசலையிடம் வருத்தப்பட்டுக் கிளம்பினார்கள்.

கோசலைக்கும் அலங்காரவேலனுக்கும் அடிக்கடி இது தொடர்பாக வாக்குவாதம் நடந்தது. எதிர்த்துப் பேசும் அளவுக்குத் தைரியம் வந்துவிட்ட மகளை மிக மோசமான சொல்லாயுதங்களால் அலங்காரவேலன் தாக்கத் தொடங்கினார். சொந்த வாழ்க்கையில் பிள்ளைகளுக்காகச் செய்துகொண்ட தாம்பத்ய தியாகத்தை ஒப்பிட்டுப் பேசி, அவளுடைய திருமணத் தேர்ந்தெடுப்பு அவளின் பாலுணர்ச்சியின் அவசரம் என்றெல்லாம் அவளை

மலினப்படுத்தினார். அதற்குப் பிறகு இருவருக்குமான பேச்சுவார்த்தை என்பதே இல்லாமலாகி இருந்தது. ஆனாலும், அவருக்குத் தேவையான தினசரிப் பணிவிடைகளைச் செய்தபடிதான் இருந்தாள். அதை ஏற்றுக்கொள்வதில் அவருக்கு எந்தத் தயக்கமுமில்லை.

அப்பாவுக்கும் தனக்குமான பிளவைப் பெரும் பள்ளமாக்கிக்கொண்டு வந்துவிட்ட புதிய உறவின் மீது அவளுக்கு வெறுப்பும் வசீகரமும் இருந்தது. தன்னைப் போல உடலமைப்புக் கொண்ட ஒருத்திக்குத் திருமணமே நடக்காது. அதுவும் காதல் திருமணம் வாய்ப்பே இல்லை. வீட்டில் பார்த்துதான் நடத்தி வைப்பார்கள். அதுவும் நடக்குமென யார் கண்டதெனத் திருமணம் பற்றிய எண்ணத்தையே தன்னுள்ளிருந்து அழித்துக்கொண்டவளின் வாழ்வில் தற்செயலாக நடந்த மாயங்கள் உண்மைக்கு அருகில் வந்துவிட்ட பிறகு, அதைப் புறக்கணிக்கத் தன் அப்பா உட்பட யாருக்கும் உரிமை இல்லையென்று அவள் உணர்ந்த தருணம் சாமி படத்தைக் கையோடு எடுத்துவந்து, அப்பாவின் முன்நின்று அவன் தன்னை நன்றாக வைத்துப் பார்த்துக்கொள்வான் என அதன் மீதடித்துச் சத்தியம் செய்தாள். சத்தியத்தின் வேகத்தில் கண்ணாடிச் சில்லுகள் அவள் உள்ளங்கையில் குருதிக் கோலம் வரைந்ததைப் பார்த்தும் அவர் இசையவில்லை.

அதற்கடுத்த சில நாட்களுக்கு அவர் வெளியே போகாமல் வீட்டின் உள்ளேயே இருந்தார். கோசலைக்கு ஜோதியைப் பார்க்க வேண்டும், பேச வேண்டுமென்று தவிப்பாக இருந்தது. அவனும் அவள் வீட்டை கடந்து போவது போல வந்து, பால்கனியில் நின்றிருக்கும் அவளிடம் ஜாடை மாடையாகப் முணுமுணுக்க முடிந்ததே தவிர மேற்கொண்டு ஏதும் பேச இயலவில்லை.

கோசலை அவனுக்கொரு கடிதம் எழுதி பின்னர், அதை அவனிடம் கொடுக்க வாய்ப்பில்லாமல் தன் ஆல்பா சூட்கேஸுக்குள்ளே வைத்துக் கொண்டாள். தவமணி சித்திக்குக் கடிதம் எழுதி அவளை வரவழைத்தாள்.

நீண்ட நாட்கள் கழித்து நேரில் பார்த்துக்கொள்ளும் இருவருக்கும் பேச எவ்வளவோ இருந்தது. சித்தியை அவள் வர வைத்ததன் காரணத்தைக் கடிதத்தில் எழுதவில்லை. ஒருவேளை சித்தப்பா படித்துவிட்டால் தப்பாகிவிடும் என்பதால் பூடகமாகச் சித்தியை வரச் சொல்லியிருந்தாள். சித்தியை நேரில் பார்த்தும் விஷயத்தை அவள் சொல்லவில்லை. இதற்கு

முந்தைய கடிதங்களில் பரிமாறியவற்றை விவரித்துப் பேசும் ஆவலில் சித்தி இருக்க அதற்கு இசைந்தாள். அதன்பொருட்டு, சித்திக்கு கோசலை நேரில் சொல்வதாக இருந்த 'ஒரு சிவப்பு பச்சையாகிறது' என்கிற நாவலின் கதையைச் சொல்லச் சொல்லிக் கேட்டாள். அலங்காரவேலன் வீட்டுக்கு வந்ததும் ஒரு பேச்சுக்கு இருவரும் நலம் விசாரித்துக்கொண்டார்கள். சித்தி, கோசலையைக் கோஷன் லைப்ரரிக்கு இழுத்துச் சென்றாள்.

"என்னடி... இந்த லைப்ரரிய வேற எங்காச்சும் மாத்தக் கூடாது? அதுவும் பம்பிங் ஸ்டேஷன் ஜனங்களுக்கு நடுவுல எதுக்கு லைப்ரரி? இதுங்க உள்ள வந்து படிச்சு இதுவரைக்கும் நா பாத்தது இல்ல. லைப்ரரி உள்ள என்னாடான்னா அதுக்கு மேல... ஏதோ பாழடைஞ்ச பங்களா உள்ள நுழைஞ்ச மாதிரி இருக்கு. சை... ஊரா இது." எனச் சித்தி அலுத்துக்கொண்டபோது கோசலைக்கு என்ன சொல்வதென்று தெரியாமல் தன் காதல் விஷயத்தைக் குறித்துப் பேசும் சந்தர்ப்பத்திற்காக அவள் காத்திருந்தாள். கோசலையாக பேச்சை எடுப்பதற்கும் கூச்சமாக இருந்தது. அப்பா மீதுள்ள வெறுப்பில் அவர் பார்வையிலிருந்து தப்பிக்க சித்தி தனக்குப் பிடிக்காத இடத்திற்கு வந்திருப்பதால்தான் அவளுக்குக் கோபம்! தணிந்த பிறகு அவளிடம் பேச வேண்டியதுதான்.

அன்றிரவு மொட்டை மாடியில் கோசலை, உணர்ச்சிவயப்பட்டுத் தன் காதல் கதையைச் சொன்னாள். சித்தி அதுகுறித்து ஆச்சரியமும் அதிர்ச்சியும் அடைந்து ஒரு சமநிலைக்கு வந்த பிறகு, மாமாவிடம் தான் பேசுவதாகச் சொன்னாள்.

தவமணி பேசியபோது அலங்காரவேலனுக்குக் கோபம் இன்னும் அதிகமாக வந்தது.

சித்தி ஊருக்குக் கிளம்புகிற முன்தின இரவு பால்கனியில் வைத்து கோசலையிடம் சொன்னாள், "கோசல, உங்கப்பா ஒரு சொயநலம் புடிச்ச மனுஷன். எல்லாத்தையும் அவர் சைடுல இருந்து மட்டுந்தான் யோசிப்பாரு. எனக்கு என்ன சொல்றதுன்னும் தெரியல. உன் நிலைமைக்கு ஒரு வாழ்க்கை உன்னைத் தேடி வருதுன்னா விட்டுடாத. அவ்ளோதான் சொல்லுவேன்."

சித்தியை ஜோதிதான் இரயிலேற்றிவிட்டான். ஊருக்கு வந்த சித்தி கோசலைக்கு இன்லேண்ட் எழுதினாள்.

அன்பும் பண்பும் பாசமும் நிறைந்த
கோசலைக்கு உன்மேல் என்றும் மாறாத
அன்பு கொண்ட தவமணி சித்தி எழுதிக்கொள்வது
நாங்கள் அனைவரும் நலம். உங்கள் நலம்
அறிய ஆவல், கடிதம் எழுத தாமதமாகி
விட்டது கோபித்துக் கொள்ளாதே, அன்று
நான் பத்திரமாக வீடு வந்து சேர்ந்தேன் உன் கையில்
காசு ஏதும் கொடுக்க முடியவில்லை என்பது வருத்தமாக
உள்ளது. உன் சித்தப்பா எல்லா செலவையும் கணக்கிட்டு
அதிலிருந்து ஐந்து பைசா கூட அதிகம் எனக்கு கொடுத்து
அனுப்பவில்லை தீபாவளிக்கு ஊருக்கு வந்துவிடு இங்கிருந்து
போகும் போது சித்தி உனக்கு சைனாசில்க்கில் புடவை
வாங்கி கொடுத்து அனுப்புகிறேன் கணேசன் தனி வீடு போன
பிறகு வீடு என்னமோ மாதிரி இருக்கிறது நீ எப்படித்தான்
இருக்கிறாயோ என தெரியவில்லை அவன் ஏதோ பேருக்கு என்
பார்த்து போனது போல இருந்தது அவன் முகத்திலும் நிம்மதி இல்லை
வேலை போக வர இக்கையில் அவன் ஏதோ ஒரு
ஞாபகத்தில் சைக்கிள் ஓட்ட சொல்லாதே கவனமாக போக
சொல், அவனுக்கு தனியாக கடிதம் எழுதகூட தயக்கமாக
இருக்கிறது என்னவோ அவன் வாழ்க்கை நன்றாக இருந்தா
சரி, அன்று பட்ரோஸ் தொட்டியில் போடுவதற்கு காப்பி
தாளும் முட்டை ஓடுகளும் பையிலேயே எடுத்து வைத்து உங்க
அப்பா செய்த அவசரத்தில் அப்படியே போட்டு வந்து
விட்டேன் கோபித்துக் கொள்ளாதே வண்டியில் ஏறும்
போதிலிருந்து இப்போது வரை உன் கல்யாண விசயத்தை

பரீநிதான் சிந்திக்கி யோசனை உன் பிரியத்திற் கிரியவர்
என்னை நல்ல படியாக வழியனுப்பி வைத்தார் நீக்கி நீளமாக
இருந்தால் அதிகம் கோப படுவார்கள் என சொல்வார்கள் அவர்
அப்படி இல்லை பார்ப்பதற்கும் பேசுவதற்க்கும் நல்ல மனிதராக
இருக்கிறார் உன்னை நல்ல படியாக பார்த்துக் கொள்வார் என்று
நம்புகிறேன். உன் அப்பாவை எப்படியாவது சிம்மதிக்க வை
தனேசனை வைத்து பேசி பார், பெருமாளுக்கு ஒரு பொழுது
இரு. எதற்கும் அவசர படதே எனக்கு வேறு என்ன
சொல்வதென்று தெரிய வில்லை என் மகளே உனக்கு
எல்லாமே நல்லதே நடக்கும் உன் மனசு அப்படி மதி
கடிதம் மறக்காமல் எழுது,

அன்புடன்
திவமணி

கடிதத்தைப் படித்த கோசலைக்கு ஜோதி மீதான அன்பு இன்னும் அதிகமானது.

கூவாற்றோரத்தில் இருவரும் சந்தித்துக்கொண்டபோது திருமணம் பற்றிய பேச்சு முன்னெப்போதை விடவும் தீவிரமாக இருந்தது.

“எங்கம்மா விஷயம் தெரிஞ்சி ரொம்ப சண்டை போட்டு என்ன அடிச்சுட்டாங்க கோசல. நீ சூனியம் வெச்சு என்னை மயக்கிட்டியாம். அதே சூனியத்தை, உன் உச்சி முடியை எடுத்து உனக்கு வெச்சு உன்ன அழிக்க போறதா அன்னைக்கு வெறும் சோத்த கையில வெச்சு சத்தியம் பண்ணாங்க. எனக்குப் பயம்மா இருக்கு.”

“சூனியம்னுலாம் ஒன்னும் இல்ல, நீ நம்பாத.”

“அப்டி இல்ல கோசல. எங்கம்மாவ பத்தி உனக்குத் தெரியாது” என்று பர்வதம்மாவைப் பற்றி அவளிடம் சொல்லத் துவங்கினான். கேட்டு முடித்த கோசலை அமைதியாக இருந்தாள்.

நாளுக்குநாள் அப்பாவின் புறக்கணிப்பு, அவர் மீதான வெறுப்பாக மாறியது. இன்னொருபுறம் தன்னை எப்படியாவது உடன் வைத்து வாழவேண்டுமென நினைக்கிற ஜோதியின் தவிப்பு, அவன் மீதான காதலின்

தீவிரத்தை அவளுக்கு அதிகமாக்கிக்கொண்டே இருந்தது. இரு தரப்பையும் மகிழ்வித்துத் திருமணம் செய்துகொள்ள வேண்டுமென்கிற சமநிலையை இழந்த அன்று ஒருவேளை ஜோதியுடன் சென்றுவிட்டால் அவள் இல்லாத வீட்டைக் கற்பனை செய்துப் பார்க்கும் அளவுக்குத் துணிந்திருந்தாள்.

அப்பாவின் நிலைமை!

அவருக்கென்ன! கணேசன் குடும்பத்துடன் இங்கு வந்துவிடுவான். உஷாவுக்கு நாம் இங்கு இருப்பதுதானே பிரச்சினை. கணேசனுக்கும் வாடகை செலவு மிச்சமாகும். அவன் வாங்குகிற சம்பளத்துக்கு வாடகை ஒரு வீண்செலவாகிக் கரைவதைத் தன்னால் மிச்சப்படுத்த முடியுமென்கிற இடத்தில் அவள் சிந்தனையோட்டம் வந்து நின்றபோது, போய்விடலாமென்கிற எண்ணம் அவளுக்குள் மேலோங்கியது.

அப்பாவும் கணேசனும் தன் மீது அன்பு செலுத்துகிறார்களா, அக்கறைக் காட்டுகிறார்களா எனக் கோசலை ஒருபோதும் அதுகுறித்து யோசித்ததில்லை. ஜோதியுடனான காதல் விஷயத்தில் அவர்கள் இருவரும் நடந்து கொண்ட விதம் அவளைத் துணுக்குறச் செய்தது.

பத்தாம் வகுப்பு முழுப்பரிட்சை சமயத்தில் மாணவிகள் சேர்ந்து பள்ளி மைதானத்தில் க்ரூப் போட்டோ எடுக்க எல்லோரையும் நிற்க வைத்தார்கள். கோசலைக்கு அருகே நிற்பதற்கு எந்த மாணவிகளும் விரும்பாமல் ஒருவர் பிடித்து ஒருவரை அவள் மீது தள்ளிவிட்டார்கள். எல்லோராலும், எப்போதும் வெறுக்கப்படுகிற, நிராகரிக்கப்படுகிற நாம் எதற்காக வாழ வேண்டும். தற்கொலை செய்துகொள்ளலாமா என யோசித்தபோது அவ்வெண்ணத்தை ஊடறுத்தது போல அவள் முன் வந்து நின்றது அப்பாவும் கணேசனும். நாம் இல்லாவிட்டால் அவர்களுக்கு யார் இருக்கிறார்கள். யார் அவர்களைக் கவனித்துக்கொள்வார்கள். அவர்கள் மீதிருந்த அன்பினால் தன்னைச் சூழ்ந்த வெறுப்புகளை உதாசீனம் செய்து அவர்களுக்காகத்தான் இத்தனைக் காலம் வாழ்ந்து வந்தாள்.

இன்று அவளுக்கென ஒரு வாழ்க்கை அமையும்போது, அப்பாவின் முரட்டுத்தனமும் கணேசனின் பாராமுகமும் இதுநாள் வரை அவள் வாழ்ந்த வாழ்வின் மீது அவளுக்கொரு பெரிய கேள்வியை ஏற்படுத்தியது. அன்பு என்பதன் அர்த்தம் என்ன! எதிர்பார்க்காமல் செலுத்தப்படுவதுதான் அன்பு,

மறுப்பதற்கில்லை. ஆனால், அன்பின் அனுகூலங்களைப் பெறுவதை மட்டுமே குறிக்கோளாக வைத்திருப்பவர்களுக்கு மத்தியில் மீண்டும் மீண்டும் அதைச் செலுத்தி அகம் நிறைக்கும் மனோதிடம் அவளிடம் இல்லை. அவளுக்காக யாரும் எதையும் செய்ததில்லை. தன்னைப் போல ஒருத்திக்காகத் தன் குடும்பத்தை விட்டு வரத் தயாராக இருக்கும் ஜோதிக்குதான் இனி அவளுடைய அத்தனை அன்பும். இங்கிருக்கும் ஒவ்வொரு நிமிடமும் வீண்தான் என அவளுக்குத் தோன்றியது. அர்த்தமில்லாத, தன்னுடைய அன்புக்கு எந்தப் பெறுமானமும் இல்லாத இடத்தில் இருப்பதில் அவளுக்கு விருப்பமில்லை. ஒருவேளை ஜோதியைச் சந்தித்து இருக்காவிட்டால், அவனிடமிருப்பது போலத் தூய்மையான அன்பைப் பெற்றிருக்காவிட்டால் அதன் மதிப்பு என்னவென்றே தெரியாது போயிருக்குமல்லவா! ஜன்னல் திரைச்சீலை விலகி அதிகாலைக் குளிர் அவள்மீது ஊடுருவும்போதுதான் அவளுக்குத் தூக்கம் வந்தது. அப்பாவுக்குக் காப்பி போட்டுக் கொடுக்க வேண்டுமென்கிற நினைவு வந்தபோது, அவளை மீறித் திறந்த கண்களை வலுக்கட்டாயமாக மூடிக்கொண்டாள்.

கொஞ்ச நேரத்தில் அவள் படுத்திருக்கும் கட்டிலுக்கு அருகே இருக்கும் மர பீரோவைத் தட்டியபடி ஒரு குரல் கேட்டது.

"மகாராணிக்குத் தூக்கம் இன்னும் போகலன்னா சொல்லலாம். கடையில போய்க் காப்பி குடிச்சுக்கிறேன்."

ஒரு மாதத்திற்குப் பிறகு அப்பா தன்னிடம் பேசுகிறார். கோசலைக்கு அதை நினைக்கும்போது மகிழ்ச்சி தாங்கவில்லை. என்ன இருந்தாலும் அப்பா! அப்பாவுக்கு நான் வேண்டும். இதுவரை சிந்தித்ததெல்லாம் கனவுதான்! கனவில் மட்டுந்தான் இவ்வாறு சிந்திக்க முடியும். நல்லவேளை. இது என் குடும்பம். "தோப்பா, அஞ்சு நிமிஷம்" எனக் கோசலை கட்டிலிலிருந்து குதித்துச் சமையற்கட்டிற்கு ஓடினாள்.

அன்று மாலை சந்தித்துப் பேசும்போது அவன் கேட்டான்.

"என்ன கோசல, இன்னைக்குச் சொல்றேன்னு சொன்னியே."

"வீட்டை விட்டு வர எனக்கு விருப்பம் இல்ல."

தமிழ்ப்பிரபா ♦ 61

"அப்போ, இனிமே நாம பேசிக்கிறதுல எந்த அர்த்தமும் இல்ல. அவங்க அவங்க வழியைப் பாத்துட்டுப் போக வேண்டியதுதான்."

சொல்லிவிட்டு அவன் சைக்கிளின் மீதெறி உட்கார, அவள் முன்னாடி வந்து தன் தலையால் ஹான்டில்பாரை மோதி நின்றாள்.

"வழிவிடு நான் போகணும்."

"ஏன் இப்படிப் பண்றீங்க?"

"நீதான் மோசமா இப்படிப் பண்ற. உனக்குதான் என்மேல நம்பிக்கை இல்லை."

"நம்பிக்கை இல்லாமலில்ல. எங்கப்பா என்கிட்டே பேசிட்டாரு. இன்னைக்கு அவர்கிட்ட கடைசியா பேசி பாக்குறேன். அவர் ஒத்துக்கலன்னா நாம போயிடலாம்."

"இதுக்கு மேல காத்திருக்க முடியாது. உனக்கு ஒருநாள் டைம் தரேன்."

அவள் சரியென்று தலையாட்டினாள்.

அன்றிரவு, அலங்காரவேலனுக்குச் சாப்பாடு போடும்போது கோசலை மீண்டும் பேச்சை எடுக்க, சோற்றுத் தட்டை எடுத்து வீசியதோடு அவளை எட்டி உதைத்தார். பதிலுக்கு ஓடிச்சென்று வயிற்றால் அவரை முட்டித் தள்ள வேண்டும் போலிருந்தது. அதை அடக்கிக் கொண்டதால் அவளுக்கு மூச்சு வாங்கியது.

"முண்ட, உனக்கு அவன்கூடத்தான் வாழணும்னா ஓடிக் கூட போ. ஆனா, திரும்பி என் வீட்டு வாசப்படிய மிதிச்சுடாத" எனச் சொல்லிவிட்டுச் சட்டையில் கையை நுழைத்தபடி வெளியே சென்றார் அலங்காரவேலன்.

இன்னும் தாமதித்தால் இவரே கழுத்தைப் பிடித்து வெளியே தள்ளினாலும் ஆச்சரியப்படுவதற்கில்லை. அன்று, பொழுது விடியும்வரை காத்திருந்து காலையிலேயே கணேசன் வீட்டுக்குச் சென்றாள். அவனிடம் அப்பா சொன்னதைக் கூறினாள்.

"நம்ம சொந்தக்காரங்கலாம் எதுனா சொல்லுவாங்கன்னுதான் அப்பா பயப்படுறார்க்கா."

"அப்பா, சொல்லுறது இருக்கட்டும்டா. நீ என்ன சொல்ற?"

"உன் இஷ்டந்தான்க்கா" என்றான் கணேசன்.

அவளுக்கு அப்படியே அவனைப் பிடித்துச் சுவற்றில் சாய்த்து இடித்துவிட வேண்டும் போலிருந்தது. அக்காவின் உரிமைக்கு மதிப்புக் கொடுக்கும் எந்தச் சாயலும் அவனுடைய 'உன் இஷ்டத்தில்' இல்லை. பொறுப்பிலிருந்து நழுவுகிற கவனத்தில் சொல்கிறான். இவனெல்லாம் ஒரு ஆளு என இவனிடம் வந்து கேட்டோம் பார் என்றிருந்தது கோசலைக்கு. வீட்டுக்கு வந்தவளுக்கு ஒரு டீ காப்பி வேண்டுமா என்று கூட உஷா கேட்கவில்லை. அப்படி என்னதான் இவர்களுக்கெல்லாம் செய்தோம். யாருக்காக இனி இவர்களுடன் ஒட்டி உறவாட வேண்டும். தீர்க்கமான முடிவுடன் அன்று மாலை ஜோதியைச் சந்தித்து வீட்டைவிட்டு வெளியேறி திருமணம் செய்வதற்கான திட்டங்களை வகுக்கச் சொன்னாள்.

சைதாப்பேட்டை காரணீஸ்வரர் கோயிலில் ஜோதியின் நண்பர்கள் சூழ, திருமணம் முடித்து சில வாரங்கள் ஆகியிருந்த சமயத்தில், காய்கின்ற பாலில் ஆடை கட்டுவது போலத் துண்டித்துக்கொண்ட குடும்ப உறவுகளைப் பற்றிய கலக்கம் இருவருக்குள்ளும் தேங்கத் தொடங்கியது. அதை வெளிப்படுத்திவிடக் கூடாதென்கிற கவனம் இருந்தாலும், பிரிவின் வடுக்களை ஒருவர் முகத்தில் இன்னொருவர் உணர முடிந்தது.

ஜோதி, சமாதானத் தூதுவனாகத் தன் குடும்ப நண்பன் வெங்கட்டய்யாவை பர்வதம்மாவிடம் அனுப்பிப் பார்த்துவிட்டு, பதிலுக்காகத் தேநீர்க் கடையில் காத்திருந்தான். பர்வதம்மா மண்ணைத் தூர்த்தி விட்டனுப்பியிருந்த சாபத்தைக் கேட்டு, வீட்டுக்கு வந்து உறைந்துபோய் பீரோவில் சாய்ந்து உட்கார்ந்து இருந்தவனிடம் கோசலை சொன்னாள், "இந்த வீடு வேணாம்ப்பா. குடிசையா இருந்தாலும் பரவாயில்ல. மொட்டை மாடி இருக்கிற குடிசைக்குப் போலாமா." ஒரு மோசமானத் தருணத்தில் வெளிப்படுத்திய அபிலாஷை எனினும், காதலர்களாய் இருந்த சமயங்களிலேயே தன்னுடைய பால்கனி கனவைப் பற்றிப் பகிர்ந்திருக்கிறாள் என்பதால், அவள் விருப்பம் தெரிவித்த இரண்டு மாதங்களில் அமைந்தகரையிலிருந்து அரும்பாக்கத்திலுள்ள மொட்டை மாடிக் குடிசையில் பால் காய்ச்சினார்கள்.

பக்கத்து வீட்டிற்குப் புதுக்குடித்தனம் வந்திருப்பதைக் கேள்விப்பட்டவுடன், அதே மொட்டை மாடியில் இன்னொரு குடிசையில் தங்கியிருந்த மல்லிகாக்கா, மறுநாள் பங்களா வேலை முடித்து வீட்டுக்கு வந்ததும் கடைக்குச் சென்று அரை லிட்டர் ஆவின் பால் பாக்கெட், கல்லுப்பு ஒரு படி, ஒரு சீப்பு

வாழைப்பழம், நான்கு மெழுகுவர்த்தி ஆகியவற்றை அண்டாத் தட்டில் கொண்டுவந்து பார்த்துக் கொடைக் கூலி, அட்வான்ஸ் எவ்வளவு என்றெல்லாம் குசலம் விசாரித்துவிட்டுப் போனாள்.

அப்பா, கணேசன் இருவர் குறித்த ஏக்கம் அவ்வப்போது அவளுக்குள் வந்து போனாலும் அது ஒரு பெரும் வேதனையாகத் தனக்குள் மாறிவிடாதவாறு அமைந்துவிட்ட வாழ்வு! அவள் கேட்டு எதுவும் இல்லையென்று ஜோதி சொல்லியதில்லை. அவனின் அன்பை எதிர்கொள்ள இயலாமல் இது உண்மையாக இருக்குமோ என்கிற அச்ச உணர்வே அவளுக்கு இருந்தது. பிறந்து வளர்ந்து ஆளாகி நல்லது கெட்டது பார்த்தவர்களே சமயம் பார்த்துப் புறக்கணித்துவிட்ட சூழலில் யாரென்றே தெரியாத ஜோதி அவளைக் கவனித்துக்கொள்ளும் விதம் கோசலையை நெகிழச் செய்தது.

தவமணி சித்தி கூட விலகிக்கொண்டதை நினைக்க அப்படி என்ன பெரிய தவறு செய்துவிட்டோம் !

இத்தனைப் பேரின் புறக்கணிப்பைப் பற்றித் தனியாக உட்கார்ந்து அவ்வப்போது யோசித்துக் கலங்குவாள். அவள் என்னமோ போல இருக்கிறாளென மல்லிகாக்கா கோசலையிடம் பேச்சுக் கொடுத்தாள். கோசலை முகம் கொடுத்துப் பேசவில்லை.

புதியதாக யாருடனும் பேசவோ, எந்த உறவையும் உண்டாக்கிக் கொள்ளவோ விருப்பமில்லாதிருந்தவள் மல்லிகாக்காவுடன் பேசத் தயாராகிவிட்டாளென்பது அவளே மல்லிகாக்காவைப் பற்றி நினைத்துச் சிரித்துக்கொள்ளும் போதுதான் தெரிய வந்தது.

“அக்கா, கேக்கணும்னு நெனச்சேன். மறந்துட்டேன். அன்னைக்கு நீங்க வீட்டுக்குப் பால் காய்ச்ச வரும்போது, வாங்கிட்டு வந்தீங்கள்லே, எதுக்குக்கா அதெல்லாம்.”

“அது ஒரு மொறம்மா. அப்போதாங் புத்சா வந்துருப்பாங்கோ. எல்லா சுகுரா இருக்குமோ இன்னாவோன்னு குடுக்கிறதுதாங். போனவாட்டி இருந்தவங்க பால் காய்ச்ச வரும்போது அவுங்களுக்கு சிம்ளி வெளுக்குக் கூட வாங்கிக் குத்தேங். உன்நேரங் இப்போ கைலத் துட்டு இல்ல. கொஞ்ச நாள் போட்டுங் வுடு. உனுக்கு காமாச்சி வெளுக்கே வாங்கித் தரேங்” என்று சொல்லி அரிசியில் கல் பொறுக்கி முடித்த சலிப்பில் கழுத்துச் சுளுக்கெடுத்துவிட்டு அவள் கேட்டாள்,

“ஆமா, நா ஒன்னு கேக்கணுன்னு நெனச்சேங்…” என்றவள் சற்றுக் குரலைத் தாழ்த்தி “ன்னாமா வூட்ட வுட்டு வந்து கல்யாணம் பண்ணிக்கினிங்களா?” என்றாள்.

“ஆமாக்கா, உங்களுக்கு எப்டி தெரியும்!”

“ஏம்மா! அது கூட தெரியாதா எனுக்கு. நீங்க இருக்கிற கெதிலயே தெரியுதே.”

கோசலை கவலையுடன் ஆமோதிப்பது போலத் தலையாட்டினாள்.

கோசலை, மல்லிகாக்காவின் ஊர் என்ன ஏதென்று கேட்டுப் பேச்சைத் தொடர இருவரும் மனதாரப் பேசிக்கொண்டார்கள்.

ஒரு சமயம்போல “உங்க வீட்டுக்காரர் எப்டிக்கா செத்தாரு?” எனக் கேட்டாள்.

“சஸ்பூன் வேல செய்யும்போது மூச்சச்சிச்சிம்மா.”

“சஸ்பூன் வேலைன்னா?”

“அதாம்மா நாம ரோட்ல நட்ந்து போவும்போது வட்ட வட்டமா கல்லு போட்டு வெச்சுருப்பாங்க. தொறந்து பார்த்தா உள்ள பெருசா காவா ஓடுமே”

“ஆங், ட்ரைனேஜா”

“அது இன்னாவோ, ஒருநாளைக்கு ஒருத்தர்னு ரெண்டு பேரும் மாத்தி மாத்தி எறங்குவாங்க. கூட இருந்த பையன் அன்னிக்கு உள்ள எறங்கி எல்லாத்தையும் வாரிப் போட இது வெளிய நின்னுகினு கைக்கு அடக்கமாகிற தகரத்துல வாரி வாரி கூடையிலப் போட்டுனு இருந்துச்சாங். கூடை நெறஞ்சி போவும் டேய் வாடா வெளியன்னு சொல்லுச்சாங் உள்ளாந்து கொரலே காணுமாங். இன்னடா இவன காணமேன்னு உள்ள குனிஞ்சி பாத்துச்சாங். அவன் உள்ள வுழுந்து கெடக்கிறானாங். பேச்சு மூச்சு இல்லியாங். இறங்கியவன தூக்க உள்ள போவ, சாயங்காலமாத்தாங் ரெண்டு பேரையும் தூக்கி வெளிய போட்டாங்களாங். இதுவும் அங்ககிற ஜனங்க சொன்னதுதாங் இன்னா நடந்ததோ ஏது நடந்ததோ. எம் புள்ள கலேட்டார் ஆவணும்டி, ங்கோத்தா என்ன பாத்தா ஒதுங்கிற இதே ரோட்ல அவன பாத்து சல்யூட் அடிக்கணும்டின்னு குச்சிட்டு தோ… இங்க ஒக்காந்து பொலம்பிகினு இருக்குங்”

கோசலைக்கு மல்லிகாக்காவின் மீதும், சிவக்குமார் மீதும் பிரியம் பெருகத் துவங்கியது. சிவக்குமார் பள்ளிக்கூடத்திலிருந்து வந்தால் அவனுக்கு எதாவது கொடுத்துப் பார்த்துக்கொள் எனக் கோசலையிடம் சொல்லிவிட்டுப் பங்களா வேலைக்குப் போகும் அளவுக்கு, அவர்களின் நட்பு விகாசம் அடையத் துவங்கியது.

திருமணமான இரண்டாவது மாதத்திலேயே கோசலைக்கு நாள் தள்ளிப் போக இன்ப உணர்வால் அவள் மார்புப்பகுதி கனமாக இருந்தது. குழந்தையும் நம்மைப் போல ஒரு குறைப்பாட்டுடன் பிறந்துவிடக் கூடாதென்கிற அச்சமும் அவளை வியாபிக்க இருதரப்பட்ட உணர்வுகளில் சிக்குண்டு தத்தளித்தாள். பிள்ளை தங்க வேண்டுமென நடமாட்டத்தை வெகுவாகக் குறைத்து, மொட்டை மாடியில் நிழல் படரத் துவங்கும் பிற்பகலுக்காகக் காத்திருந்து வயிற்றைத் தடவியபடியே மேகங்களைப் பார்க்கத் துவங்கினாள்.

வீட்டில் அப்பாவும் கணேசனும் சாப்பிடுகிறார்கள்.

"அப்பா, அக்கா எங்க இருக்குதுன்னு ஜோதி சிநேகிதனுங்கள கேட்டா தெரிஞ்சிடும்பா. போய் பாத்துட்டு வரலாமாப்பா?

"நானும் அதாம்ப்பா யோசிச்சுட்டு இருக்கிறேன். உங்க அக்கா இல்லாம. எனக்கு எதுவுமே ஓடலப்பா. ஒன்னு ஒன்னையும் எனக்குப் பாத்துப் பாத்து செய்வா. வர்ற வாரத்துல ஒருநாள் போலாம்ப்பா" எனச் சொல்லும்போது அவர் கண்களிலிருந்து கன்னத்தில் வழிந்து கண்ணீர் தட்டில் விழுந்தது.

அவள் வீட்டைவிட்டு வந்தபிறகு, உஷா அளித்த ஆலோசனையின் பேரில் கணேசன், குடும்பமாக அப்பாவுடன் இருக்க வீட்டுக்கு வந்து விட்டானென்றறிந்ததும், அப்பாவும் கணேசனும் தன்னைப் பற்றிப் பேசிக்கொள்வார்களா? பேசுகிற பட்சத்தில் அவர்களின் உரையாடல் என்னவாக இருக்கும்! தன்னை வசவு பாடுவார்களா, தன்னிலை குறித்து வருந்துவார்களா என அவளாகவே சில உரையாடல்களைக் கற்பனை செய்து அதில் சஞ்சரித்திருப்பாள்.

கோசலையின் கற்பனையில் கூட அவர்களுக்குத் தான் செய்த பணிவிடையை அவர்கள் இழக்கிறார்கள் என்றுதான் கற்பனை காண முடிந்ததே அன்றி, தான் எப்படி இருக்கிறோம், அவர் தன்னை நன்றாகக் கவனித்துக்கொள்கிறாரா என்றெல்லாம் அவர்கள் சிந்திக்க மாட்டார்கள்

என்பது அவளின் கற்பனையில் தன்னியல்பாக விடுபட்டிருந்தது. தான் ஏன் அவ்வாறு சிந்திக்கவில்லை என்று நினைத்தால் மேலும் கசந்து போயிருக்கத்தான் வேண்டியிருக்கும். மொட்டை மாடியில் உட்கார்ந்து ஏதோ ஆழ்ந்து வேடிக்கைப் பார்ப்பதில் பொழுதைக் கடத்தும் அவளுக்குப் படிக்கட்டில் யாரோ நடந்து வருவது போல ஆடைகளோ, செருப்புகளோ உராய்வதாக ஒலியெழுகையில் தன் வீட்டிலிருந்துதான் வருகிறார்களெனத் துள்ளத் துடிக்கப் போய்ப் பார்த்துப் பலமுறை ஏமாந்திருக்கிறாள். இப்போது சத்தம் கேட்டாலும் பறக்கும் வேகம் மனதில் இருக்கிறதென்றாலும் வயிறு மேடுதட்டிய பிறகு அவள் கவனமாகவே இருந்தாள்.

கணேசனுக்கு ஒவ்வொருநாளும் வேலை முடித்துவிட்டுச் சைக்கிளில் வீட்டுக்குப் போகும்போது, அமைந்தகரையில் அக்கா இருக்கும் இடம் கண்டுபிடித்து அவளைப் போய் பார்த்துவிட்டு வரலாம் என எண்ணும்போதெல்லாம் பெடல் மிதிக்கும் வேகம் குறையும். அக்கா குறித்த கடந்த காலங்களை அசைபோடுவதன் வழியாகவே அவளைப் புறக்கணிப்பதைத் தனக்குள் சமன் செய்துகொள்வான். ஒருமுறை, அவ்வாறு நினைத்தபடியே சைக்கிளில் வரும்போது, கடந்த கால சம்பவமொன்று அலையாக அவன் மீது மோதிய தாக்கத்தில் சைக்கிளை ஒரு ஓரமாகத் தேநீர்க் கடையில் நிறுத்தி, அழுத கண்களைக் கழுவி ஒரு டீ குடித்துவிட்டுச் சைக்கிளை மிதிக்கத் துவங்கினான். மீண்டும் அவனுக்குள் அதே சம்பவம் கிளர்ந்தெழத்தான் செய்தது.

கணேசனின் மூன்றாம் வகுப்பில் விட்டோபாய் டீச்சர் இதயத்தின் நான்கு அறைகள் எங்கெங்கு இருக்கிறதென்று படம் வரைந்து பாகங்களைக் குறித்துக் கொண்டிருந்தார். டு பாத்ரூம் அடக்குகிற நிலையில் இருந்ததால் சமாளித்துக் கொள்ளலாம் என கணேசன் பாடத்தைக் கவனிப்பதைத் தொடர்ந்தான். பாடம் நடத்தி முடித்ததும் டீச்சர் அவர் வரைந்ததை அழித்துவிட்டு அங்கொன்றும் இங்கொன்றுமாக மாணவ மாணவியர்களை எழுப்பி கேள்விக் கேட்கத் துவங்கியதும் கணேசனுக்கு வயிறு பிரட்டல் அதிகமானது. இதயத்தின் நான்கு அறைகள் குறித்துப் பதில் சொல்லாதவர்களின் கையை நீட்டச் சொல்லி உள்ளங்கை ரேகை அழியும் அளவுக்குக் கட்டை ஸ்கேலில் பதம் பார்த்துக்கொண்டிருந்தார் விட்டோபாய் டீச்சர். அடிவாங்கிய ஒவ்வொரு மாணவரின் அலறல் சத்தமும் கணேசனின் வயிறு பிரட்டலை அதிகமாக்கியது. அவனுக்கு முகம்

வியர்க்கத் துவங்கியது. இத்தகைய சூழலில் எழுந்து 'டு பாத்ரூம் வருகிறது' எனக் கேட்டால் தப்பிப்பதற்காகத் தந்திரம் செய்கிறோமென்றும் பதில் தெரியாததற்கும் என இரண்டுக்கும் அடிவாங்க நேரிடுமென்று, முடிந்த மட்டும் கணேசன் அடக்கினான். அடக்கும்போது கட்டுப்பாடு அவனை மீறியது. அப்போது எழும்பிய ஒலியில், கணேசனின் அருகிலிருந்த யு.சதீஷ் மூக்கை மூடினான். கணேசனின் கண்களில் நீர் கோர்ப்பதைப் பார்த்ததும் வாயு வெளியேற்றத்திற்காக ஏன் அழுகிறான் என யு.சதீஷ் விசித்திரமாகப் பார்க்க, கணேசன் டீச்சரின் கேள்விக்குப் பயந்துதான் அச்சமுறுகிறேன் எனக் கலங்கிய கண்களுடன் யு.சதீஷிடம் சைகை காட்ட அதைக் கவனித்த விட்டோபாய் டீச்சர் கணேசனின் பெயரைச் சொல்லி எழுப்பி "வலது வென்ட்ரிக்கள் இடது ஆரிக்கிள் இதோட துணை அறைகளைச் சொல்லு" எனக் கேட்டார். இதுவரைக் கேட்டதில் இது மிக எளிதான கேள்வி என்பதால் இதற்குப் பதில் சொல்ல பெரும்பான்மையான மாணவர்கள் கையைத் தூக்கினார்கள். கணேசனுக்கு அருகில் யு.சதீஷ் கூட கையைத் தூக்கினான்.

விட்டோபாய் டீச்சர் 'எழுந்துடு' என இரண்டு, மூன்று முறை சொல்லியும் கணேசன் எழுந்து கொள்ளவில்லை. பதில் தெரியும் தெரியாது என்கிற சிந்தனைக்கே அவன் நகரவில்லை. எழுந்தால் அவனுக்கு ஏற்பட்ட காரியம் தெரிந்துவிடும் என உட்கார்ந்தபடியே நெளிந்தான். விட்டோபாய் டீச்சர் அவனை நெருங்கி வந்து கட்டை ஸ்கேலில் அவன் புஜத்தில் அடித்து "எழுந்துடு எழுந்துடு" என்றார். கணேசன் வலி தாங்க முடியாமல் எழுந்த போது முன்பைவிட இன்னும் அதிக மலம் வெளியேறி அவனுடைய டவுசர் ஈரமானதை யு.சதீஷ் கவனித்து, கணேசன் டவுசரிலேயே டு பாத்ரூம் போன செய்தியை டீச்சரிடம் சொன்னான். கணேசனின் கண்களில் கோர்த்திருந்த கண்ணீர் வெளியேறியது. கணேசனின் மலம், அவன் உட்கார்ந்த இடத்திலும் இருக்கிறது என யு.சதீஷ் சுட்டிக்காட்ட பின்பக்கத்திலிருந்த தண்டபாணி எட்டிப் பார்த்து அதை உறுதிசெய்து தனக்கு அருகிலிருந்த ஹபீப் ராஜாவிடம் சொன்னான். விட்டோபாய் டீச்சர் முகத்தைச் சுழித்து ஸ்கூல் ஆயாவைக் கூட்டிட்டு வரச் சொல்லி சதீஷை அனுப்ப அவன் உட்கார்ந்த இடத்திலிருந்து பாய்ந்து எழுந்து ஓடிச் சென்றான். நாற்றம் அதிகமாகவே, கணேசன் உட்கார்ந்திருந்த இடத்தைச் சுற்றியிருந்த மாணவர்கள் எழுந்து கொண்டார்கள். "வந்தா சொல்ல வேண்டியதுதான அறிவில்ல" என விட்டோபாய் டீச்சர் கணேசனைத் திட்டி அவனைக் கழிவறைக்குப் போகச் சொன்னாள். கணேசன் பதிலேதும் சொல்லாமல் அழுதுகொண்டே அங்கிருந்து வெளியேறும்போது மாணவ

மாணவியர்கள் அனைவரும் மூக்கை மூடியதைக் கண்டு அவனுக்கு அழுகை இன்னும் அதிகமானது.

"ஹெச்சம் பேங்க் அனுப்புனாங்கன்னு ஆயா போய்க்கிறாங்களாம் டீச்சர்" என மூச்சிரைக்க ஓடிவந்து சொன்னான் யு.சதீஷ்.

வகுப்பில் நாற்றம் செல்வாக்குச் செலுத்திக்கொண்டே போக, யாராலும் உட்கார முடியாத அளவுக்கு நிலைமை போகவே அங்கு ஏற்பட்ட சலசலப்பு பக்கத்து வகுப்பறைக்கும் செய்தியைப் பரப்பியது.

பாத்ரூமிலிருந்து வந்த கணேசனை ஒவ்வொருவரும் கண்களால் துளைக்க, அவனுக்கு வெட்கமாக இருந்தது. "ஆயாவும் இல்ல. இப்போ, யாரித கழுவுறது ஆங்... போ. டாய்லெட்டுக்குப் போயி பக்கெட்ல தண்ணி எடுத்துட்டு வந்து நீயே கழுவி விடு போ" என விட்டோபாய் டீச்சர் அதட்ட, கணேசன் திரும்பிச் சென்றான். அவனுடைய டவுசர் அலசியிருந்ததனால் பின்பக்கம் முழுக்க ஈரமாகி அவன் சூத்துச் சதையோடு ஒட்டியிருந்தது.

சத்துணவுக் கூடத்திற்கு அருகேயுள்ள பம்பில் கணேசன் அழுதுகொண்டே தண்ணியடிக்க அவனை ஒரு கைப் பிடித்துத் தள்ளியது. அதே பள்ளியில், எட்டாம் வகுப்பு படிக்கும் அக்கா கோசலை மூச்சு வாங்க அவனைப் பார்த்தாள். அக்காவைப் பார்த்ததும் கணேசனின் அழுகை இன்னும் அதிகமானது. அவனைத் தள்ளிவிட்டுப் பக்கெட்டில் தண்ணி அடித்து கோசலை அவன் வகுப்பறைக்குச் சென்றாள். அங்கே மாணவர்கள், டீச்சர் என எல்லோரும் வகுப்பிற்கு வெளியே நின்றிருந்தார்கள். கோசலை பக்கெட்டுடன் உள்ளே நுழைந்து கழுவி சுத்தம் செய்தாள். வெளியே போகும்போது தன் தம்பியை ஒரு கையிலும் பக்கெட் துடைப்பத்தை இன்னொரு கையிலும் பிடித்தபடியே நேராக ஹெச்சம் ரூமுக்குச் சென்று விட்டோபாய் டீச்சர் தன் தம்பிக்கு மலம் வரும்வரை அடித்ததாகவும் பின்பு அவனையே கழுவி சுத்தம் செய்ய சொன்னதையும் ஆங்காரத்துடன் சொல்லி முடித்தாள். டீச்சரை விசாரிப்பதாகச் சொல்லி ஹெச்சம் கோசலையைப் போகச் சொன்னார். கோசலை விட்டோபாய் டீச்சர் இங்கே வந்து மன்னிப்புக் கேட்க வேண்டுமென்றாள். ஹெச்சம் கோசலையைத் திட்டி டிசி கொடுத்துவிடுவேன் எனச் சொல்ல, டிசியை இப்போதே கையில் கொடுத்தாலும் பரவாயில்லை. விட்டோபாய் டீச்சர் வந்து மன்னிப்புக் கேட்காமல் இங்கிருந்து நகர மாட்டேன் என ஹெச்சம் ரூமுக்கு எதிரே உள்ள தேசியக் கொடி முற்றத்தினருகே போய் உட்கார்ந்தாள்.

70 ◆ கோசலை

ஹெச்சம் இன்னொரு டீச்சரை விட்டு அனுப்பி அவளை எழுப்ப முயற்சித்தும் கோசலை நகரவில்லை. கொடி முற்றத்தைச் சுற்றியிருக்கும் எட்டாம் வகுப்புகளிலிருந்து இவர்களை வேடிக்கை பார்த்த சில மாணவர்களில் இருவரை அழைத்து கோசலையைத் தூக்கச் சொன்னார் ஹெச்சம். பலம் பொருந்திய இரு மாணவர்கள் ஆளுக்கொரு பக்கம் அவள் கையைப் பிடிக்க, வெறி பிடித்து பற்களைக் கடித்தவள் தன் ஒட்டுமொத்த சக்தியையும் திரட்டித் தலைக்குக் கொண்டுவந்து அவர்களிருவரையும் முட்டித் தள்ளினாள். கீழே விழுந்தவர்களில் கோபமுற்ற ஒரு மாணவன் ஓடிவந்து கோசலையின் முடியைக் கொத்தாகப் பிடித்து அவள் தலையைச் சுழற்ற கோசலை அவன் சட்டையை இறுகப் பிடித்து அவனைச் சுழற்றினாள். இருவரும் அவரவர் பிடித்த பிடியை விடாமல் சுழன்றார்கள். "ஏ... வாடா நீயா நானான்னு பாக்கலாம்.. வாடா வா வா வா" எனக் கோசலை ஓங்காரமிட்டபடியே சுழல மாணவர்கள் எல்லோரும் அங்கே கூடினர். ஹெச்சம் போய்த் தடுக்கச் சொல்லி மற்ற மாணவர்களைக் கை காட்ட, அதைக் கவனித்தவன் அவள் தலைமுடியை விட்டான். அவள் ரிப்பன் கழன்று ஜடை அவிழ்ந்து முடி முன்னந்தலையை மறைக்கும்படி விழுந்தது. கோசலை அவனை விடவில்லை. நான்கைந்து பேர் அவளை இழுத்துப் பிடித்துத் தூரப்போட்டார்கள். அவன் சட்டையுடன் கோசலை கீழே விழுந்தாள். அவளுக்கு மேலும் கீழும் மூச்சு வாங்கியது. "அக்கா வா போலாம். வா போலாம்" எனக் கணேசன் அவளருகே நின்று அழுதபடியிருந்தான். அவள் குனிந்த தலை நிமிரவில்லை. கூட்டம் கூடக்கூடாதென ஹெச்சம் எல்லா மாணவர்களையும் வகுப்புக்கு அனுப்பினார். அவன் தன் சட்டையை எடுப்பதற்கு கோசலையின் அருகே செல்லவே அஞ்சினான். அவன் சட்டையை அவன் மீதே தூக்கி எறிந்தாள் கோசலை. அவள் அங்கிருந்து நகரவேயில்லை. கணேசன் அவளருகிலேயே நின்றிருந்தான்.

பள்ளி முடிந்து எல்லா மாணவர்களும் வீட்டுக்குப் போகும்போது முற்றத்தைச் சுற்றியே வாசலுக்குப் போக வேண்டுமென்பதால் எல்லோரும் அவளைக் கவனித்தார்கள். என்ன இருந்தாலும் இங்கிருந்து நகரப் போவதில்லை என்கிற ஆங்காரம் அவள் முகத்தில் இருந்தது.

மாணவர்களெல்லாம் வீட்டுக்குச் சென்ற பிறகு, ஹெச்சம் விட்டோபாய் டீச்சரை வரச் சொல்லி விசாரித்தார். டீச்சர் மன்னிப்புக் கேட்க முடியாது எனச் சொல்ல ஹெச்சம், கோசலையின் அப்பா கட்சியிலும் தொழிலாளர் சங்கத்திலும் இருப்பதால் இது வெளியே தெரிந்து விஷயம் பெரிதாகிவிடும்,

நாளை பள்ளிக்கூடத்திற்கு முன் போராட்டம் ஏதேனும் செய்வார்கள். ஆகவே, மன்னிப்பு மட்டும் கேட்கும்படி வலியுறுத்தினார்.

விபரீதத்தை உணர்ந்த விட்டோபாய் டீச்சர் கொடிக் கம்பத்தின் கீழ் உட்கார்ந்திருந்த கோசலையின் அருகே சென்று மன்னிப்புக் கேட்க, உடைந்து வெளியேறத் துடித்த அழுகையை அடக்கி விட்டோபாய் டீச்சர் முகத்தைப் பார்க்காமல் கோசலை சொன்னாள், "என் தம்பிகிட்ட கேளுங்க."

டீச்சர் கணேசனிடம் சாரி கேட்டுவிட்டு அங்கிருந்து நகர்ந்தார். வீட்டுக்கு வரும் வழியில் கோசலை தன் ஜாமன்ட்ரி பாக்ஸிலிருந்து காசை எடுத்து கணேசனுக்குச் சுடச் சுட உருளைக் கிழங்கு போண்டா வாங்கி அவனை அங்கேயே சாப்பிட வைத்தாள். "க்கா அப்பாக்கிட்ட நா க்ளாஸ்லயே கக்கூஸ் போயிட்டத சொல்லாதக்கா. என்னதான் அடிப்பாருக்கா" என்று கண்களில் நீர் திரள உருளைக் கிழங்கு போண்டாவை ஊதி ஊதி அவன் சாப்பிடுவதைப் பார்த்த அக்காவின் கண்களும் கலங்கியிருப்பதைக் கண்டு அவன் உதடு துடித்தது.

"என்ன முணுமுணுப்பு, தூங்காம?" என உஷா கேட்டாள்.

"ஆபிஸ் டென்ஷன்" என்றான்.

"ஆபிஸ் விஷயத்துக்கெல்லாம் நீங்க டென்ஷனாகி இப்போதான் பாக்குறேன்" என்றாள்.

அவன் பதிலேதும் சொல்லாமல் தன்வயப்பட்ட சிந்தனையிலேயே இருந்தான்.

ரிப்போர்ட் கார்டில் அப்பாவின் கையெழுத்தைப் போட்டுப் பலமுறை தன்னைத் தப்பிக்க வைத்தது, இன்னும் வயது ஆகட்டும் யூனிபார்ம் பேன்ட் பிறகு பார்த்துக் கொள்ளலாம் என அப்பா கணேசனின் கோரிக்கையை நிராகரித்தபோது அவரிடம் சண்டையிட்டு அவனுக்குப் பேன்ட் வாங்கித் தரச் சொல்லி டெய்லரிடம் அக்காவே கூட்டிச் சென்றது, என அக்காவைப் பற்றிய நினைவேக்கங்களில் ஆழ்ந்து போயிருந்தான் கணேசன்.

அக்காவுடன் இருந்தபோது கணேசன் ஒருபோதும் அவள் மீது பாசத்தைக் காட்டியதே இல்லை. மாறாக, ஒவ்வொரு முறையும் அக்காவுக்குத் தன் மீது பாசம் இருக்கிறதா என்பதைக் கவனித்துக்கொண்டே இருந்தான். அவளிடமிருந்து பாசம் வெளிப்படும் தருணங்களுக்கு ஏங்கி அத்தகையதொரு சூழ்நிலையைச் சிறுவயதிலிருந்து அவனே வலிந்து உருவாக்குபவனாகவும் இருந்தான்.

அவனுக்கும் அக்கா மேல் பாசம் இல்லாமலில்லை. அதை வெளிக்காட்டி பாசம் இருப்பதை அக்கா தெரிந்துகொண்டால் ஒருமாதிரி கூச்சமாக இருக்கும்.

கணேசன் பிறந்ததிலிருந்து அம்மாவுடன் ஒட்டுதலில்லாமலே வளர்ந்தான். அவனுக்கு எல்லாமே கோசலை அக்காதான். யார் கிண்டல் செய்தாலும், என்ன முடிவு எடுக்க வேண்டுமென்றாலும், என்ன கலரில் துணி வாங்க வேண்டுமென்றாலும் அவனுக்கு அக்காதான். திருமணத்திற்குப் பிறகும் அக்காவையே சார்ந்திருக்கும் அவனுடைய ஒட்டுண்ணித்தனத்தை, சுயபுத்தி இல்லாத அவன் குணத்தை, உஷா பலமுறை குத்திக் காட்டியிருக்கிறாள்.

உஷாவின் குத்திக் காட்டல் என்பது கணேசன் சுயசிந்தனைக் கொண்டவனாக மாற வேண்டுமென்கிற அக்கறையிலெல்லாம் இல்லை. தன் கணவனுக்கு இன்னொரு பெண் மீது இருக்கும் அளவற்ற நம்பிக்கை அவளுடைய இடத்தைக் கேள்விக்குரியதாக மாற்றி வருவதன் ஆற்றாமை.

படுக்கைக்குச் சென்ற பிறகு அவள் பேசுகிற பேச்சுகளும், அவள் முதுகைப் பார்த்தபடியே இரவைக் கழித்தலும், அவனுக்குக் கடுப்பாக இருந்தது.

ஒருமுறை கணேசன் உஷா மீது கையைப் போட்டு அவளைத் தன்பக்கம் திருப்பும்போது "எதுக்கும் உங்க அக்காகிட்ட ஒரு வார்த்தைக் கேட்டுட்டு வாயேன்" என அவள் சொல்ல அவன் உஷாவின் கன்னத்தில் அறை விட இரண்டு நாட்கள் அம்மா வீட்டுக்குச் சென்றவளைக் கோசலைதான் சமாதானம் பேசி அழைத்து வந்தாள்.

உஷாவிடம் மல்லுக்கட்டுவதைவிட அக்காவை விட்டுக் கொடுப்பது பிரச்சினை இல்லாமல் இருக்குமென அவனுக்குத் தோன்றும்போது, அக்காவைப் பார்க்கலாமா என்கிற தத்தளிப்பிலிருந்து தெளிவாகி வீட்டை நோக்கி பெடல் மிதிக்கும் வேகம் மெல்ல மெல்ல அதிகரிக்கும். வாழ்வில் எந்தப் பிரச்சினையையும் எதிர்கொள்ள அவன் தயாராக இல்லை. அப்படியே எதிர்கொண்டாலும் எதற்காக எதை இழக்க வேண்டுமென்கிற குழப்பம் அவனுக்கிருந்தது. அக்கா எளிதான இலக்காகக் கண்முன் இருந்தாள். நம் மீது அளவற்ற அன்பு வைத்திருப்பவர்களை எப்படி வேண்டுமென்றாலும் வளைத்துப் பார்க்கலாம். விட்டு எங்கே போய்விடப் போகிறார்கள் என்கிற அலட்சியம் அக்காவே தன்னை வந்து பார்க்கட்டுமென விட்டிருந்தான்.

7

நாட்கள் நகர, பிள்ளையும் தன்னைப் போலக் குறையுள்ளதாகப் பிறந்துவிடக் கூடாதென்கிற அச்சம் அவளிடம் மேலோங்கியது. பல ஆண்டுகளாகப் புறந்தள்ளியிருந்த முருகனையும், பெருமாளையும், மாங்காளியம்மனையும் வேண்டி ஒருபொழுது இருந்தாள்.

'வயிறு பெருசாகிதே அப்போ பொண்ணுதாங். மூஞ்சில அங்கங்க பருகிது பாரு அப்ப பொண்ணுதாங்... ஆனா, ஊன்னா தித்திப்புக் கேக்குதே உனுக்கு அப்ப பொண்ணுதாங், பொய்ப்பசி எடுக்குதே அப்ப பொண்ணுதாங், தோல்லாம் மினுமினுக்குதே அப்ப பொண்ணுதாங்' என மல்லிக்காக்கா கோசலையின் நடவடிக்கையையும் அவளின் கர்ப்பகாலத் தோற்றத்தையும் வைத்து எதற்கெடுத்தாலும் பொண்ணுதான் என உறுதியாகக் கூறிக்கொண்டே இருக்க, கோசலைக்கு அது எரிச்சலாக இருந்தது. பெண் குழந்தை மட்டும் பிறந்து விடக் கூடாது என அவள் தினமும் ஒருபொழுது வேண்டிக்கொண்டே இருந்தாள்.

"எங்கனா அந்துசுகிதா உனுக்கு...?" என மல்லிகாக்கா திட்டியும் கூட ஒரு பொழுதைத் தினமும் தொடர்ந்தாள்.

"மாட்டு வால் சூப்பு செஞ்சி தரேம்மா ஒடம்புல வலுவாவது கெடிக்குங்" என மல்லிகாக்கா நிறையத் தடவைக் கேட்டுப் பார்த்தும், அதெல்லாம் தனக்குப் பழக்கமில்லை எனக் கோசலை சொல்ல அவள் கேட்டுக்கொண்ட மாதுளை முத்துக்களை மட்டும் அவ்வப்போது கிண்ணத்தில் போட்டுக்கொடுத்தாள்.

"ன்னாவோ கடவுளுக்கு நேந்துகினு கறி மீனுல்லாங் வாணான்னு காய்கறிக்குதாங் பதங்கொலையுற. ஆனா, தெபாறு கத்திரிக்கா,

வெந்தியக் கீரைல்லாங் நீ சாப்டக் கூடாது புரிதா. எது சாப்ட்டாலும் ஒடனே தூங்கவுங் கூடாது. தூங்குனாலுங் மல்லாக்கப் படுக்கவேகூடாது. ஒருக்களிச்சுதான் படுக்கணுங். தூக்கத்துல திரும்பிப் படுக்கும்போது அப்டியே திரும்பக் கூடாது. ஏந்து ஒக்காந்துதாங் திரும்பணுங். மாடிப்படில தேவை இல்லாம ஏறி இறங்கக்கூடாது. அப்டியே ஏறுனாலுங் அடி வயித்த புச்சினுதான் ஏறனுங்" என ஒவ்வொன்றையும் சொல்லிச் சொல்லிக் கூட இருந்தாள் மல்லிகாக்கா.

கருப்பையில் குழந்தை வளர்ந்த ஆறு மாதத்திற்குப் பிறகு கோசலையின் சிறிய உடலால் வயிற்றுப் பிள்ளையைச் சுமக்க இயலவில்லை. கருப்பையின் வளர்ச்சி, அவள் வயிற்றுத் தசைகளை விரிவுப்படுத்தியதால் முதுகெலும்பை வளைக்க நேரிடுகையில் அவளால் அதைத் தாங்க முடியவில்லை. முதுகெலும்பு வலி அவளின் கால்களுக்கும் பரவியது. விரல்களெல்லாம் வீக்கம் கண்டது! கர்ப்பக் காலத்தில் பெண்களுக்கு ஏற்படுகிற இயல்பான வீக்கம் இது இல்லையென்று உணர்ந்த மல்லிகாக்கா, 'அதெல்லாம் வரத்தான் செய்யுங்' எனப் பொய் சொல்லி கர்ப்பிணியின் இன்பச் சுமைகளுள் ஒன்றாக அதைச் சுருக்கி கோசலையை வலி பொறுக்க வைத்தாள்.

அஞ்சாம் மாசத்தில் கருவேப்பிலைக் கொத்தில் ஒரேயொரு கல் உப்பு வைத்து, அம்மியில் அரைத்து உருண்டைகளாக்கி, அக்கம் பக்கமுள்ள மூன்று மூத்த சுமங்கலிகளை வரவழைத்து, அவர்கள் கைகளால் கருவேப்பிலை உருண்டைகளைக் கோசலைக்குக் கொடுக்க வைத்தாள். வந்து வாழ்த்தியவர்களுக்குத் தொண்ணையில் வெத்தலைப் பாக்கு, பூ, பழம் கொடுத்து அனுப்பினாள் மல்லிகாக்கா.

தான் ஊட்டி வளர்த்தத் தன்னுடைய அத்தை மகள்கள்கூட வந்து பார்க்காமல் இருந்ததை மல்லிகாக்காவிடம் சொல்லி அழுதழுது மூக்குச் சிவந்த கோசலையிடம், "எம்மா புள்ளதாச்சி பொண்ணு அழுதா கொழந்திக்கு நல்லுதுல்லம்மா" என அவளை ஆற்றுப்படுத்தினாள்.

அவளுக்கு ஏற்கெனவே இருந்த மரபணுக் குறைபாட்டினால் கர்ப்பக் காலத்தில் சுரக்க வேண்டியதும் இல்லாமலானது. இதனால், இடுப்பெலும்புத் தளர்வும், பிறப்புறுப்புப் பாதையும் நெகிழ்வாகாமல் போக நாட்கள் நெருங்க நெருங்க அவளால் வலியைத் தாங்க முடியாமல் போனது.

ஒரு குழந்தையை இன்னொரு குழந்தை வயிற்றில் சுமக்கும் தோற்றத்துடன் வலியில் கீழுதட்டைக் கடித்தபடி மொட்டைமாடியில் உலாவுவாள்.

ஏழாவது மாதத்தில் இடுப்பு வலியின் அடர்த்தி கூடுவதை உணர்ந்த கோசலை, மல்லிகாக்காவிடம் அதைச் சொன்னதும், “அமைதியா ஒக்காரு ஒன்னும் இல்ல” என்று நாற்காலியில் உட்கார வைத்தாள். சூடாக ப்ரு காப்பியை ஒரு ராஜா க்ளாஸில் போட்டுக் குடிக்க வைத்து, ஆட்டோ வரவழைத்து கோசாஸ்பிட்டலுக்குக் அழைத்துச் சென்றாள். ஜோதி, வந்து சேர்ந்தபோது “எப்பா பொண்ணுப்பா” எனச் சிரித்துக்கொண்டே சொன்னாள் மல்லிகாக்கா.

வேலை விட்டு வந்து செருப்பைக் கழட்டிய வேகத்தில் கைய காலைக் கழுவி பிள்ளையைக் கொஞ்ச ஆரம்பித்துவிடுவான் ஜோதி. குழந்தையைக் குதூகலப்படுத்த “ரேவதி ரேவதி” எனச் சொல்லி வாயால் அவன் கொடுக்கிற சப்தங்களைக் கேட்டு, ரேவதியும் கையை காலை உதைத்துச் சிரிப்பாள். ஜோதி கொடுக்கிற விதவிதமான சப்தங்கள் கேட்டுப் பக்கத்து வீட்டு சிவக்குமாருக்குக்கூட இவர் தன்னைக் கொஞ்ச மாட்டாரா என ஏங்கிப் போய் கதவருகே நின்று பார்ப்பான்.

குழந்தை ஒருநாள் கோசலையிடம் பால் குடிக்கும்போது புரையேறி பாலைக் கக்கிக் கண்கள் மேலே ஏறிவிட்டது “அய்யோ... எம் பொண்ணு எம் பொண்ணு” எனக் கோசலை அழுதாள். ஜோதி “ம்மா ரேவதி அப்பாப் பாரு... அப்பாப் பாரு” எனக் குழந்தையின் கன்னத்தில் தட்டினான்.

மல்லிகாக்கா சத்தம் கேட்டு ஓடிவந்தாள்... குழந்தையை ஜோதியிடமிருந்து வாங்கி, என்ன ஆனது எனத் தெரிந்துகொண்டதும், பிள்ளையைத் தோளில் போட்டு முதுகில் தட்டிக்கொடுத்தாள்.

“அம்மு இங்க பாருங்க அம்மு இங்க பாருங்க” என்றாள். பிள்ளை பாலை மீண்டும் கக்கியது.

கக்கிய பாலைக் கையில் ஏந்தி குழந்தைக்குத் திருஷ்டி கழித்தாள்.

கோசலை அழுதுகொண்டே பிள்ளையைப் பார்த்தபடி இருந்தாள். ஜோதிக்கு அதைப் பார்க்கக்கூட மனம் இடம் கொடுக்கவில்லை. முடிந்தமட்டும் அழுகையை அடக்கினான்.

“அய்யோ... ஒன்னும் இல்லம்மா... இன்னா இதுக்குப் போயி ரெண்டுபேரும் இப்டி நிக்குறீங்களே” என்ற மல்லிகாக்கா குழந்தையின் முதுகில் மீண்டும் தட்டிக் கொடுத்தாள். காகிதத்தைக் கிழிக்கும் ஒலியைப்போல குழந்தை ஒரு சின்ன ஏப்பம் விட்டது. “அவ்ளோதான்” என்ற மல்லிகாக்கா, குழந்தையைத் தலைக்கு மேல் தூக்கி ஒருமுறை குலுக்கிக் கொஞ்சினாள். அது சத்தம் போட்டு அழுகவும்தான் கோசலை அழுகை நின்றது.

பிள்ளையைக் கோசலையிடம் மல்லிகாக்கா கொடுக்கும்போது சொன்னாள், “ஒன்னுங் இல்லம்மா. பாலை முழுங்க முடியாம மூச்சுத் திணறி எத்துச்சு. பால் உனுக்கு ரொம்ப சொரக்குது கோசல. இதுபோல நடக்குந்தாங். குழந்தை அதை அப்டியே குச்சா மூச்சு தெணறுங். ஒரு ஜோத்தால தண்ணிய தெறந்த வாய மூடாம நம்ளாலேயே எவ்ளோ நேரம் குடிக்க முடியுங் நீ சொல்லு. இன்னா பண்ணு” என்றவள் சற்று அமைதியாகி ஜோதியைப் பார்த்து “தம்பி கொஞ்ச அப்டி போயேங்” என்றாள். ஜோதி குழந்தையைக் கையிலேந்தி “ஆவ் ஆவ்” என்றபடி போனான்.

“தேபார், புள்ளைக்குப் பால் குடுக்கும்போது மார் காம்பை உன் ஆள்காட்டி விரல்லயும், கட்டைவிரல்லையும் மெதுவா அழுத்தி பால் வர்ற வேகத்தைக் கம்மி பண்ணி குடு புரியுதா. குழந்தைக்கு எவ்ளோ போனா சுளுவா முழுங்க முடியுமோ அவ்ளோ குத்தா போதும் இன்னா?”

கோசலை சரியென்று தலையாட்டினாள்.

குழந்தை பேச்சு மூச்சற்று இருந்த நிமிடங்களில் ஜோதியிடமிருந்து ஒருபோதும் வெளிப்படாத பதற்றத்தையும், கண்ணீரையும் இரவு தூங்கும்போது நினைத்துப் பார்த்தாள். அதை யோசித்துப் பார்க்கும்போது, அவ்வப்போது அவனைக் குறித்து தனக்குள் எழும் பாதுகாப்பற்ற உணர்வுக்கு இனி வேலையில்லை! இப்படித்தான் அநேகமுறை நினைக்கிறோம். மீண்டும் ஏன் அவ்வுணர்வு எழுகிறது. தன் புத்தியே மோசமானதுதான் போல என்றெண்ணி தன்னையே நிந்தித்துக்கொண்டாள். இனிக் குழந்தைக்குச் சரியாகப் பால் கொடுக்க வேண்டுமென்று ஒருக்களித்துப் படுத்து இடதுபக்க மார்க்காம்பை மல்லிகாக்கா சொன்னது போலப் பிடித்துப் பார்த்துக்கொண்டாள்.

காம்பைப் பிடித்தபடியே உறங்கச் சென்றவள், ஆழ்ந்த உறக்கத்தில் கையை அதிலிருந்து எடுக்க, காம்பிலிருந்து பால் கசிகிறது. அது முந்தானையை

நனைத்ததை உணர்ந்து காம்பைத் தொட்டுப் பார்க்கிறாள். பால் வேகமாகக் கசிகிறது. பதற்றத்துடன் எழுந்து நிற்க, பால் வெளியேறும் வேகம் அதிகரிக்கிறது. உறங்கும் கணவனுக்கும் பிள்ளைக்கும் தெரியாதவாறு மெல்ல நடந்து பீரோ கண்ணாடி முன் சென்று மார்பைப் பார்க்கிறாள். பால் வெளியேறிக்கொண்டே இருக்கிறது. தரையில் ஒரு பாம்பு போல அது ஊர்ந்து ஜோதியை நோக்கிச் செல்ல தன் காலின் கீழிருந்த கோணியை அதன் மீது போட்டு மேலும் ஊர்வதைத் தடுக்கிறாள். பால் கசியும் வேகம் இன்னும் அதிகரிக்கத் தன் இரு கைகளாலும் மார்ப்பை அழுத்திப் பிடிக்க விரல்களின் இடுக்குகளிலிருந்து ஊசியம்புகளாய்ப் பால் வெளியேறி பீரோ கண்ணாடியின் மீது விரிசல்களாக்குகிறது.

தரை முழுக்கப் பால் வடிந்து ஓட, பீரோவைத் திறந்து அவளுடைய புடவைகளை எடுத்து, அதன் மீது போட்டு அது மேலும் பரவாதவாறு தடுக்கிறாள். அழுகையைக் கட்டுப்படுத்துகிறாள். ஒரு கையில் மார்பையும் ஒரு கையில் வாயையும் பொத்திக் கண்ணீரையும் பாலையும் கட்டுப்படுத்துகிறாள். பாலின் வேகம் இரு கைகளையும் கேட்கிறது. பார்வையால் ஏதோ துழாவியவள், வீட்டிலிருந்த காலி பாத்திரங்களின் முன் சாய்ந்து பாலை நிரப்பினாள். அனைத்தும் நிரம்பச் செய்வதறியாது கதவைத் திறக்க முயன்றபோது அது வெளிப்பக்கம் தாழ்ப்பாள் போட்டிருப்பதை உணர்கிறாள். பால் வீடு முழுக்க நிறைந்து அவர்களை மூழ்கடிக்க, கணவனையும், குழந்தையையும் காப்பாற்றச் செல்லும்போது, கால்கள் நகர முடியாமல் கையும் காலும் அசைக்கத் திராணியற்றுக் கூச்சலிடுகிறாள். தன் குரல் வெளியே கேட்காமல் போவதை உணர்ந்து குரல் உயர்த்தி மேலும் மேலும் அழுகிறாள்.

வீடு முழுக்கப் பாலாக நிரம்புகிறது. மூன்று பேரும் தாய்ப்பாலில் மூழ்குகிறார்கள். ஜோதி, உள் நீச்சலடித்துக் கதவு வழியாக வெளியேற, "அப்பா அப்பா" என அவன் குதிகாலைப் பற்றியபடி ரேவதி பாலில் அடித்துச்செல்ல, கதவு குழந்தையின் தலையில் இடித்து வெளியேறும் இரத்தம் பாலில் கலந்து நிறம் மாறும் சுழற்சியில் கோசலை சிக்கித் திணறுகிறாள். "கடவுளே இது கனவா இருக்கணும். கடவுளே இது கனவா இருக்கணும்" என முணுமுணுத்துக்கொண்டே இருந்தவள் அவளையறியாமல் கண்களைத் திறந்ததும் ஒரு பெருமூச்சு விட்டுத் திரும்பிப் பார்த்தாள். ரேவதியின் தலையை அணைத்தபடி ஜோதி உறக்கத்திலிருந்தான். மறுநாள் இதை மல்லிகாக்காவிடம் பகிர்வதற்குக் கூட அவளுக்கு அச்சமாக இருந்தது.

ரேவதி பிறந்து மூன்று மாதம் ஆகியிருந்தபோது அவர்களுக்குத் திருமணம் நிகழ்ந்த சைதாப்பேட்டை காரணீஸ்வரர் கோயிலுக்குக் குழந்தையுடன் போகலாமெனத் திட்டமிட்டு, கோயிலில் அர்ச்சனை முடிந்து கொஞ்ச நேரம் உட்கார்ந்திருந்தார்கள். கோயில் நிர்வாகி வந்து யாரும் உட்கார வேண்டாம் எனவும் சாமியைச் சேவித்துவிட்டு உடனே செல்லும்படியும் ஒவ்வொருவரிடமும் வந்து சொல்லி எழுப்பினார். ஒரு அரைமணி நேரம் மனைவி குழந்தையுடன் உட்கார்ந்துவிட்டுச் செல்கிறோமென ஜோதி சொன்னதும் கோயில் நிர்வாகி அவனைத் தன்னருகே அழைத்துச் சொன்னார், "தம்பி, டெல்லில ஒரு அல்லா கோயில ரெண்டு நாளுக்கு முன்னாடி இடிச்சதால பெரிய கலவரம் ஆயிடுச்சாம். அதனால துளுக்கனுங்க ஊர்லகிற எல்லா இந்துக் கோயில்லையும் பாம் வைக்கத் திட்டம் போட்டு இருக்காங்களாம். லிஸ்ட்ல நம்ம கோயிலும் இருக்குதாம். இப்பதான் அய்ரு சொல்ட்டு போனாரு... யாருக்கு இன்னா நடக்குதுன்னு தெரியும். பச்ச புள்ளைய கூட்டுன்னு வந்துகிற கௌம்புப்பா"

அவர் இதைச் சொல்லும்போது அவரிடமிருந்து வெளிப்பட்ட தீவிரத் தன்மையில் பயந்து போன ஜோதியும் உடனடியாகக் கோசலையைக் கிளம்பச் சொல்லி, ரேவதியையும் தூக்கி அணைத்துக்கொண்டான்.

திட்டமிட்ட ஒரு விஷயம் பிசகியபோது அதனால் ஏற்பட்ட ஏமாற்றத்தில் அவன் மனம் அலைபாய்ந்தது. கோயிலிலிருந்து நடந்து வரும்போது குழந்தைப் பிறந்த செய்தியையாவது பர்வதம்மாவிடம் நேரில் போய் சொல்ல வேண்டுமெனக் கோசலையிடம் அவன் தழுதழுக்க, அவள் பதில் சொல்லாததைச் சாதகமாக்கி முதன்முறையாகப் போகத் துவங்கி, அவ்வபோது சிந்தாதிரிப்பேட்டையிலிருக்கும் வீட்டிற்குப் போகவர இருந்தான். அவளும் தெரிந்து எதுவும் கேட்டுக்கொள்ளவில்லை.

குடும்பத்துடன் தன்னை ஐக்கியப்படுத்திக்கொள்ள வாய்ப்பைத் தேடித் துடித்தவனுக்குக் குழந்தையின் சாக்கு வலுவான தொடக்கமாக இருந்தது.

ரேவதிக்கு ஒன்றரை வயதிருந்த சமயம், ஒரு ஞாயிற்றுக்கிழமை குழந்தைப் பால் குடிக்கவில்லை, தூங்கவில்லை. யார் மடியிலும் தங்காமல் அழுதுகொண்டே இருந்தாள். இருவராலும் சமாளிக்க இயலவில்லை. வேலையிலிருந்து மல்லிகாக்கா வந்ததும் என்னவென்று கேட்டுவிட்டு

மருத்துவமனைக்குப் போகலாமெனக் கோசலை சொல்ல, மல்லிகாக்கா வரும்வரை காத்திருக்க முடியாது இப்போதே போகலாமென ஜோதி வாதம் செய்ய, குழந்தையைத் தூக்கிக்கொண்டு சென்றார்கள். வீட்டுக்கு வந்தும் அழுகை நிற்கவேயில்லை.

ஜோதி அவன் அம்மா வீட்டிற்கு ரேவதியுடன் போய்விட்டுவரும் ஒவ்வொரு முறையும் பிள்ளைக்கு ஏதேதோ நடக்கிறது என்று சுட்டிக் காட்டிய கோசலை, “தெபார் இனிமே பாப்பாவ உங்க வீட்டுக்கெல்லாம் கூட்டிட்டுப் போற வேலை வெச்சிக்காத” என்றாள். அவளிடமிருந்து வெளிப்பட்ட கோபத்தில் ரேவதியின் மீதான அக்கறை என்பதையும் தாண்டி அவன் மட்டும் தன் சொந்தங்களோடு தன்னைப் பிணைத்துக்கொண்டது அவளுக்கு வெறுப்பாக இருந்தது. இருவரும் வீட்டைவிட்டு ஓடிவந்து திருமணம் செய்ததற்கான விலையைக் காலத்தின் முன் அவள் மட்டும் செலுத்திக்கொண்டிருப்பதாக மௌனமாகக் குமைந்தாள். அவனைப் போக வேண்டாமெனச் சொல்லவும் அவளுக்குத் தயக்கமாக இருந்தது. அவன் வீட்டுக்குப் போய்விட்டு வந்து அங்குப் பேசிக்கொண்டது, அங்கு நடந்தது என எதைப் பற்றியும் அவன் அவளிடம் பகிர்ந்துக்கொள்ள மாட்டான். அவளுக்குத் தன் குடும்பம் பற்றிய எண்ணம் வந்து வருத்தப்படுவாள் என்கிற எண்ணத்தில் தவிர்க்கிறான் போலவென்று ஆரம்பத்தில் நினைத்தாள். தன் மீது அவனுக்கு இருக்கும் கரிசனம் குறித்து அவளுக்கு மகிழ்ச்சியாகவே இருந்தது. ஆனால், நாட்கள் போகப் போகத் தன் வீட்டு விஷயங்களைப் பற்றி அவன் மூச்சுகூட விடாமலிருப்பது, அவளை லாவகமாகத் துண்டித்துவிட்டு இன்னொரு உலகில் வாழும் அவனுடைய அமைதி, அவளைச் சலனமுறச் செய்தது. அவனுடைய இன்னொரு உலகத்தைப் பற்றி அவளுடன் பகிர்ந்துகொள்ளாமலிருப்பது அவளை மேலும் மேலும் அமைதி இழக்கச் செய்தது.

அவள் அமைதியின்மையில் உழன்ற ஓர்நாள், அவன் ரேவதியைத் தன் வீட்டுக்குத் தூக்கிச் சென்றுவிட்டு வந்த பிறகுதான் குழந்தைக் காரணமே இல்லாமல் அழத் துவங்கியிருக்கிறது. அவன் மீதிருந்த வெறுப்பைக் குழந்தையின் நீண்ட அழுகையுடன் ஒப்பிட்டு “தெபார் திரும்பவும் சொல்றென், இனி எம் பொண்ணை உங்க வீட்டுக்கு நீ தூக்கிட்டுப் போகவே கூடாது சொல்ட்டேன்” என்று கத்தினாள்..

"இது, உனக்கு மட்டும் குழந்தை இல்லை. எங்க வீட்ல புள்ளைய பாக்கணும்னு ஆசைப்படுறாங்க. கூட்டிட்டுப் போறேன்" என்றான்.

அவள் குடும்பம் அவள் மீது காட்டிய நிராகரிப்பை நாசூக்காகக் குத்திக் காட்டிவிட்டான். இப்போது கோபப்பட்டால் அவன் குத்திக் காட்டியதை அங்கீகரிப்பது போல ஆகிவிடும் என்பதால் அவன் குடும்பத்தையே அவள் சாடினாள்.

"புள்ளைய பாக்கணும்னு ஆசைப்படுறவங்க புள்ளைய என்ன பண்றாங்கன்னு தெரியலையே. ஒவ்வொரு வாட்டிப் போயிட்டு வரும்போதும் ஜொரம், இருமல் சளி, வவுத்தாலன்னு எதாச்சும் ஒன்னு வருது. தோ இப்போ வந்ததுல இருந்து அழுதுனு இருக்கு."

இருவரின் உரையாடலும் மேலும் மேலும் வாக்குவாதம் ஆகப் பிள்ளையும் நிறுத்தாமல் அழுதுகொண்டே இருந்தது. காம்பில் வலுக்கட்டாயமாக வாயை வைத்தாலும் அதிலிருந்து குமட்டி வெளியே வந்து அழுகிறது.

"ஐயோ, முருகா எம் பொண்ணுக்கு இன்னதான் ஆச்சோ" என்று தலையை அண்ணாந்து பார்த்துச் சோர்ந்து போனாள் கோசலை.

மொட்டை மாடியிலிருந்து கீழே வேடிக்கையிலிருந்த சிவக்குமார் கோசலையிடம் ஓடிவந்து சொன்னான்.

"அத்தே, அம்மா வந்துன்னுகிறாங்க."

ஜோதி, கோசலை இருவர் முகமும் ஒருசேரக் கனிந்தது.

மல்லிகாக்கா வந்து குழந்தை அழும் சத்தத்தை வைத்தே சொன்னாள் "அய்யோ, புள்ளைக்கு ஒர உய்ந்துச்சு."

"ஒரனா."

"சுளுக்குப்பா. தூக்கத் தெரியாம யார்னா தூக்கி இருப்பீங்க. இப்டி குடு" என்றபோது கோசலை தன் கோபத்தின் நியாத்தைக் கண்களால் ஜோதி மீது வெளிப்படுத்தினாள்.

பிள்ளையை வாங்கிய மல்லிகாக்கா அதன் இரண்டு காதோரத்திலும், கழுத்துப் பின்னாடியும் ஏதோ தேடுவது போலத் தடவிக்கொடுத்துக்கொண்டே கட்டை விரல்களை நகர்த்தினாள். அழுகை நிற்கவேயில்லை. பிள்ளையைத்

தலைக்கு மேல தூக்கி நிறுத்திப் பார்த்துவிட்டுக் கீழே இறக்கி, அதன் கை கால்களை மிருதுவாக உருவிவிட்டாள். அழுகை தொடரவே வீட்டில் வேஷ்டி இருந்தால் எடுத்து வரச் சொன்னாள். ஜோதி போனவேகத்தில் வந்தான்.

வேஷ்டியை இரண்டாக மடித்து ஒரு பக்கம் மல்லிகாக்காவும் மறுப்பக்கம் ஜோதியும் பிடித்துக்கொள்ள பிள்ளையை அதில் போடச் சொன்னாள். கோசலை நடுங்கிய கைகளுடன் பிள்ளையை அதில் போட்டாள்.

"எப்பா, அப்டியே புள்ளைய உருட்டுப்பா" என மல்லிகாக்கா சொல்ல தொட்டிலில் ஆட்டுவது போல இருவரும் செய்ய, ரேவதி மூன்று முறை சுழன்றாள். சுழலும்போது இருந்த அழுகை படிப்படியாகக் குறைந்துபோனது.

அதே வேஷ்டியில் பிள்ளையைச் சுருட்டி கோசலையிடம் கொடுத்தாள் மல்லிகாக்கா.

அன்றிரவுச் சாப்பிடும்போது இருவரும் பேசிக்கொள்ளவில்லை. கோசலை சண்டைப் போட்டுப் பேசாமல் இருந்தாலே ஜோதிக்கு என்னமோ போல இருக்கும். அவளை இயல்பு நிலைக்கு மடைமாற்ற ஜோதி கோசலையிடம் கேட்டான்.

"மல்லிகாக்காவுக்குத் தெரியாததே இல்ல போல. ஏன் கோசல"

இவன் மீதிருக்கும் கோபத்தில் மல்லிகாக்கவைப் பற்றிச் சொல்லும் வாய்ப்பைத் தவறவிடக்கூடாது என்றெண்ணி அவனுக்குப் பதில் சொன்னாள்.

"ஆமா, அவங்க அம்மா ஊர்ல வீட்டு வைத்தியம் நிறைய பண்ணுவாங்களாம்."

"நல்ல பாசமான அக்கால்ல?"

"ஆமா. அது இல்லன்னா நா அவ்ளோதான்."

"யார்னே தெரியாதவங்கள்லாம் கூட எவ்ளோ பாசமா இருக்கிறாங்க!"

"அப்டியும் மனுஷங்க இருக்கிறாங்களே."

"சரிதான். நீ எவ்ளோவோ பாசமா பாத்த உன் குடும்பத்து ஆளுங்கள. ஆனா, அவங்க உன்னைக் கைவிட்டாலும் பாத்தியா எங்கேயோ யாரோ உனக்கு நல்லது செய்றாங்க."

“நீ குத்திக்காட்டுனாலும் அது இன்னாமோ உண்மைதான். எங்க சித்தி சொல்லும். நீ யார்மேல ரொம்ப பாசம் காட்டுறியோ அவங்ககிட்டருந்து அது உனக்கு ஒருபோதும் திருப்பிக் கிடைக்காதுடி. ஆனா, அதே பாசத்தை உனக்கு வேற ஒருத்தங்க கொடுப்பாங்கடி. இப்படித்தான் உலகத்துல ஒருத்தர் இன்னொருத்தர்கிட்ட அன்பைச் செலுத்தி, இன்னொருத்தர் அதை இன்னொருத்தர்கிட்ட கொடுத்து, அன்பு ஒரு சங்கிலித் தொடர் மாதிரி பூமில நிலைச்சு இருக்குடின்னு சொல்லும். அது நிறைய புக்குலாம் படிக்குங்கிறதால இந்த மாதிரியெல்லாம் பேசும். ஆனா, சனியன் புடிச்சவ. என்கிட்ட காட்ட வேண்டிய அன்பை யார்கிட்ட காட்டுறாளோ.”

“அப்டிலாம் சொல்லாத. உங்க சித்தி ரொம்ப நல்லவங்க”

“எந்தக் காலத்துலயும் யாரையுமே நம்பக்கூடாது. நீகூடத்தான் ஆரம்பத்துல என்கிட்ட பேசின மாதிரியா ‘க்ளுக்குன்னு’ பேசுற. என் மொகத்தை நீ பாத்தே எவ்ளோ நாள் இருக்கும் சொல்லு.”

“என்னைக்கிடி என்னை நம்பியிருக்கிற நீ” என அவன் குரல் ஆவேசமடைந்தது.

அவனை அவநம்பிக்கைக்குரியவன் எனக் கூறிவிட்டதும் கிடைத்த ஆசுவாசத்தை மீறி அவன் காயப்பட்டுவிட்டான் என்றுணர்ந்து அவனருகே வந்து படுத்து அவன் மார்பிலுள்ள முடிகளை நீவினாள்.

அவன் முகம் கோபத்திலே நிலைத்திருப்பதைக் கண்டு விரல்களால் அவன் உதட்டை இழுத்து விளையாடினாள். ஜோதி, வெடுக்கென்று திரும்பிப் படுத்துக்கொண்டான்.

4

ரேவதிக்கு இரண்டு வயது நிறைவடைந்த சமயம், அவன் கையில் ஒரு பால்புட்டியைக் கொடுத்துவிட்டுச் சொன்னாள், "இங்க பாரு... உங்க வீட்டுக்குக் கூட்டினுப் போ. வாணான்னு சொல்லல. ஆனா, புள்ளைக்கு எதுனா ஆச்சு அப்புறம் நா பொம்பளையா இருக்க மாட்டேன் சொல்லிட்டேன். இன்னொன்னும் சொல்றேன், எங்கப்பன், தம்பி இவனுங்கள எவனையாவது வழியில பாத்து, மாமா மச்சான் என் பொண்ணைப் பாருன்னு காட்டக் கூடாது புரியுதா?" எனச் சொல்லும்போது இருந்த கோபத்தைக் குறுக்கிட்ட அழுகையை அடக்கி இரு புருவத்தையும் ஒன்றிணைப்பது போலச் செய்து கண்களை மூடினாள்.

"அப்பாக்கிட்டதான் ஈ தேய்ப்பேன், அப்பாக்கிட்டதான் ஆய் கழுவிப்பேன், அப்பாக்கிட்டதான் குளிப்பேன், அப்பாக்கிட்டதான் தல வாரிப்பேன், அப்பாக்கிட்டதான் ஊட்டிப்பேன், அப்பாக் கிட்டதான் துணி மாத்திப்பேன்" என ரேவதிக்கு எல்லாமே அப்பா தான் செய்ய வேண்டும். அப்பா, அவளை விட்டு வேலைக்குப் போகிற சமயம் அவளைப் பிடித்து இழுப்பது கோசலைக்குப் பெரும்பாடாக இருக்கும்.

சோறு ஊட்டக் கையில் கிண்ணத்துடன் கோசலை, ரேவதியைத் துரத்திக்கொண்டே ஓட இரு குழந்தைகள் ஓடிப்பிடித்து விளையாடுவது போலிருக்கும். பகல் நேரத்தில் அது இதுவெனக் கதை சொல்லி சோற்றுக் குழைவை வாயில் திணித்தாலும், ராத்திரி அப்பா வரும் வரைக்கும் ரேவதி சோறு உண்ணாமல் இருப்பாள்.

மல்லிகாக்காவிடம் சோறு ஊட்ட அனுப்பினால் மல்லிகாக்கா ஊட்ட ஊட்ட வாயில் வாங்கியபடி சோற்றைத் துப்புவாள் ரேவதி. "அப்பா கித்ததான் தாப்துவேன்."

"இது இன்னாமோ ரொம்பத்தான் அப்பா அப்பான்னு கோலம் காட்டுது" என்று ரேவதியின் தாடையிலேயே மல்லிகாக்கா இடிக்க, அப்பாவைப் பிரிந்திருக்கும் கவலையின் தேக்கமும் சேர்ந்து பெரும் அழுகையாக உடையும். கீரைக்கட்டின் வேர்கள் போலத் தொண்டை நரம்புகள் தெரிய அழுகையுடனேயே தரையில் உருளுவாள் ரேவதி!

ஐந்து வயதாகியும் ரேவதிக்கு அப்பாதான் எல்லாமே என்றிருக்க, தன்னுடைய தோற்றத்தின் மீது மகளுக்கு வெறுப்பு வரத் துவங்கிவிட்டதோ என்கிற யோசனையாகவே கோசலைக்கு இருந்தது.

"பாத்தியாக்கா. எவ்ளோ கஷ்டப்பட்டு இத நா பெத்து எடுத்தா அப்பா அப்பான்னு... அவங்க அப்பா வர வரைக்கும் நைட்டு தூங்கக் கூட மாட்டுதுக்கா" எனக் கோபமும், மகிழ்ச்சியும் கலந்து சொல்ல. "கொற மாசத்துல பொறந்த பொம்பளைப் புள்ளிங்கன்னா அப்பனுக்கு உயிரை வுடுங்க கோசல" என மல்லிகாக்கா பதிலுக்குச் சொன்னபோது தன் அப்பாவிடமும் அவ்வாறுதானே நாமிருந்தோம் என்கிற நினைவு அழுகையாக உருமாறுவதைக் கட்டுப்படுத்துவது சிரமமாக இருந்தது.

ஜோதியைத் திருமணம் செய்துகொள்ளாமலிருந்தால் அப்பாவுடன் இருந்திருக்கலாம் என நினைக்கும்போது, அவரைவிட ஜோதி தகுதியானவன் என அவளுக்குத் தோன்றும். மல்லிகாக்காவிடம் ஜோதியை விட்டுக் கொடுக்கமால் பேசுவாள். பிரிந்து வந்த தன் அப்பா, தம்பிகளைவிட பாசமான ஒரு துணை கிடைத்த பெருமையுடனான வாழ்க்கையை வாழ்ந்து களிப்பதாக ஜோதியை முன்வைத்துச் சொல்லி முகம் நிறைவாள். ஆனால், அவள் அகத்திற்கு மட்டுமே தெரியும். ஜோதி முன்பு போல முகம் கொடுத்துப் பேசுவதில்லை. மாதத்திற்கு ஒருமுறை அமைந்தகரை லட்சுமியில் படம் பார்க்கக் கூட்டிச் செல்வான் அதுவும் இல்லாமலாகிவிட்டது. கேட்கிற கேள்விக்கு மட்டும் பதில் என்பதே தன்னிடமிருந்தும் அவளிடமிருந்தும் என்பதாக அவனுடைய எதிர்பார்ப்புச் சுருங்கிப் போயிருந்தது. ரேவதி பிறந்ததற்குப் பிறகு கோசலையை அவன் தொட்டுக் கூட வருடங்கள்

கடந்துவிட்டது. அதுகுறித்துப் பேசக் கூட அவளுக்குத் தயக்கமாக இருந்தது. தனக்கு இல்லையென்றாலும் அவன் இச்சைகளைத் தீர்க்க நாம் முன்வர வேண்டுமென அவள் எடுத்த சில முன்னெடுப்புகளில் அவன் முகம் சென்ற விதம் ‘எதுக்கு அலயிற’ என்பதாக இருக்க, அவள் முற்றிலுமாக அவ்வெண்ணத்தை அழித்திருந்தாள். கடவுள் கொடுத்த மகளை நல்லபடியாக வளர்த்தால் போதும் என்றிருந்தது. ஜோதி அவளிடமிருந்து விலகிச் சென்று நின்றிருக்கும் தூரத்தை ரேவதி மீது செலுத்தும் அன்பின் வழியாகக் கடந்தாள்.

ரேவதி நடைவண்டியில் நடக்கையில், மூன்று சக்கர பாப்பா சைக்கிள் ஓட்டுகையில், மாடியில் அங்குமிங்கும் ஓடுகையில் என ரேவதியின் ஒவ்வொரு வளர்ச்சிப் படிநிலைகளிலும் அவளிடம் தன்னுடைய தோற்றத்தின் சாயல் விழுகிறதா எனக் கோசலை கவனித்துக்கொண்டே இருப்பாள்.

“அக்கா, மல்லிகாக்கா... அஞ்சு வயசுல நம்ம சிவக்குமாரும் இவ்ளோ அய்ட்டு இருந்தானா? ரேவதிக்கு இது சரியான அய்ட்டுதானா?”

இதே கேள்வியை வாரத்திற்கு ஒருமுறை மல்லிகாக்காவிடம் கேட்டுப் பதிலை அவள் சொல்ல வேண்டுமெனவும் சொல்லக் கூடாது எனவும் பதற்றத்துடன் இருப்பாள்.

கோசலை, ‘ரேவதி ரேவதி’ என்று அவள் பின்னாடியே ஓடி வால் பிடித்தாலும் அவள் குடும்ப வாழ்வில் மகிழ்ச்சியாக இல்லையென்பதை மல்லிகாக்காவால் ஊகிக்க முடிந்தது. ஜோதி கூட இருந்தாலும் ஒரு நிராதரவுத் தன்மை கோசலையினுள் புகுந்து அவளை வாட்டி வதங்கவே செய்தது.

ஜோதி தன்னிடமிருந்து விலகிப்போவது தெரியாதவாறு சமன் செய்யத் தன்னிடமும், ரேவதியிடமும் அவன் செய்யும் அதீத உபசாரங்களைத் தனக்குள்ளே வைத்திருக்கக் கோசலையால் முடியவில்லை. கோசலையின் உடல்நலம் பற்றி விசாரிப்பதாக இருக்கட்டும் அவளுக்குப் பிடித்தவற்றை அடிக்கடி வாங்கிக் கொடுப்பதாக இருக்கட்டும் ரேவதியின் மீது உயிரை வைத்து அவன் வாங்கிக் கொடுக்கும் விளையாட்டுச் சாமான்களாக இருக்கட்டும். எல்லாம் சரியாகத்தான் இருக்கிறது. ஆனால், ஆற்றுக்கடியில்

இருக்கும் கூழாங்கற்களைப் போல அடியில் ஏதோ தேங்கியிருக்கிறது. அது அன்புதானா! சை... அவன் இயல்பாகத்தான் இருக்கிறான். தனக்குள் எப்போதுமிருக்கும் பாதுகாப்பற்ற உணர்வுதான் அதிகமாகி அவனை எதிர்தரப்பில் நிறுத்துகிறது. தலைக்குள் படரும் குழப்பத்தை மல்லிகாக்காவிடம் பகிர்ந்து கொள்ளலாமா!

தன்மீது அன்பாக இருக்கும் தனக்கெனச் சொந்தமென இருக்கும் ஜோதியைப் பற்றியே ஒருவரிடம் குற்றம் பேசினால் வாழ்க்கையில் என்னதான் எஞ்சுகிறது? யார்மீதான நம்பிக்கையைப் பற்றிக்கொண்டு மகளை வளர்ப்பது? ஆழ்ந்த அமைதியில் ரேவதியை மடியில் கிடத்தி வானத்தில் மேகத்தைத் தேடி புருவம் நெறித்தாள்.

இவள், கலகலவென்று பேசினாலும் உள்ளுக்குள் ஏதோ வலியைச் சுமந்து உழலுகிறாள் என்று மல்லிகாக்கா அறிந்தும் கோசலையிடம் கேட்டுக்கொள்ளவில்லை. தன் சோகத்தை மறைக்கிறாள். அதை ஓரளவுக்கு மல்லிகாக்காவால் அனுமானிக்க இயன்றும் அதை வெளிப்படையாகக் கோசலையிடம் கேட்கிற பட்சத்தில் அது அவளுக்கொரு வலியை உண்டாக்கும். அவளாகவே அதைத் தன்னிடம் சொல்லும் அளவுக்குப் பக்குவம் வந்தபிறகு சொல்லத்தானே போகிறாள்.

அவளுடைய அந்தரங்கத்தை மதித்து அமைதி காக்கும் மல்லிகாக்காவின் மீது கோசலைக்குப் பெரும் மரியாதை உண்டானது. இருவரின் பார்வைகளும் தவிப்பாறின. கோசலை அழமுடியாமல், ஒரு வார்த்தை மட்டும் மல்லிகாக்காவிடம் சொன்னாள். "எனக்குன்னு இது இருக்குக்கா. இத நல்லா படிக்க வெச்சுப் பெரிய ஆளா ஆக்கிட்டா போதும்."

'டவல் எங்கே, சைக்கிள் சாவி எங்கே, ரேவதி சாப்பிடுச்சா' என்று கேட்பதைக் கூட குறைத்திருந்தான். ஜோதிக்கும், கோசலைக்குமிடையே பேச்சே முழுதும் இல்லாமலாகிப் போயிருந்தது. இது எப்படி நிகழ்ந்தது. தான் எப்படி அனுமதித்தோம். ஒரே வீட்டிலிருக்கிறோம். எந்தச் சண்டையும், இல்லை. ஜோதி! என்ன காரணத்திற்காக இப்படி இருக்கிறாய்!

ஒருமுறை, இரவு பதினொரு மணிக்கு மேலாகியும் ஜோதி வீட்டுக்கு வரவில்லை. அப்பாவுக்காக இரண்டு மணி வரைக்கும் ரேவதி விழித்திருந்து அயற்சியில் அம்மா மடியிலேயே உறங்கிப் போனாள். உறக்கம் வராமல்

தமிழ்ப்பிரபா ◆ 87

வானத்தில் எத்தனை மேகத் திட்டுகள் இருக்கிறதென்று எண்ணியபடியும், அதன் வடிவங்களை வேறொன்றுடன் ஒப்பிட்டும் இரவை நகர்த்தினாள் கோசலை. வில்வ இலைக் கோலத்தில் வண்டிச்சக்கரம் ஏறிச் சென்றதைப் போல மேகங்கள் இருப்பதாக ஒரு ஒப்பீட்டைச் செய்தபோது உறக்கம் அதிகாலையில் அவளைத் தழுவிக்கொண்டது.

அடுத்தநாள் இரவுவரை ஜோதி வராமல் போகவே, மகளைத் தோளில் கிடத்தி, கூட வரேன் எனச் சொன்ன மல்லிகாக்காவை வேண்டாமெனச் சொல்லிவிட்டு அவன் வேலை செய்யும் இடத்திற்கு ஆட்டோ பிடித்துச் சென்றாள். அவன், இங்கிருந்து வேலையை விட்டு நின்றே நான்கு மாதங்கள் ஆகிவிட்டது என அவர்கள் சொன்னதைக் கேட்டு அலை தழுவிய பாதங்கள் மணற்பரப்பில் நகர்வது போல அவளின் கால்கள் நின்ற இடத்திலேயே நகர்ந்தன. தலை சுற்றுவது போல உணர்ந்து, கொஞ்சம் அசைந்தாலும் கீழே விழுந்துவிடுமோம் என்றெண்ணி அப்படியே நின்றிருந்தவள், சில நொடிகளுக்குப் பிறகு தோளில் படுத்திருக்கும் மகளின் தூக்கம் கலைந்துவிடாதவாறு மெதுவாக அங்கிருந்து நடக்கத் துவங்கினாள்.

யோசித்து யோசித்து அவளுக்குத் தலைவலிக்க ஆரம்பித்தது. 'அப்பா வேணும்' என்றழுத ரேவதியை ஆற்றுப்படுத்த அன்றிரவுப் பெரும்பாடாக இருந்தது. போலீஸ் ஸ்டேஷனில் புகார் அளிப்பதற்காக மல்லிகாக்காவை அழைத்தபோது "ஏ, கோசல... நா சொல்றத கேளேங்... ரேவதியப்பா கொஞ்ச நாளாவே அவங்கம்மா வீடுன்னு போக்கு வரத்தா இருந்தாப்லல. அங்க ஒரு வார்த்தை இன்னான்னு கேட்டுப் பாரேங்" என்றாள்.

கடந்த சில நாட்களாகவே அவள் முன்னுணர்வு சொல்லி எச்சரித்ததின் உண்மையில் ஒருபாதியை மல்லிகாக்காவின் வார்த்தைகளில் கேட்டவுடன் கோசலைக்கு உடல் நடுங்க ஆரம்பித்தது.

ஆறாண்டுகள் கழித்துத் தன் அப்பா, தம்பி, நாத்தனார் என யார் கண்ணிலும் பட்டுவிடக் கூடாதென்கிற பதைபதைப்புடனும், கணவனைக் குறித்தப் பயத்துடனும் மகளுடன் பேருந்தில் ஏறி சிந்தாதிரிப்பேட்டை பொடி கடை பேருந்து நிலையத்தில் இறங்கினாள்.

நீண்ட நாட்களுக்குப் பிறகு சொந்த ஊருக்கு வரும் அவளுக்கு அதன் மணத்தை, கண்ணால் கண்டு நெடுநாள் ஆகிவிட்ட சுற்றத்தைப் பார்த்து அனுபவிக்கும் மனநிலை இல்லை.

ரேவதி, விழும் நிலையிலிருந்த முன்பல்லை வெளியேயும் உள்ளேயும் நாக்கால் நீவி ஒரு விளையாட்டுப் போல செய்தபடி வந்தாள். அவள் அப்படிச் செய்வதைப் பார்க்கும்போதெல்லாம் அதட்டும் அம்மா, தற்போது தான் செய்வதைப் பார்த்தும் அமைதியாக உள்ளது ரேவதிக்கு வியப்பாக இருந்தது.

யாரையும் எங்கேயும் பார்க்காமல், ரேவதியை அணைத்துக்கொண்டே விறுவிறுவென்று நடந்து வந்தவள் ஜோதி வீடிருக்கும் தெருமுனையில் வந்து நின்றாள். அடுத்த அடி எடுத்து வைப்பதற்கே அவளுக்கு அச்சமாக இருந்தது. எந்த இடத்திலும் கண்ணிவெடி இருக்கலாம் என்கிற வீரனின் நடையில் வாசலைச் சென்றடைந்த போது இருட்டி விட்டிருந்தது. கதவைத் தட்டுவதற்குக் கூட அவளுக்குத் தயக்கமாக இருக்கவே, வீட்டுக்கு எதிரே மூடியிருந்த ஒரு வீட்டின் வாசற்படிக்கட்டில் ரேவதியை வைத்து உட்கார்ந்திருந்தாள். பல்லை நாக்கால் நீவியபடி இருந்த ரேவதியை ஒரு அடி அடித்தாள். நீண்ட நேரமாக உட்கார்ந்திருக்கும் எரிச்சல் கோசலையின் பொறுமையைச் சோதித்தது. ரேவதி, தெருவில் சாணி போட்டுக்கொண்டே போன ஒரு மாட்டைப் பார்த்து மூக்கைப் பொத்திச் சிரித்தாள். வீட்டுக்குள்ளிருந்து ஜோதி, இன்னொரு பெண்ணின் விரல்களை வருடியபடியே வெளியே வந்ததைப் பார்த்தாள் கோசலை. அவள் கழுத்தில் தாலிக்கயிற்றின் கணமும் நிறமும் துருத்தித் தெரிந்தது.

இருவரும் வாசலிலிருந்து இறங்கியதுமே பர்வதம்மா சுற்றிப் போடுவதற்குப் பின்னாலேயே வந்தாள்.

கோசலையைப் பார்த்த ஜோதி பார்வையை அவளிடமிருந்து விலக்க முடியாமல் தடுமாறினான்.

அப்பாவைப் பார்த்ததும், ரேவதி ஓடிவந்து அவன் கால்களைக் கட்டிக்கொண்டாள். பல்லை உள்ளேயும் வெளியேயும் அவனிடம் நீட்டிக் காண்பித்துச் சிரித்தாள். அவன் ரேவதியைக் கிள்ளி முத்தம் கொடுத்தான். கோசலை, அவனையே உற்றுப் பார்த்தாள்.

பர்வதம்மா கோசலையைப் பார்த்த கணத்தில் அவளை நோக்கி ஓடிவந்து அடித்துக் கீழே தள்ளினாள். "எங்கடி வந்த கூன்ச்சி, கெழுங்கு மாதிரி இருக்கிற எம் புள்ளைக்கு மைவெச்சி மயக்கி கட்டிகிட்டு இங்க வந்து கல்லாட்டம் நின்னுனு இருக்கிறியா. உனக்கு எங்க கவுரத என்னான்னு தெரிமாடி லெஞ்சா முண்ட."

கோசலையின் உச்சி முடியைக் கொத்தாகப் பிடித்து இன்னொரு கையினால் தள்ளிவிட, அவள் கையில் கோசலையின் உச்சிமுடிச் சுருளாகக் கிடைத்தது. அதைப் பார்த்துச் சொன்னாள்.

"நீ காணாப்பொணமா போறியா இல்லையான்னு பாருடி."

கோசலை அவள் உட்கார்ந்திருந்த வீட்டுக் கதவில் போய் விழுந்ததில் பூட்டியிருந்த கதவு திறந்து கொள்வது போல விரிந்தடங்கியது.

கீழே விழுந்த கோசலை எழுந்து, பர்வதம்மாளை நோக்கி வந்து தன் தலையால் அவளை முட்டித் தள்ள அவள் சரிந்து "அய்யோ" என்று விழுந்தாள்.

ஜோதி ஓடிவந்து கோசலையின் கன்னத்தில் அறைந்தான். அவன் அடித்த வேகத்தில் கோசலை நிலை தடுமாறினாள்.

"என் அம்மா பேச்சைக் கேக்காம உன்ன வந்து கட்டிக்கினம்பாரு. என்ன சொல்லணும்டி. ப்த்தூ" என அவள் மீது காறி உமிழ்ந்தான். அவளை மீண்டும் அடிக்க "ப்பா... அம்மாவை அடிக்காதப்பா" என்று அவன் கால்களை அணைத்து அழுதாள் ரேவதி.

அவள் மீது அதீதமாகக் கோபப்பட்டு, செய்யக் கூடாத ஒன்றைச் செய்து விட்டவள் என்கிற ஒரு பிம்பத்தைக் கோசலையின்மீது சுமத்துவதன் மூலம் தன்னைப் பற்றிய மதிப்பீட்டை, புதுப்பெண்ணிடம் வலுவாக்க முடியும் என்றெண்ணியவனின் பெருமூச்சு ஏறி இறங்குவதைப் புதுப்பெண் பதற்றத்துடன் பார்த்தாள்.

கீழே விழுந்த பர்வதம்மா எழுந்து கோசலையின் முடியைப் பிடித்து, வெறியில் கோசலையின் ரவிக்கையைப் பிடித்துக் கிழித்தாள். பர்வதம்மாவை ஒரு தள்ளு தள்ளி விட்டு அவனிடமிருந்து ரேவதியைப் பிடுங்கிக்கொண்டு நடந்தாள் கோசலை.

வழியில் சிலர் பார்வை தன்மீது இயல்புக்கு அதிகமாக ஏன் படுகிறதென்பதை உணர்ந்ததும், கிழிந்த ரவிக்கையை முந்தானையால் மறைத்துப் புடவையை ஆங்காங்கே சரிசெய்து ரேவதியை ஒரு கையில் அணைத்தபடி நடந்து சென்றாள்.

அவன் முன்புபோலப் பேசுவதில்லை என்பதற்கானக் காரணமாக அவள் யூகித்திருந்தது அவளுடைய தோற்றத்தின் மீது அவனுக்கு ஏற்பட்ட சலிப்பு! நாளுக்குநாள் மெருகேறி வரும் அவனது அழகிற்கு ஈடுசெய்ய முடியாத துணையாக அவள் இருப்பதால் அவளுடன் ஒரு விலக்கம். அவனுடைய ஆகிருதிக்கு ஊரில் எத்தனையோ பெண்கள் துணையாகக் கிடைத்திருப்பார்கள். தன்னைப் போன்ற ஒருத்தியைக் கட்டிக்கொண்டதற்கு வெகுமதியாக என் உறவை எப்படி வேண்டுமென்றாலும் கையாளலாம் என்கிற தைரியம்.

இப்படியெல்லாம் யோசித்த சமயங்களில் இதுகுறித்து அவனிடம் பேசுவதற்குக் கூட அவள் விரும்பாமல் இருந்தாள். மனதில் அடக்கி வைத்துக்கொள்ளாமல் அவனிடம் இதைப்பற்றிக் கேட்கலாம். ஒருவேளை, அவள் மீதுள்ள வெறுப்பை அவன் வெளிப்படையாகக் காட்டிவிட்டால் அதைத் தாங்கிக் கொள்கிற மனவலிமை தனக்கு இல்லையென்று புழுங்கி மௌனம் காத்தாள். இதெல்லாம் சேர்ந்து அதிகபட்சமாக அவனால் என்ன செய்ய முடியும்.? தன்னுடன் சரியாகப் பேசாமல், உடனிருந்து காலந்தள்ள முடியும். போகட்டும் என்று விட்டு வைத்திருந்தாள். ஆனால், இன்னொரு பெண்ணை அவன் திருமணம் செய்துகொள்வான் என்று கோசலை கற்பனை கூட செய்து பார்க்கவில்லை. அவனுக்குத் தன் மீது காதல் இருக்கிறதென்கிற நம்பிக்கை அவளை இப்படியெல்லாம் விபரீதமாகச் சிந்திக்கத் தூண்டவில்லை. இன்று கண்ட காட்சி! அவள் கையைப் பிடித்து நடந்து வரும்போது அவன் முகத்தில் இருந்த சிரிப்பு! எத்தனை நாட்களாகிறது ஜோதியின் முகத்தில் சிரிப்பைப் பார்த்து! தன் வாயோரத்திலிருக்கும் மீசையை அடிக்கடிப் பற்களால் பிடித்திழுக்கும் பழக்கம் ஜோதிக்கு உண்டு. சிரிக்கையிலும்கூட மீசையைப் பிடித்திழுக்கும் அவன் புன்னகையை நீண்ட நாட்களுக்குப் பிறகு அவள் பார்த்த கணம்!

அவன் செய்த துரோகத்தை உணர்ந்த வலியை அவளால் தாங்கிக்கொள்ள முடியவில்லை. வலி அழுகையாக மாறுகையில் சாலையில் நடக்கிறோம் என்கிற ஓர்மையில் அதை அடக்கிக்கொண்டாள். அழுகையை அடக்கும் போது வலி உடல்முழுக்கப் படர்ந்து அவளைக் கொந்தளிக்க வைத்தது!

பார்க் ஸ்டேஷனில் இரயிலேறுவதற்காகக் கூவாற்றுப் பாலத்தைக் கடக்கும்போது தற்கொலை செய்து கொள்ளலாமா என்கிற எண்ணம்

அவளுக்குத் தோன்ற ரேவதியை இன்னும் நெருக்கமாக அணைத்தபடி வேகவேகமாகப் பாலத்தைக் கடந்தாள்.

பாலத்தைக் கடந்து, தண்டவாளத்தைத் தாண்டும்போது அங்கே கொட்டிக் கிடக்கும் கற்களின் கூர்மையும், இரயில் ஓடி வழவழப்பாகிப் பாம்பின் அடிவயிற்று நிறத்தில் பளபளக்கும் தண்டவாளமும் மரணத்தை நோக்கி அவளை இழுத்தன. தண்டவாளத்தைத் தாண்டலாமா, அருகே இருக்கும் மரத்தடியில் உட்கார்ந்து இரயில் வரும்போது ரேவதியை விட்டு ஓடிப்போய் பாய்ந்து விடலாமா!

"ம்மா, வரும்போது வேற வழில நாம வந்தோம்மா"

கோசலை அமைதியாகத் தண்டவாளம் அருகே நின்றாள்.

தற்கொலைக்கு நிற்கிறாள் எனத் தெரிந்தால் பார்ப்பவர்கள் அவளை நோக்கிக் குரல் கொடுக்க நேரிடும் என்பதால், தண்டவாளத்தின் அருகே ஏதோ தொலைத்துவிட்டுத் தேடுவது போல ரேவதியின் கையைப் பிடித்து நின்றிருந்தாள்.

எழும்பூரிலிருந்து இரயில் பார்க் ஸ்டேஷன் நோக்கி வந்து கொண்டிருந்தது. சென்ட்ரல் ஜெயிலின் எல்லைச் சுவற்றையொட்டிப் பாதுகாப்பிற்கு டவர் ஹவுசின் மேலே துப்பாக்கி வைத்து நின்று பார்வையால் அலைபாய்ந்திருந்த காவலர் இரயிலையும், இவளையும் பார்த்து மேலே இருந்து குரல் கொடுத்தார்.

"க்யா டூண்ட் ரஹீ ஹோ."

கோசலை தலை அண்ணாந்து அவனைப் பார்த்தாள்.

"அம்மா, வாம்மா போலாம்" என ரேவதி அழுவது போலச் சொன்னாள் இரயில் இவர்களை நெருங்கியது. ரேவதியின் கையை அழுத்திப் பிடித்துக்கொண்டாள். இரயில் கடந்ததும் தண்டவாளத்தைத் தாண்டி டிக்கெட் வாங்கும் இடம் நோக்கிச் சென்றாள்.

ரேவதிக்கு நடந்ததன் சாராம்சம் என்னவென்று தெரியாதிருந்தாலும் அம்மாவை அப்பா போட்டு அடித்தது, அம்மா அழுதது என இவை மட்டுமே அவளும் அழுகையைத் தொடர போதுமானதாக இருந்தது. இரயில் நிலையத்தில் டிக்கெட் வாங்க வரிசையில் நின்றதும் அம்மாவுக்குத் தெரியாமல் சிரித்தாள். இதற்கு முன்பு ஒருமுறை இரயிலில் சென்று தன்

92 ◆ கோசலை

ஒன்றாம் வகுப்புத் தோழிகளிடம் கதை கதையாகச் சொல்லி அன்று வகுப்பில் முக்கியக் கவனம் பெற்றவளாகத் திகழ்ந்திருந்தாள். மீண்டும் எப்போது இரயிலில் போவோமென அப்பாவையும் அம்மாவையும் கேட்டுக்கொண்டே இருந்தவளுக்கு எதிர்பாராமல் கிடைத்த இந்த மகிழ்ச்சியை வெளிப்படுத்திக்கொள்ள முடியாத ஒரு சந்தர்ப்பத்தில் ரேவதி இருந்தாள். டிக்கெட் எடுத்துவிட்டு இரயிலுக்காகக் காத்திருந்தார்கள்.

வேலையை முடித்துவிட்டு வருகிற நேரம் என்பதால் சென்ட்ரலில் இறங்கி இரயில் மாறி வீடு செல்பவர்களின் கூட்டம் பெருமளவு இருந்தது. பார்க் ஸ்டேஷன் இரயில் நிலைய பெஞ்சுகளில் உட்கார இவர்களுக்கு இடம் கிடைக்கவில்லை. இரயில் நிலையத்தில் நின்றிருந்த தலைகள், தூரத்திலிருக்கும் சுவர் கடிகாரத்தில் நேரம் பார்ப்பது போல இரயில் வருகிறதாவென அவ்வப்போது அண்ணாந்து பார்த்து அலுத்துப் போயினர்.

இரயில் வரும் சத்தம் கேட்க, பின்னர் அது எங்கிருந்து வருகிறதெனத் தெரிந்ததும் சோர்ந்து போயினர். இரயிலைப் பார்த்த குதூகலத்தில் ரேவதிக்கு எப்போது அதில் ஏறுவோமென்றிருந்தது.

"ம்மா... ட்ரைன் வருது ஏற்லாமா?"

"அது பீச் டேஷன் பக்கம் போகுமா."

தாம்பரத்திலிருந்து கடற்கரை நோக்கிச் செல்லும் இரயில், பார்க் ஸ்டேஷனிற்கு நின்றுவிட்டு ஜார்ஜ் கோட்டையை நோக்கிக் கிளம்புகையில் இரயிலிலிருந்த பயணிகள், எதிர் நடைபாதையிலிருந்த தாம்பரம் இரயிலுக்காகக் காத்திருந்த பயணிகளைப் பரிதாபத்துடனும், அவர்கள் மட்டும் இரயிலில் போகிற ஒரு மிதப்புடன் பார்த்துக் கடக்கையில், ஒரு பெண் ரேவதியைப் பார்த்து டாட்டா காட்ட இவளும் கோசலைக்குத் தெரியாமல் டாட்டா காட்டினாள்.

இரயிலோசை, தங்கள் தண்டவாளப் பாதையை நோக்கி வருகிறதென்பது அதன் முகத்தைப் பார்த்து உறுதியானதும் எல்லோர் உடம்பிலும் ஒரு துடிப்பு ஏற்பட்டது, கைகளில் வைத்திருந்த பைகளின் பிடிகளை இறுக்கினார்கள். பெற்றோர்கள் தங்கள் பிள்ளைகளின் கைகளை மேலும் அழுத்தினார்கள். எந்த இடத்தில் நின்று ஏறினால் இடம் கிடைக்குமென முன் திட்டமிடலுடன் சிலர் இரயிலைப் பார்த்தபடியே ஓட்டப்பந்தயத்தில் இரயிலை முந்தும் வேகத்தில் ஓடினார்கள். அதையெல்லாம் பார்த்த

ரேவதிக்குத் தானும் இரயிலில் எப்போது ஏறுவோமென இருந்தது. எல்லோரும் இரயிலில் ஏறுவது வரை கோசலை அமைதியாக இருந்தாள். மகளின் நச்சரிப்பிற்கு "இருடி" என்று மட்டும் சொல்லி அவள் கையை அழுத்திப் பிடித்துக்கொண்டாள்.

எல்லோரும் ஏறி முடித்த பிறகு இரயிலில் ஏறியதும் ரேவதிக்கு உட்கார இடமிருக்கிறதா எனத் தேடினாள். கூட்டத்தில் காலியிருக்கையைக் கண்டுபிடிப்பது அவள் உயரத்திற்குச் சவாலாக இருந்தது. நின்றபடி எல்லோரும் இடம் தேடி அலைபாய்ந்தார்கள். ஒருவன் தன் ஆசனவாய்க் காற்றைச் சரியாக கோசலையின் முகத்தில் விட்டுவிட அவளுக்கு மயக்கமே வருவது போல இருந்தது. ஒரு கையில் கப்பென்று மூக்கை மூடிக்கொண்டாலும் கழிவுநெடி அவளைச் சுற்றியே இருந்தது. இன்னொரு கையில் ரேவதியைப் பிடித்துச்சென்று இடம் தேடினாள். ஓரிடத்தில் ஒரு ஒல்லியான அம்மா உட்கார்ந்தது போக மீதி இடம் காலியாக இருப்பதைப் பார்த்ததும், "பாப்பாவ மட்டும் கொஞ்ச ஒக்கார வெச்சுக்கோங்கம்மா" எனக் கேட்டாள். ஒல்லி அம்மாள் இடுப்பைக் கொஞ்சம் அசைந்து கொடுக்க, ரேவதிக்கு இடம் கிடைத்தது. இருக்கையின் அருகிலுள்ள கம்பியைப் பற்றியதும் மூக்கிலிருந்து கையை எடுத்தாள் கோசலை.

ரேவதி இரயிலில் உட்கார்ந்த மகிழ்ச்சியை அனுபவிக்கும் விதமாக நாக்கால் பல்லைத் தள்ளியிழுக்கும் விளையாட்டை வேகமாக நிகழ்த்தினாள். இரயில் கிளம்பத் தொடங்கியது. தன்னை விசித்திரமாகப் பார்ப்பவர்களின் கவனிப்பிலிருந்து தப்பிக்கும் பொருட்டு, கோசலை ஜன்னல் வழியாக வெளியே பார்த்தாள். மனிதர்கள், மரங்கள், மின்கம்பங்கள் எல்லாம் மெல்ல பின்னோக்கிச் சென்றன.

9

ஜோதி முன்னால் செல்ல கோசலை அழுதபடியே நடந்து வந்தாள். "நாம பேசுறது இன்று கடசி" எனக் குறிப்பெழுதிய காகிதப் பந்தை பால்கனி மீது அவன் வீசியிருந்தான். அது எதற்காக என்கிற காரணம் அவளுக்குத் தெரிந்திருந்ததுதான் என்றாலும் அதை எப்படி அவனிடம் நியாயப்படுத்துவது என்கிற குழப்பத்திலும், அவன் பிரிந்து சென்றுவிடக் கூடாது என்கிற பதற்றத்திலும் அழுதபடி நடந்தாள்.

இவர்களிருவரும் 'பறக்கும் இரயில்' காதலர் பகுதிக்குள் நுழைந்த புதிதில், உயர வேற்றுமையை மற்ற ஜோடிகள் ஒரு கணம் கவனிக்கிற சமயம் காதலின் உன்னதத்தை உணர்ந்து மேலும் தீவிரமாகக் காதலிக்க வேண்டுமென்கிற எண்ணம் ஏற்பட்டு ஒருவருக்கொருவர் மௌனித்து எதிர்பார்ப்பு நிறைந்த பார்வையைப் பரிமாறிய பின்னர் பேச்சைத் தொடர்வார்கள். நாளடைவில் இவர்களின் வருகை பழகிப் போகவே அவரவர் காதலில் தீவிரமாக இருக்க, அவர்கள் வந்த ஐந்து நிமிடம் கழித்து ஒரு காதலர்களில் மஞ்சள் கனாகம்பரம் வைத்திருந்த பெண் தன் காதலனைச் சீண்டி "அங்க பாரேன்" என்றாள்.

ஜோதி சைக்கிளில் நின்றிருக்க, கோசலை அவனருகில் வர, அவன் சைக்கிளைத் தள்ளியபடி நகர்ந்து போய்க்கொண்டே இருந்தான். கோசலை அவனைப் பின்தொடர்ந்தபடி அழுதுகொண்டே வந்ததால் அவளின் அழுகை அவ்விருட்டில் தெரியவில்லை என்றாலும், அவள் கண்ணீரைத் துடைப்பதைக் கவனித்த மஞ்சள் கனகாம்பரப் பெண் தன் காதலனைச் சீண்டிக் காட்டினாள்.

கோசலை மீதிருந்த கோபம் அதன் உச்சம் வரைக்கும் சென்று தற்போது அதுகுறித்து விவாதிப்பதன் மூலம் அடுத்தகட்டத்திற்கு நுழைய வேண்டுமென ஜோதி முடிவு செய்ததால், சைக்கிளை நிறுத்தி அவளைப் பார்த்தான்.

"இனிமே அப்டி கேக்க மாட்டேங்க..." அழுதாள்.

கோசலை, 'கேக்க மாட்டேன்' எனச் சொல்லி இருக்கிறாள் என்றாலும், இருவரின் உரையாடலில் வாழ்வின் அடுத்தகட்டம், எதிர்காலம், கனவு ஆகியவற்றைக் குறித்து அவன் ஆசையாகப் பேசும்போது அதன் அடிப்படையையே ஆட்டுவிக்கும் பொருட்டு அவள் கேட்கும் கேள்வி அவனுடைய காதலை அவள் களங்கப்படுத்துவது போல இருக்கும்.

அவளுக்கும் அதெல்லாம் ஆசைதான் என்றாலும், இதெல்லாம் நடக்குமா? இவன் உண்மையாகத் தன்னைத் திருமணம் செய்துகொள்வானா என்கிற அச்சம், ஒரு கேள்வியாக அவளுக்குள் எழுந்துகொண்டே இருக்கும்.

அதை ஆரம்பத்தில் நேரடியான ஒரு கேள்வியாக "நிச்சிமா நாம கல்யாணம் பண்ணிப்போம்தான?" என்று கேட்டாள்.

"என்ன கோசல இப்டி கேக்குற. உன் மேல உயிரையே வெச்சுருக்கேன்" என்றபோது அவன் தோளில் சாய்ந்து கொண்டாள்.

நாட்கள் செல்ல செல்ல அதே கேள்வியையே அவனிடம் சந்தேகமாக, கிண்டலாக, கோவமாக என நானாவிதங்களில் கேட்டுக்கொண்டே இருப்பாள்.

"ஏற்காடுல்லாம் வேஸ்ட் கோசல. ஊட்டிக்கு வா தொட்டபெட்டா கூட்டிட்டுப் போறேன். நீ இவ்ளோ நாள் தூரத்துல இருந்து ரசிச்ச மேகங்களை உன் வெரலாலயே தொடலாம்."

"ஹய், நெஜமாவா எப்போ போலாம்?"

"நம்ம ஹனிமூனுக்கு அங்க போலாம் சரியா?"

"ஓ... நீ என்ன கல்யாணம்லாம் பண்ணிப்பியா. பாருடா கதய?"

சைக்கிளின் சீட்டை ஒரு குத்துக் குத்திவிட்டுக் கோவத்துடன் ஏறி உட்கார்ந்து பெடலை அடித்து மிதித்து அங்கிருந்து போய்விடுவான்.

அவனுடனான திருமணம் குறித்த நிச்சயமின்மை அவளுக்கு இருந்துகொண்டே இருந்தது. அதை ஒவ்வொரு வகையிலும் அவன் நிரூபித்தும் அது போதாமலேயே அவளுக்கு இருந்தது.

அவளுடைய பெயரைத் தன் புஜத்தில் பச்சைக் குத்தி அந்த வார்த்தைகளைத் தடவி அவளிடம் காண்பித்தபோது...

ஒருகணம் மகிழ்ச்சியில் திடுக்கிட்டவள், அது வாழ்நாளுக்கும் நீடிக்குமா என்கிற அச்சத்தில் சந்தேகமாகக் கேட்டாள் "ஏ, பஸ்நைட்ல உன் பொண்டாட்டி, உன் கையைப் பாத்து யாரு கோசலன்னு கேட்டா என்ன சொல்லுவ?" எனச் சிரிக்க அவன் கோபத்தில் சைக்கிள் சீட்டை உதைத்து வேகமாக அங்கிருந்து கிளம்பிவிட்டான்.

அவனுக்கு இன்னொரு பெண்ணுடன் திருமணம் ஆகிவிட்டது போலவும், ஜோடியாக அவர்கள் நடந்து வரும்போது அவர்களுக்கெதிரே கடந்து போவது போலவும் அவள் அடிக்கடி கற்பனை செய்துகொண்டாள். அதில் அவளுக்கு உண்டாகும் கழிவிரக்கத்தின் மீது அவளுக்கொரு போதையிருந்தது.

நடந்தே ஆக வேண்டுமென அவள் விரும்புகிற விஷயம் ஒருவேளை நடக்காமல் போய்விட்டால் அது ஏற்படுத்துகிற வலியைக் கற்பனை பண்ணிப் பார்க்கவே பயமாக இருந்ததால், அது நடக்காமல் போய்விட்டாலும் அதை ஏற்றுக்கொள்வதற்கு மனதைப் பயிற்சி செய்துகொள்வதற்காக அவனிடம் இவ்வாறெல்லாம் கேட்கிறாளென்று மட்டும் எடுத்துக்கொள்ள முடியாது. தான் விரும்புகிற விஷயம், நடந்தேறுவதற்கு இன்னொரு நபரின் ஒப்புதலும் இருந்தால் மட்டுமே சாத்தியம் என்கிற போது, இன்னொரு நபரிடம் ஒவ்வொருமுறையும் அது நடக்குமா என்று கேட்டு அவர் வலுவாக உறுதியளிக்கிறபோது அது கொடுக்கிற இன்பம் அவனுடனான காதலைத் தொடர்வதற்கான ஊக்க மருந்தாக இருந்தது. அவன் காதலைக் களங்கப்படுத்துகிறோம் அதனால் அவனுக்கொரு வலி உண்டாகும் என அவள் உணர்ந்ததில்லை. அவன் கோவித்து சைக்கிள் சீட்டைக் குத்திவிட்டுப் போகிற சமயம் வருந்தினாலும், மறுநாளே அவள் அவனுடனான பரிசோதனை விளையாட்டுக்குத் தயாராகவே இருப்பாள்.

கோசலையின் ஆழ்மனதில் இருந்தது தன் தோற்றத்தினால் அவளுக்கு இருந்த பாதுகாப்பின்மை. தன்னை ஒருவன் காதலிப்பான் எனக் கனவில்

மட்டுமே எதிர்பார்த்திருந்த அவளுக்கு நிஜத்தில் அது நடந்தேறுகையில், அது கல்யாணம் வரை செல்லுமா? காலம் வரை இவன் தன்னுடன் இருப்பானா? என்கிற கேள்விகள் அவளை மீண்டும் மீண்டும் அவன் மீதான பரிசோதனைக்கு உந்தித்தள்ளின.

அவன் தன்னை விட்டுப் போகமாட்டான் எனத் தெரிந்த பின்னரும் கூட "என்ன உங்க வீட்ல பொண்ணு பாக்க ஆரம்பிச்சிட்டாங்க போல. ஷேவிங்லாம் பண்ணி இருக்க. அப்புறம் எப்படிப்பட்டப் பொண்ணு கெடச்சா உனக்குக் கல்யாணம் பண்ணிக்கப் புடிக்கும்..?" என ஏதாவது இப்படிக் கேட்டுக்கொண்டே இருப்பாள்.

அவனுக்கு ஒருபோதும் நடந்துவிடக் கூடாது என அவள் உள்ளூர விரும்புவதை அவன் வாயாலேயே மூர்க்கமாக மறுக்க வேண்டும். தீயின் நிழலில் உள்ளங்கைகளைக் காட்டிக் கன்னத்தில் வைத்துக்கொள்ளும்போது உணரும் கதகதப்பை அவன் மறுப்பில், அவனுடைய கோவத்தில் ஒவ்வொருமுறையும் அவள் உணர்ந்துகொண்டே இருந்தாள்.

இதனால், சலிப்புற்ற அவன் நாம் பிரிந்து விடலாமெனக் காகிதக் குறிப்பு ஒன்றை எழுதிப் போட்டபோது. இவள் "ஓ, மண்டப அட்வான்ஸ் எல்லாம் கொடுத்திட்டீங்களா?" எனப் பதிலுக்கு எழுதி, அதை அவன் படித்துக் கோவமடைவதைப் பார்த்துச் சிரித்தாள்.

அதற்குப் பிறகு, அவன் இரண்டு நாட்களாக வீட்டுப்பக்கம் வராதபோது, இது ஏற்கெனவே தான் எதிர்பார்த்ததுதான் என்றும் இதற்குத்தான் எப்போதுமே தயாராக இருந்தேனென்றும் தனக்குள் நினைத்து இயல்பாகவே இருந்தாள்.

அவனின் புறக்கணிப்போ ஒருவாரம் தாண்டியும் தொடர்ந்தது. தன்னை உண்மையாகக் காதலித்த ஒருவனைத் தானே துண்டித்துவிட்டோமே, எந்த இடத்தில் அவனுடைய அன்பு பொய்யாக இருக்கிறதெனக் கண்டோம், அவன்மீது நம்பிக்கையின்மை வருகிற அளவுக்கு அவன் என்ன செய்துவிட்டான் என யோசிக்கிற போது தன்னுடைய குற்ற உணர்ச்சியின் சுமை தாளாமல் அழுதாள்.

அவனிடம் பேச முயற்சி செய்தபோது அவளால் சலிப்புற்றவன் அவளைப் பார்க்கவே கூடாதென இரண்டு வாரத்திற்கும் மேலாகக் கடுமையாக இருந்தான். அவன் வீட்டுத் தெருப்பக்கம் போவதும் வருவதுமாக அவளிருக்க, தெரு வளைவில் அவளைச் சந்தித்து எல்லாம் முடிந்துவிட்டது

இனிப் பேச ஒன்றுமில்லை என மறுத்தான். அவன் மறுப்புத் தெரிவிக்கத் தெரிவிக்க அவளின் கெஞ்சுதல் அதிகமானது. ஒருமுறை தெருவில் ஜன நடமாட்டம் இருக்கிறதென்றும் பார்க்காமல் அவன் காலில் கூட விழப் போனாள். அதன்பொருட்டே அவன் நாம் சந்திப்பது இன்றே கடைசி எனச் சந்திக்கப்போகும் குறிப்பிட்ட நேரத்தை எழுதிக் காகிதக் குறிப்பில் அனுப்பினான். அது என்னாவாக இருக்குமென்று மிகுந்த பதற்றத்துடன் கைகள் நடுங்க பிரித்துப் பார்த்தபோது, அவன் தன்னைச் சந்திக்கச் சம்மதித்திருக்கிறான் என்பதை விட இதுதான் கடைசி என்கிற சொற்கள் சிதறி அவள் உடம்பில் பொடிமுள்ளாக ஆங்காங்கே குத்தின.

ஆனாலும், கிடைத்த வாய்ப்பைத் தவறவிடக் கூடாதென்று அவனைச் சந்திக்கச் சென்றாள். இருவரும் அங்கே வந்த பின்னரும் அவள் மீது அவனுக்கிருந்த கோவம் அடங்கவில்லை. அவள் நெருங்க நெருங்க அவன் சைக்கிளைத் தள்ளியபடி விலகிப் போய்கொண்டே இருந்தான். அங்கிருப்பவர்கள் இவர்களைக் கவனிப்பதைப் பார்த்தவன் அவர்களின் விசித்திரப் பார்வையினால் கோவமுற்று இதை இப்போதே முடித்துவிட வேண்டுமென அவளிடம் உரையாடத் தயாராகி, சைக்கிளை ஆவேசமாக ஸ்டாண்ட் போட்டு அவளைப் பார்த்துச் சொன்னான்,

"அதான் சொல்றன்ல. என்னை விட்டுடு கோசல."

அவனருகே அழுதுகொண்டே வந்து "சத்தியமா இனிமே அப்டில்லாம் பேச மாட்டேன்" என்கிற வாக்கியத்தை முழுதாகச் சொல்ல முடியாமல் தேம்பியதில் அவ்வார்த்தைகள் சிதறி அவன் காலருகில் விழுந்தன.

"என் மேல நம்பிக்கையில்லாம என்கிட்டே பழகி... எதுக்கு உன் வாழ்க்கையைக் கெடுத்துக்கிற, போ."

அதைச் சொன்ன அடுத்த கணம் 'உன்னப் போல ஒருத்திய லவ் பண்றேன்னா அது எவ்ளோ உண்மையா இருக்கணும். உனக்கு அது புரியலையா.?' இதை அவளிடம் சொல்லலாமா என அவனுக்குத் தோன்றியது. கஷ்டப்பட்டு அடக்கிக் கொண்டான். தன்னுடைய பெருந்தன்மையைக் காட்டுவதைவிட அவளை இது காயப்படுத்தும். ஆகவே, சொல்லக் கூடாதென்று சொற்களை விழுங்கும்போது ஏறி இறங்கிய தொண்டைக் குண்டில், அவனுடைய பார்வையில், அவன் சொல்லக் கூடாத ஒன்றைத் தன் மீதிருக்கும் அன்பின் பொருட்டு அடக்கிக்கொள்கிறான்

என்பதை அவள் உணர்ந்தபோது அவன் மிக உயர்ந்தவனாக அவளுக்குத் தெரிந்தான்.

அவனையே பார்த்தபடி இருந்தாள்.

"நீ, இப்டி இருக்கிறதால நான் உன்ன விட்டுப் போயிடுவேன். கல்யாணம்லாம் பண்ணிக்க மாட்டேன்னுதான நினைக்கிற?"

கோசலைக்கு ஆமாம் என்று தலையாட்ட வேண்டும் போலத்தான் இருந்தது.

அவளுக்குள் இருக்கும் பாதுகாப்பற்ற உணர்வு எந்தச் சூழலிலும் அவளை விட்டு அகலாதது குறித்து அவளுக்கு ஆச்சரியமாக இருந்தது. அதை மீண்டும் மீண்டும் வெளிப்படுத்தி அவனைக் காயப்படுத்த வேண்டாமெனவும் அப்போதைக்குப் பிரச்சினைக்கு முடிவு கட்டும் விதமாகவும் அவள் அவனருகில் வந்தாள்.

"கொஞ்சம் குனியேன்?"

"எதுக்குன்னு சொல்லு?"

"நா சொன்னா கேப்பல்ல. கொஞ்சம் குனியேன்."

அவளிடம் பேசாமல் இரண்டு வாரமாக அவளைத் தத்தளிக்க வைத்ததே அவளுக்குப் போதுமான தண்டனை என அவன் உணர்ந்திருந்ததால் அவளை மன்னிக்கலாம் என்கிற மனநிலைக்கு வந்திருந்தவன் அவள் சொன்னதும் குனிந்தான்.

அவன் குனிந்தபோது அவன் தலையில் கை வைத்துச் சொன்னாள் "நமக்குப் பொறக்கப் போற பாப்பா மேல சத்தியமா சொல்றேன். இனிமே உங்கமேல நம்பிக்க இல்லாத மாதிரி அப்டிலாம் பேச மாட்டேன்."

அவன் குனிந்ததால் இருவரின் கண்களும் நெருக்கத்தில் சந்தித்துக் கொண்டன. அவளிடம் எப்போதும் வீசும் ஜவ்வாது மணம் அவனைக் கிறக்கியது. அவளுடைய தீவிரத்தன்மையைப் புரிந்துக்கொள்வதைவிட காமத்துப் பக்கம் பேச்சைத் திசை திருப்புவதன் மூலம் நிகழும் தனிமைச் சூழலைச் சாதகமாகப் பயன்படுத்த முடியுமா என்கிற வகையில் அவன் கேட்டான்.

“குழந்தை மேல சத்தியம் செய்றே சரி. ஆனா, அதுக்கு மொதல்ல கொழந்தை பெத்துக்கணுமே. அதுக்கான ஒத்திகைல கொஞ்சம் மட்டும் இப்போ பாக்கலாமா”. சொல்லிவிட்டு ஒரு கண்ணை மட்டும் மூடித் திறந்தான்.

“ச்சீ...” என்றவள் பேச்சை திசை திருப்பும் பொருட்டுக் கேட்டாள்.

“சரி, உனக்குப் பொண்ணுதான் வேணும்னு சொன்னியே. பொண்ணு பொறந்தா என்ன பேர் வைப்ப?”

“நீ உனக்குப் பையன்தான் வேணும்னு சொன்னியே பையன் பொறந்தா என்ன பேரு வைப்ப?”

“மொதல்ல நீ சொல்லு.”

“நீ சொல்லுடி.”

“நா, வேல்முருகன்னு பேர் வைப்பேன்.”

“நீ?”

“நா, ரேவதின்னு பேர் வைப்பேன்.”

“ஏன் ரேவதி?”

“எனக்கு நடிகை ரேவதின்னா ரொம்ப புடிக்கும்.”

“ஏன் புடிக்கும்?”

“க்ளாமரால்லாம் நடிக்க மாட்டா. ரொம்ப அழகு. கிழக்கு வாசல்ல பாத்தப்புறம் ஏதோ சொல்வாங்களே தெய்வீக அழகுன்னு... அப்டியொரு...”

“ம்க்கும்... போதும் போதும்...” என வாயைக் கொணட்டினாள்.

“அதுவும், போனவாரம் ஒலியும் ஒளியும்ல பச்சை மலைப்பூவு போட்டாம் பாரு. அதுல பாக்கணுமே நீ ரேவதிய... ஊஞ்சல்ல ஆடும்போது”

“ஏ, இப்போ நிறுத்திறியா இல்லையா. ரேவதிதான் அழகுன்னா அவளையே போய்க் கட்டிக்க வேண்டியதுதானே.”

“ஏ... நீ ரேவதியை விட அழகுடி.”

“அடிவாங்காத கம்முனு இரு.”

“பாத்தியா… திரும்பவும் என்னை நம்ப மாட்டுற.”

“சரி சரி நம்புறேன்… கோயிச்சுக்காத.”

“நா கொயிச்சுக்கக் கூடாதுன்னா… ரேவதி மாதிரி நாம பெத்துக்கிறதுக்கு ஒரு சின்ன ஒத்திகைப் பாக்கலாம். கிட்ட வாயேன்…”

“ரேவதி மாதிரில்லாம் இல்ல. என்ன மாதிரி பெத்துக்கணும்.”

“சரி வா.”

“இல்ல இல்ல என்ன மாதிரி வேணா. ரேவதி மாதிரியே பெத்துக்கலாம்.”

“சரி, அப்போ கிட்ட வா.”

அவள் பின்னகர்ந்தாள்.

“ஏ… உனக்கு ரேவதி வேணுமா வேணாவா… கிட்ட வா…”

“அங்க பாக்குறாங்க.”

“ச்ச்… கிட்ட வாடி.”

அவள் சிரித்துக்கொண்டே பின்னகர்ந்து சென்றாள்.

“ஏ… ரேவதி…. ஏ… ரேவதி, சார் பாப்பாவைக் கொஞ்சம் தட்டி எழுப்புங்களேன் எறங்கப் போறோம்.” இரயில் ஜன்னலோரத்தில் உறங்கிச் சாய்ந்த ரேவதியைப் பெரியவர் தட்டி எழுப்ப அவள் தலையைச் சொறிந்து மலங்கப் பார்த்துத் தன் அம்மாவைக் கண்டுபிடித்ததும் வாயிலொழுகியிருந்த ஜொள்ளை, வாயை வைத்தே சட்டையில் துடைத்துக்கொண்டாள்.

சைதாப்பேட்டை இரயில்வே ஸ்டேஷனில் இறங்கி காரணீஸ்வரர் கோயிலுக்கு எப்படிப் போக வேண்டுமென வழிகேட்டு ரேவதியின் கையைப் பிடித்து, ஒருவரிடம் மணி கேட்டபோது “எட்டுப் பத்து” என்றார். நடந்து வருகையில், ‘ம்மா அப்பா கூட இருந்தவங்க யார்மா? அப்பா ஏன் நம்ம கூட வரல? இப்போ எங்க போறோம்’ என்ற ரேவதியின் பல கேள்விகளுக்கு கோசலை பதில் சொல்லவே இல்லை. அவளிடம் இருக்கும் அழுத்தமான அமைதியைக் கண்ட ரேவதியும், ஏதோ புரிந்து அமைதியாக இருந்தாள். பசி என்றுகூட வாய் திறக்கவில்லை. கோசலை

ஒரு வெத்தலைப் பாக்குக் கடையில் நின்று ரெண்டு கற்பூர வாழை வாங்கிக்கொடுத்தாள். ரேவதி வாழைப்பழத்தைச் சாப்பிட, கோயிலை நோக்கி வந்தார்கள். பசியில் குழந்தை இரண்டு பழத்தையும் விழுங்கியதை நினைக்க கோசலைக்கு அழுகை வந்தது.

இருவரும் நடந்து வருகையில் ரேவதி அம்மா என்று அழைத்து ஈ என்று காட்டினாள்.

"பல்லு எங்கடி... வாழப்பழத்தோட சேர்த்து முழுங்கிட்டியா. குடுக்கும்போது யோசிக்கவே இல்லையே... அய்யோ!"

ரேவதி பின்னால் வைத்திருந்த கையை முன்னால் எடுத்துவந்து உள்ளங்கையை விரித்தாள்.

"ஏ, தூரம் போடுடி..."

"ம்மா நீ வேற... மண்ணுல பொதச்சி வெச்சாதான் எனக்கு பல்லு மொளைக்குமாம்."

கோசலை அவளை முறைத்துவிட்டு நடக்கத் துவங்கினாள்.

தெருக்களில் ஆளரவம் குறைந்திருந்தது.

குல்பி ஐஸ் வண்டியின் மணிச்சத்தம் தூரத்தில் கேட்கத் துவங்கியது.

"ம்மா... பழசு இருந்தா போடுங்கமா" என்ற இராப்பிச்சைக்காரரின் நீண்ட இறைதலும் அவரின் தோற்றமும் ரேவதிக்குப் பயமாக இருந்தது.

ஆட்கள் நடமாட்டம் குறைந்து தெருவிளக்கின் வெளிச்சத்தையும் அங்கிருக்கும் முருங்கை மரங்கள் பறித்துக்கொள்ள, மரங்களின் நிழலினாலும் வெளிச்சத்தின் போதாமையினாலும் இருளோவென்றிருந்த தெருவில் நடந்து வந்தார்கள்.

இருவரும் நடந்து வருவதைத் தூரத்திலேயே கவனித்த நாயொன்று இவர்களை நோக்கிக் குரைத்துக்கொண்டே ஓடிவந்தது. ரேவதி பயந்து போனாள். நாய் நெருங்கியது. ரேவதி கோசலையை அணைத்து "ம்மோவ் தூக்கிக்கம்மா, பயமா இருக்குது" என்றாள். ரேவதியின் எடையைச் சுமக்கும் வலு கோசலைக்கு இல்லை. நாயின் உக்கிரம் கோசலைக்கு அச்சமாக இருந்தது. நாய் இன்னும் நெருங்க கோசலை ரேவதியிடமிருந்து கையை உதறித் தெருவோரத்திலிருந்த கல்லை எடுத்து நாய் மீது வீச, அதன் மீது

படவில்லை என்றாலும் நாய் கோசலைக்குப் பயந்து அவளைத் தாண்டி ஓடியது. அது அவர்களைத் தாண்டும்போது ரேவதிக்கு உடல் சிலிர்த்தது.

துரத்திய நாய் இவர்கள் நடந்து வருகையில் பின்னாலிருந்து குரைக்க ஆரம்பித்தது. அதனுடன் இன்னொரு நாயும் சேர்ந்து குரைக்க "அம்மா தூக்கு, தூக்கு" என்றாள் ரேவதி.

கோசலையின் தோற்றம் கருதி அவ்வப்போது நாய்கள் அவளைப் பார்த்தால் குரைப்பதுண்டு. அதை மற்றவர்கள் கவனிக்கும்போது அவளுக்கு ஏற்படும் உறுத்தலை நீட்டிக்க விரும்பாமல் நாய் குரைக்க ஆரம்பித்த உடனேயே அங்கிருக்கும் கற்களை எடுத்து நாய்கள் மீது வீச, அவை சற்றுப் பயந்துபோய் பின்வாங்கிய மறுகணமே மீண்டும் அவளைச் சுற்றி வந்து குரைக்கும். ஆனாலும், கோசலை நின்று அவைகளை விரட்டுவாள். பார்ப்பவர்களுக்கு அவள் மீதிருந்த கரிசனம் விலகி என்னவொரு தைரியமான பெண் என நினைப்பார்கள்.

கோசலையிடம் ஏற்கெனவே கல்லடி வாங்கியதால், துரத்தி வந்த நாயிடம் பழைய வேகம் இல்லையெனினும், குரைப்பதில் அதன் வேகம் அப்படியேதான் இருந்தது. அதனுடன் இன்னொரு நாயும் என இரண்டு நாய்களும் வலமும் இடமுமெனப் பிரிந்து குரைத்தன.

எதிரே மீன்பாடி வண்டியில் பலகை போட்டு, வாழைப்பழம் விற்று நடந்து வந்தவர், இதைக் கவனித்து நின்று நாய்களை துரத்தினார். பயப்படுவது போலப் பின்னகர்ந்த நாய்கள் மீண்டும் கோசலையைத் தொடர்ந்தன.

"ம்மா, வாம்மா ஓடலாம்... ம்மா வாம்மா ஓடலாம்" என ரேவதி அழுதபடியே அம்மாவின் கையைப் பிடித்து நடையைத் துரிதப்படுத்தினாள். அவர்கள் நடையை வேகப்படுத்த நாய்களின் குரைப்பும் அதற்கு ஈடாக இருந்தது.

கோசலை நின்றாள். ரேவதியின் கையை விட்டுத் திரும்பி நாய்களைப் பார்த்தாள். தலை அண்ணாந்து அவளைப் பார்த்துக் குரைத்தன. அதனருகே சென்றாள். செல்லும்போது ஓரத்தில் கற்கள் இருக்கிறதா எனப் பார்த்து நான்கைந்து கற்களைக் கையில் அவள் எடுக்கும்போது நாய்கள் அச்சுறுத்தலுக்கு உள்ளாகின. கற்களைச் சரமாரியாக நாய்கள் மீது வீசினாள். இரண்டு நாயும் புணர்ச்சித் துணையைத் தூரத்தில் கண்ட வேகத்தில் ஓடின.

மூச்சு வாங்கத் திரும்பியவள் ரேவதியிடம் வந்து கையைப் பிடித்துக் கோயில் நோக்கி நடந்தாள்.

“ம்மா நாய் வரலம்மா” என ரேவதி முகமலர்ந்து சொன்னபோது கோசலை சொன்னாள் “பயந்து ஓடுனா தொரத்தினேதாண்டி இருக்கும்.”

இருவரும் கோயிலுக்கு வந்து சேர்ந்தார்கள். மூடப்பட்டிருந்த கோயில் வாசலில் பூ விற்ற சில்லறையை எண்ணிப் பார்த்திருந்த அம்மாள், கோசலையையும் ரேவதியையும் நிமிர்ந்து கவனித்தாள். “வாம்மா... இன்னா இந்நேரத்துல” எனத் தயவாகக் கேட்டாள். பெரிய கொண்டையில் தலை நிறையப் பூச்சூடி எலுமிச்சை அளவில் குங்குமப் பொட்டு வைத்து, மொடமொடப்பான இரத்தச் சிவப்பு நிற வாயில் புடவையில் மெலிந்த உருவத்துடன் உதட்டோரம் வெத்தலைச் சாறு ததும்ப உட்கார்ந்திருந்த பூக்காரம்மாளைப் பார்த்து அவளருகே போவதற்கு ரேவதிக்கு அச்சமாக இருந்தது. கோயிலுக்குப் போக வேண்டுமென கோசலை சொன்னாள். தன்னுடைய செல்வாக்கைப் பயன்படுத்தி அவர்களை எப்படியாவது உள்ளே அனுப்ப வேண்டுமெனப் பூக்காரம்மாளுக்குத் தோன்றியது.

“இருமா. அய்யருகிட்ட சொல்லி அவர கூட்டியாறேன்.” என்று வெடுக்கென்று எழுந்துபோய் அய்யருடன் வந்தாள். பூக்காரம்மாளுடன் வந்த அய்யர் கோசலையையும் பிள்ளையையும் கண்டு நெகிழ்ந்தவராய் “சரிம்மா வா” என்று கதவைத் திறந்தார்.

மூலவர் காரணீஸ்வரர் சந்நிதியைத் திறக்க முடியாதென்றும், சுற்றுப் பிரகாரத்துச் சாமிகளானத் தாயார் சொர்ணாம்பிகை, திரிபுரசுந்தரி குறிப்பாக, சௌந்திரேஸ்வரர் சந்நிதியைத் தவறவிடக் கூடாதென்றும் சொன்னார்.

சரி என்பது போலத் தலையாட்டியவள், ஒரு சுற்றுக் கோயிலைப் பார்த்தாள். பத்துக் கைகளிலும் ஆயுதத்துடன் சம்ஹாரப் பார்வையில் “ஓடாதடா வெட்டிடுவேன்” என்பது போலக் காலடியில் ஒருவனை மிதித்துக்கொண்டிருந்த வீரபத்திரனைப் பார்த்து அவரருகே வந்தாள். கண்களை மூடிக் கழுத்திலிருந்த தாலியைக் கழட்டி, வீரபத்திரனின் காலடியில் வைத்து ரேவதியின் மணிக்கட்டைப் பிடித்து விறுவிறுவென்று நடக்கத் துவங்கினாள். அய்யர் உறைந்து, அவள் போவதையே பார்த்துத் துணுக்குற்று வானம் நோக்கிக் கைகளைக் கூப்பினார்.

கோயிலுக்கு வெளியே வந்ததும் ரேவதி அம்மாவின் கையை உதறி அருகேயிருந்த சிறிய மணற்பரப்பிற்கு ஓடினாள். கையிலிருந்த பல்லை மண்ணைக் கிளறிப் புதைத்தாள். கோசலை அவளுக்காக அங்கே காத்திருக்க, பூக்காரம்மா கேட்டாள்.

"இன்னாம்மா அதுக்குள்ள கும்பிட்டியா. அய்யர் தெரிஞ்சவர்தாம்மா ஒன்னும் சொல்ல மாட்டாரு. மன்சாரத்தான் வேண்டிக்கினு வா."

"இல்லம்மா முடிஞ்சிடுச்சு."

பூக்காரம்மா கோசலையைப் பார்த்தாள்.

"ன்னாடி பொதைச்சிட்டியா."

"பாரு எவ்ளோ சீக்கிரம் வளரப் போவுதுன்னு." என்று சொல்லி ஈ என வாயைக் காட்டி சிரித்தாள்.

"எம்மா, ராஜாத்தி கோயிலுக்கு வந்து பூ வாங்காம போறியேம்மா. இந்தா வா. காசுலாம் வேணாம்" எனப் பூக்காரம்மா கதம்ப மல்லியை நீட்டிச் சிரித்தாள். அவள் சிரிப்பை மறுக்க முடியாமல், அவளருகே சென்று கொடுத்த பூவை தன் கூந்தலில் சூடி ரேவதி கையைப் பிடித்தபடி நாய்கள் துரத்திய அதே தெருவை நோக்கி மந்தகாசத்துடன் நடக்கத் துவங்கினாள்.

10

விஷயமறிந்த மல்லிகாக்கா "ஏ... கோசல தெபாரு... நா பங்களா வேலை செய்ற ஓனரு பெரிய வக்கீலு. அவர்கிட்ட சொன்னோன்னு வெச்சுக்கோ மகன கந்தையாக்கிடுவாரு அவன. நீ ஊங் சொல்லு..."

"ஏ... இங்க பாருடி... நீ கூட மட்டும் வா... ஆயிரம் வெளக்குல லேடிஸ்க்குனே போலீஸ் டேசன் இருக்குதாங்... அங்கப் போயி இப்டி பண்ணிட்டான்னு கம்ப்ளைண்ட் எய்தி குத்தோன்னு வை, இவன நாரச்சி நடுரோட்ல நிறுத்திடுவானுங்கோ... இன்னா சொல்ற?"

மல்லிகாக்காவின் ஆங்காரத்திற்குக் கோசலையிடம் அமைதியே பதிலாக இருந்தது. எதிர்காலம் குறித்த அச்சத்தின் அமைதி! தனக்கு நிகழ்த்தப்பட்ட துரோகத்திற்கான நியாயத்தை அடுத்த கட்டத்திற்கு முறையிடும் பொருட்டு, அடுத்தவர்களுக்குத் தன் மீது எழும் கழிவிரக்கத்தை விரும்பாத அமைதி! ஏன் விட்டு விலகினேன் என அவன் எல்லோர் முன்னிலையிலும் சொல்ல நேர்ந்தால் அதைக் கேட்க விரும்பாத அமைதி! இனி, தன்னைக் காப்பாற்றிக்கொள்ள முடியாது என நினைக்கிற உயிர் தன் ஜீவனுக்கானப் போராட்டத்தை நிறுத்தி, நிலைகுத்திய விழிகளுடன் மரணம் தன்னைத் தழுவிக்கொள்ள அனுமதிக்கும் அமைதி! இவ்வமைதிகளின் அடியாழத்தில் அமிழ்ந்து கிடந்தாள்.

கோசலைக்கு விருப்பமென்றால் அவளிருந்த வீட்டைக் காலி செய்துவிட்டு ஒரே வீட்டில் தங்கிக்கொள்ளலாம் என மல்லிகாக்கா கேட்டபோது முக்கியமான உறவுகளாகத் தன் வாழ்க்கையில் இருந்த அப்பாவையும் கணேசனையும் நினைத்துப் பார்த்தாள். இவ்வளவு நடந்த பிறகும்கூட அவர்கள் வந்து பார்க்காமல் இருப்பதை எண்ணும்போது வாழ்ந்துகாட்ட வேண்டுமென்கிற ஒரு வெறி கோசலையின் உடலில் ஒரு தீப்போலப் பற்றியது.

ஹவுஸ் ஓனரம்மா சம்மதம் தெரிவித்தப் பிறகு ஒரே வீட்டில் தங்குவது உறுதியானதும், சாப்பாட்டுச் செலவுக்குத் தன் பங்கிற்கு ஏதாவது கொடுக்க வேண்டுமெனவும், பொம்பளப் புள்ளைக்கு எதுனா சேர்த்து வைக்க வேண்டுமெனவும் அரும்பாக்கத்திலுள்ள ஒரு எக்ஸ்போர்ட் கம்பெனியில் தலையணை உறைகள் தைக்கும் வேலைக்குச் சேர்ந்தாள். எம்.எம்.டி.ஏ காலனியிலுள்ள மாநகராட்சிப் பள்ளியில் மல்லிகாக்கா மகன் சிவக்குமாருடன் சேர்ந்து ரேவதியும் பள்ளிக்குப் போகத் துவங்கினாள்.

ரேவதி நன்றாக வளர்கிறாளா, வயதிற்கு ஏற்ற வளர்ச்சி இருக்கிறதா என மல்லிகாக்காவிடம் ஒருவித நடுக்கத்துடன் கேட்டுக்கொண்டே இருப்பதை அவளால் நிறுத்த முடியவில்லை.

தன்னைவிட ரேவதி உயரமாக வளர்ந்துவிட்டதை ஒருநாள் பள்ளிக்கு அழைத்துப் போகையில் கவனித்தபோது வழியிலுள்ள கடையில் ரேவதிக்கு நாலு 'ஆசை' சாக்லேட் வாங்கிக் கொடுத்துத் தானும் ஒன்றைப் பிரித்து வாயில் போட்டு அதக்கிக்கொண்டே வந்தாள். எதுக்குச் சாக்லேட் என ரேவதி கேட்டதற்குப் பதில் சொல்லலாமா வேண்டாமா என்கிற குழப்பத்தில் சாக்லேட் கவரைச் சுருட்டிக் கீழே போடப் போக, அதைப் பார்த்துத் துணுக்குற்ற ரேவதி சாக்லேட் கவரைப் பிடுங்கினாள். அதிலுள்ள சிறப்பம்சத்தை அம்மாவிடம் சொல்லும் மும்முரத்தில் சாக்லேட் ஏன் வாங்கிக் கொடுக்கப்பட்டது என்கிற கேள்வியிலிருந்து விலகினாள்.

ரேவதியைப் பள்ளியில் விட்டுவிட்டு வீட்டிற்கு நடந்துவரும்போது கோசலையின் நடையில் ஒரு வேகமும் கம்பீரமும் இன்பச் செய்தியைச் சொல்லும் அவசரமும் இருந்தது. மல்லிகாக்காவிடம் அதைச் சொல்லுவதற்குத் தனக்குள் பேசிக்கொண்டே வந்தாள்.

ரேவதி ஸ்கூல் முடித்துவிட்டு மாலையில் ஐஸ்பாய், நொண்டி எனத் தெருவில் விளையாடிவிட்டு வீட்டுக்கு வந்துவிடுவாள். இரவு நேரங்களில்

'அப்பா அப்பா' என்று ஏங்கிப் போவாள். ஆரம்பத்தில் ஏதேதோ சொல்லி சமாதனம் செய்த கோசலை, பின்னர் அப்பாவைக் கேட்கும் போதெல்லாம் ரேவதியைச் செம்மையாக அடிக்கத் துவங்கினாள். அடிவாங்கிய பிறகே உறக்கம் தழுவுவது ரேவதிக்கு வாடிக்கையாகி விட்டிருந்தது.

சாயுங்காலம் பிள்ளைகளுடன் ரேவதி நொண்டி ஆடுகையில், அவள் முறை வந்து தரையில் வரையப்பட்ட சதுரமொன்றில் செங்கல் துண்டைத் தூக்கி விசிறும்போது "ரேவதி பாப்பா" என்றொரு குரல் கேட்கத் திரும்பிப் பார்த்தாள்.

ஜோதி சைக்கிளுடன் நின்றிருந்தான். "அப்பா" என ஓடிப்போய் அவனைக் கட்டிக்கொண்டாள். சைக்கிளின் முன்கம்பியில் உட்கார்ந்தால் குத்துமென அவளுக்கென அப்பா அடித்து வைத்திருந்த மெத்து மெத்தென்று இருக்கும் பேபி சீட்டை ஒரு குத்துக் குத்தி ஏறி உட்கார்ந்தாள். ஜோதி சைக்கிளை ஓட்டும்போது கையை அவன் தாடியில் அளைந்து அதில் ஏற்படும் குறுகுறுப்பை ஒரு விளையாட்டாகச் செய்தாள். தன்னுடன் நொண்டி ஆடிய பிள்ளைகளைத் தாண்டி சைக்கிளில் போகும்போது அவர்களிடம் டாட்டா காட்டியபடியே... "எங்கப்பா... எங்கப்பா... எங்கப்பா... எங்கப்பா" என்றாள்.

"ஏய், ரேவதி... ஏய்... ச்சீ... எழுந்துக்கடி.. ங்கொப்பன் கப்பல்ல வர்றான் உன்ன பாக்க. எழுந்துக்கடி ஸ்கூலுக்கு டைம் ஆவுது."

தூக்கத்தில் அப்பா வந்ததை நினைவுப்படுத்த முயன்றவளின் பார்வை எங்கோ நிலைகுத்தியிருந்தது. "எங்கப்பா எங்கப்பா எங்கப்பா" என்பது மட்டும் ஞாபகம் மோதிக் கடந்தது. அவளை அதட்டிச் சட்டைப் பட்டன்களைத் திருகினாள் கோசலை.

அன்று பள்ளிக்கூடத்துக்குச் சென்ற ரேவதி, கோசலை வேலைக்குச் சென்று வீடு திரும்பும் வரைக்கும் வராததால் சிவக்குமாரைக் கேட்டபோது, "நீ போ. எல்ந்தப்பழ ஜாம் வாங்கின்னு நா பின்னால வரேன்னு சொல்லுச்சு அத்த" என்றான்.

பள்ளிக்கூடத்தில் தேடினாள். அங்கு வேலை செய்யும் ஆயாம்மாவுடன் பள்ளிக்கு அருகே உள்ள பூங்காவிற்குச் சென்றார்கள். அங்கேயும் இல்லை.

ரேவதியின் தோழி ஒருத்தியின் பெயரைக் கோசலை சொன்னபோது, ஆயம்மா தோழியின் வீட்டுக்குக் கோசலையைக் கூட்டிப் போனாள். விசாரித்தால் அங்கும் ரேவதி வரவில்லை.

கோசலையின் விரல் நுனிகளில் நடுக்கம் பரவியது. அவள் எண்ணங்கள் பலவாறாக ஓடியது. அலைபாயும் அவளைக் கண்ட ஒரு போஸ்ட்மேன் சைக்கிளை நிறுத்தி "ஏமா, உன் பொண்ணு தானா அது. பஸ் ஸ்டாண்ட்ல தனியா உக்காந்துனுகிது பாரு" எனச் சொல்ல கோசலை நடக்கும் வேகத்தைக் கண்டு போவோர் வருவோர் நிற்க, அவள் இவர்களைத் தாண்டிப் போனாள். அவள் செல்லும் காரணத்தை அறிந்து கொள்ளும் விதமாக இவள் பக்கம் திரும்பினர். இவர்களின் பார்வைக்கு அப்பாற்பட்டு அவள் நடந்து ஒரு வளைவில் திரும்பியதும் துயரத்துடன் அவரவர் பாதையை நோக்கினர்.

மூச்சு வாங்க பேருந்து நிலையத்தை நெருங்கியவள், அங்கே உட்கார்ந்திருக்கும் ரேவதியைக் கண்டாள். அவளுக்குத் தெரியாமல் பின்னாலே சென்று அவளைப் பிடித்துப் பேருந்து நிறுத்தத்திலேயே நிற்க வைத்துக் கன்னத்தில் அறைந்தாள். "அப்பா கிட்ட போறேன். எங்க அப்பா கிட்ட போறேன்" என ரேவதி தேம்புகையில் அடி வேகமெடுக்க, ஆயம்மா ஓடி வந்து தூக்கி வீடு வரைக்கும் ரேவதிக்குப் பாதுகாப்பாக விட்டுப் போனாள்.

அவ்வளவு அடி வாங்கிய பிறகும் அன்றிரவெல்லாம் 'அப்பா அப்பா' என ரேவதி அரற்றியதைக் கண்ட மல்லிகாக்கா "உன் நெலமைக்குச் சின்னப் புள்ள இன்னா பண்ணும்.? அவங்க அப்பன வந்து பாக்க சொல்லு. புள்ள ஏங்கி ஏற்கெனவே கை காலெல்லாம் வீங்கிப் போச்சு. அப்புறம் எதுனா ஆயிடப்போது" என்றாள்.

ஜோதியின் வீட்டு முகவரியைக் கொடுத்து, சண்டைக்கு ஏதும் நிற்க வேண்டாமெனவும் ரேவதியை மட்டும் பார்த்துவிட்டுப் போகச் சொல்லுமாறும் கோசலை மல்லிகாக்காவிடம் கேட்டுக்கொண்டாள்.

அவள் சொல்லி, நான்கு நாட்கள் கழித்து ஜோதி வந்தான். அவன் வருவதைப் பார்த்ததும், கோசலை மல்லிகாக்காவின் வீட்டு உள் அறையில் நுழைந்து விட்டாள். கோசலைக்கு இருப்புக் கொள்ளவில்லை. கையில் இருக்கும் ஈர்க்கொல்லியால் அவனைக் குத்தலாமா, அவன் காலில் விழுந்து கூடவே இருக்கச் சொல்லலாமா என்கிற தத்தளிப்பில் அவளுக்கு மூச்சு வாங்கியது. அது அழுகையாக மாறிவிடக்கூடாது என்று முயன்று கொண்டிருந்தாள்.

ரேவதியைக் கடைக்கு அழைத்துச் சென்றவன் பிரியாணி, ஐஸ்கிரீமெல்லாம் வாங்கிக்கொடுத்துக் கையில் பாப்பின்ஸ் டப்பாவுடன் கூட்டி வந்தான். கையில் வைத்திருந்த பாப்பின்ஸ் டப்பாவைத் திறந்து அதிலிருந்து இரண்டு பாப்பின்ஸை எடுத்து சிவக்குமாருக்குக் கொடுத்தாள். அதை வாங்கலாமா வேண்டாமா என்கிற சிவக்குமாரின் தடுமாற்றத்தைப் போக்கி "இந்தா அண்ணா. எங்கப்பா வாங்கிக் கொடுத்தாரு." எனச் சொல்லி அவன் கையில் கொடுத்துத் தன்னிடமுள்ள பாப்பின்ஸ் டப்பாவை உள்ளங்கைகளால் உருட்டினாள். ரேவதியைப் பார்த்துக் கண்களைத் துருத்திப் பற்களைக் கடித்தாள் கோசலை. ரேவதி அப்பாவுடன் இருக்கும் தெம்பில் அம்மாவின் பார்வையைப் பொருட்படுத்தாது பல்லில் மாட்டிய மிட்டாய் துணுக்கை எடுக்கப் போராடினாள்.

ரேவதியை வாசலில் விட்டுப் போகும்போது அவள் ஜோதியின் இடுப்பை வளைத்துக்கொள்ள, கோசலை "அக்கா, எமப்பாடையைப் புடிச்சு இழுக்கா" என்றாள்.

மல்லிகாக்காவும் சிவக்குமாரும் பெரும் போராட்டத்திற்கிடையே ஜோதியிடமிருந்து ரேவதியைப் பிரித்து அவளிடம் கொடுத்தார்கள். ரேவதி கோசலையிடம் சென்றதும் ஜோதிக்கு ஆறுதலாக இருந்தது. அவன் கோசலை முகத்தைப் பார்த்தான். அவள் வேறெங்கோ பார்வையைப் பொருத்தி ஏதோ முணுமுணுத்தாள். அவன், சைக்கிளை எடுத்துத் தெருவில் இறங்கிப் பெடலை மிதிக்கும்போது, அங்கிருந்து கிளம்புகையில் பார்த்த கோசலையின் முகம் நினைவுக்கு வந்து அவனைத் துன்புறுத்தியது.

தான் செய்தது பாவமில்லை என்பதைத் தனக்குத்தானே நிரூபிக்கும் பொருட்டு அதற்குக் காரணமான விஷயங்களை மீண்டும் மீண்டும் நினைத்து வலுப்படுத்திக்கொள்ள முயன்றதன் அழுத்தம் சைக்கிள் பெடல் மிதிப்பதிலும் தெரிந்தது.

கோசலையை விட்டுப் பிரிய வேண்டுமென முடிவெடுத்த பிறகு கூட அதற்கு அவளைக் காரணமாக்கி இருவரும் ஒருவரையொருவர் வெறுத்து 'நீ ச்சீ நான் ச்சீ' எனப் பிரிந்துவிடக் கூடாது! அவளை விட்டு மிக இயல்பாகப் பிரிந்துவிட வேண்டுமென எண்ணியதுகூடத் தன்னுடைய மனிதாபிமானமும், அவள் மீதிருந்த அன்பினாலும் தானென்று எண்ணினான். அவளைத் தொட்டபெட்டா மலைச் சிகரத்திற்கு அழைத்துச் சென்று

மேகங்களை அவள் தொட்டு விளையாடும்போது ஆனந்தத்தில் அவள் கலங்கியதைப் பார்த்துத் தன்னுடைய கண்களும் ஈரமாகும் அளவுக்கு அவள் மீது அன்பை வைத்திருந்த நானே அவளைவிட்டு விலகுறேன் என்பது சாதாரணத்திற்காக எப்படி இருக்க முடியும். இவளைக் காதலிக்கத் தொடங்கிய தினத்திலிருந்து ஒவ்வொருவரின் பார்வையிலும் இருக்கும் விசித்திரத்தன்மையை எவ்வளவு காலம் எதிர்கொண்டோம். அவள் மீது எப்படிக் காதல் வந்ததென்று நண்பர்கள் கேட்டபோதெல்லாம் சரியான பதிலின்றி எப்படித் தடுமாறினோம். அவளை உண்மையாகவே திருமணம் செய்துகொள்ளப் போகிறாயா எனக் கேட்டபோது எப்படியெல்லாம் சொல்லி அதைப் புரிய வைத்தோம். இவளுக்காகவே குடும்பத்தைவிட்டு ஓடிவந்தோம். தன் அம்மா வீட்டில் புதியதாய் வாங்கிய கலர் டிவியைவிட்டு வந்தோம். அவளுக்காகத் தன் வசமிருந்த அனைத்துச் சௌகர்யங்களையும் விட்டு வந்தோம். அவளைக் கல்யாணம் செய்ததன் பொருட்டுத் தன்னைச் சூழ்ந்த இத்தனை நச்சரிப்புகளையும் ஒரு பொருட்டாக நினைக்காததுகூட அவள் மீதிருந்த காதலினால்தானே!

அவளைவிட்டுப் பிரிந்ததில் இருக்கும் ஆழத்தைத் தொடுவதற்கு முன், அதற்குத் தயாராகும் விதமாக, தான் மோசமானவனில்லை என்கிற தரப்பை மீண்டும் மீண்டும் நினைத்துக்கொண்டான்.

இருவரும் சேர்ந்து வாழும் பட்சத்தில், கோசலைக்குத் தன் அம்மா வைத்த சூனியம் இருவர் உயிரையும் பலிவாங்குமென அம்மா சொன்னதால் அதற்குப் பரிகாரம் செய்து, அவளை விட்டு நான் இன்னொரு பெண்ணுக்குத் தாலி கட்டினால் சூனியக்கட்டுப் போய்விடுமென்கிற நல்லெண்ணத்தின் அடிப்படையில்தான்.

அவளைவிட்டு வரவில்லையென்றால் அம்மாவும் தற்கொலை செய்து கொள்வேன் எனச் சொல்லி அழுதபோது ஒரு திருமணம் செய்ததற்காக எத்தனை உயிர்களைப் பலி வாங்குவது! கோசலை மீது தனக்கிருந்த அதே மனிதாபிமானத்தை அம்மாவிடமும், தன்மீதும் காண்பித்தது குற்றமா என்ன?

சூனியத்திலிருந்து தன்னையும் கோசலையையும் விடுவிக்கத்தான் இன்னொரு திருமணம் செய்கிறான் என்கிற காரணத்தை அவன் கோசலையிடம் வெளிப்படையாகச் சொல்லாமல் இருந்ததுகூட அவனுடைய தந்திரோபாயம்தான்.

ஒருவேளை அவளிடம் சொன்னால், சூனியத்தின் மீது நம்பிக்கை இல்லை என அவன் அழுத்தமாகப் பலமுறை அவளிடம் கூறியதை அடிக்கோடிட்டு அவன் வந்து நிற்கும் காரணத்தை நீர்த்துப்போகச் செய்துவிடுவாள் என்கிற அச்சம் அவனுக்கிருந்தது. இருந்தாலும் அதை நம்புவதாக வைத்துக்கொண்டாலும், சூனியக்கட்டு விலக வேறு பரிகாரங்களை முயற்சி செய்துப் பார்க்கலாமெனவும், அல்லது குறிப்பிட்ட கால இடைவெளியில் சூனியத்தின் வீரியம் குறைந்துவிட்ட பிறகு, அவளுடன் மீண்டும் சேர்ந்து வாழும் வாய்ப்பை அவள் உருவாக்குவாள் என்பதாலும், அவளிடம் எதுவும் சொல்லாமல் மிகக் கவனமாக இதைக் கையாள வேண்டுமென நினைத்தான். சூனியத்தின் தீவிரத்தை, அது எத்தனைப் பேரின் வாழ்க்கையைச் சிதைத்திருக்கிறதென்று அங்குமிங்குமாகச் செய்திகள் கேட்டு அவன் எடுக்கப்போகும் முடிவிற்கு நீண்ட நாட்களாகவே தன்னைத் தயார்படுத்தினான்.

தான் எப்போது வேண்டுமென்றாலும் அவளை விட்டுச் சென்றுவிடுவேன் என்ற தன் மீதான அவநம்பிக்கையில்தானே ஒவ்வொரு முறையும் அணுகினாள். நாளடைவில் காலமே தனக்கு ஒரு வாய்ப்பை வழங்கியிருக்கிறது. அவ்வாய்ப்பைப் பற்றிக் கொள்வதன் மூலம் இருவர் வாழ்க்கையிலும் ஒரு நல்லது நடக்குமென்கிற பட்சத்தில், இதுவும் நான் செய்கிற ஒரு தியாகம்தானே என்கிற எண்ணம் வலுப்படும்போது ரேவதியின் மூன்றாவது பிறந்த நாளைக் கொண்டாட, ரேவதியை மார்பில் சுமந்தபடி பேக்கரியில் கேக் வாங்கி மீதிச் சில்லறைக்காகக் காத்திருந்தான். அதற்குப் பிறகு, கோசலையை நிராகரிப்பதில் எந்தக் குற்ற உணர்ச்சியும் இல்லாமலே அவனுடைய நாட்கள் நகர்ந்தன.

அம்மா, நெல்லூரில் இருக்கும் தன் உறவுப் பெண்ணின் புகைப்படங்களை இவனிடம் காட்டும்போது ஆரம்பத்தில் முரட்டுத்தனமாக மறுத்தான், தயங்கினான். நாளடைவில் அம்மாவின் மிரட்டலுக்கு, அழுகைக்கு, புகைப்படத்தில் காட்டிய பெண்ணின் ரம்யத்திற்கும் அவன் கொஞ்சம் கொஞ்சமாகப் புரள ஆரம்பித்தான்.

கோசலையிடமிருந்து விலக வேண்டும். ஆனால், அது மிக இயல்பாக, தான் வேறொரு நெருக்கடியில், மனநிலையில் இருக்கிறது போலவும் அதனால், அவளிடம் உரையாட நேரம் இருப்பதில்லை போலவும் என அவன் அதிலிருந்து விடுதலை ஆவதற்கு அவளே தன்னால் என்ன செய்ய

முடியுமெனத் தடுமாறும் அளவுக்கு அவளுக்குத் தெரியாமலேயே அவளை ஒரு நாடகத்தில் நுழைத்தான். அது நாடகமெனத் தெரியாமல் அவன் ஆசுவாசத்திற்காக அவள் ஒவ்வொரு நிமிடமும் தன்னைப் பரிசோதனைக்கு உட்படுத்தித் தத்தளித்தாள்.

அவன் நிகழ்த்திய நாடகத்தின் சில காட்சிகள் கண்முன் தோன்ற அதில் தடுமாறியவன் சைக்கிளை ஆட்டோ மீது விடப் பார்த்தான். ஆட்டோக்காரரிடம் வாங்கிய திட்டுக்கு எதிர்வினையாற்றும் மனநிலையில் அவன் இல்லை. சைக்கிள் ஓட்டுவதைத் தொடர்ந்தான்.

இவளைப் போன்ற ஒருத்தியைத் தன்னைத் தவிர, நிச்சயம் யாரும் காதலித்து இருக்கவோ, திருமணம் செய்திருக்கவோ மாட்டார்கள். அவள் மீதிருந்த காதலால் அவளைத் திருமணம் செய்து வாழ்வில் அவளுக்குப் பல மகிழ்ச்சியான தருணங்களைக் கொடுத்ததை மீண்டும் மீண்டும் நினைத்து, அந்நினைவுகளை ஒரு களிம்பாகத் தன் குற்ற உணர்ச்சியின் மீது தடவினான்.

இளமையிலிருந்து நிறையப் பெண்களைக் காதலித்து அதில் ஒன்று கூடக் கைகூடாமல் போன விரக்தியும், லபான் தெருவில் காதலியுடன் நின்று நாமும் பேச மாட்டோமா என்கிற ஏக்கமும், அவனுக்கு நீண்ட நாட்களாக இருந்தது. தன்னையும் ஒரு பெண் காதலிக்க மாட்டாளா என்கிற சிந்தனையிலிருந்து, தன்னைக் காதலிக்க நிறைய வாய்ப்புள்ள ஒருத்தியைத் தேர்ந்தெடுப்பதின் மூலம் தன் வலிக்கு நிவாரணியாகவும் காதல் என்கிற உணர்சியைத் தூண்டும் நரம்புகள் தன்னில் உயிர்ப்படையும் போதையும் அவள் மீதான ஒரு பார்வையை அவனுக்கு உண்டு பண்ணியது.

அவளைப் போல ஒரு பெண்ணுக்கு வாழ்க்கை கொடுக்கும்போது அவனுடைய தியாக உள்ளத்தை அவனுடைய நண்பர்கள் பாராட்டுவது அவனுக்கொரு கிறக்கத்தைக் கொடுத்தது. எந்தத் தனித்துவமும் இல்லாத, யாராலும் கவனிக்கப்படாமலே போயிருக்க வேண்டியவன் கோசலையைக் காதலித்ததன் மூலம் காதல் என்கிற புனிதத்தின் உதாரணத் தீபமாகச் சுடர் விட்டெரிந்தான்.

அவளையே திருமணம் செய்துகொண்ட பிறகு, அவன் மீதான மற்றவர்களின் பார்வை இன்னும் மதிப்புற்குரியதாக மாறியது. அதையெல்லாம் அவன் எதிர்ப்பார்த்துச் செய்யவில்லை எனினும், இயல்பாக அவனுக்குக்

கிடைத்ததைத் ரசிக்கத் துவங்கியவன் அதன் ரசனையில் பல்வேறு படிநிலைகள் வேண்டி அதற்குரிய விஷயங்களை, தன்மீது கழிவிரக்கம் உண்டாகும்படி அவளைப் போன்ற ஒருத்தியுடன் வாழ்வதில் இருக்கும் தினசரி சவால்களைத் தன் நண்பர்களிடம், கோசலையை எந்த அளவுக்குக் காதலிக்கிறேன் என்பதை அச்சாரமாக முன்வைத்துச் சொல்லிக்கொண்டான். நட்பு வட்டத்தில், அலுவலகத்தில் அவர்கள் அவன்மீது போர்த்திய கரிசனப் போர்வையில் குளிர்காய்ந்தான்.

இப்படியொரு தம்பதியைப் பற்றிக் கேள்விப்பட்ட ஒரு பத்திரிகை நிருபர் இவர்களைத் தேடி வந்து ஒரு பேட்டி எடுத்தார். 'உள்ளத்தால் உயர்ந்த காதல்' என்னும் தலைப்பில் இரண்டு பக்கத்திற்கு ஞாயிறு குடும்ப மலரில் பிரசுரித்தார்கள். பேட்டியில் "காதல் என்பது உடலைப் பார்த்தோ, அழகைப் பார்த்தோ வருவதில்லை. அது மனதைப் பார்த்து வருவது. என் மனைவி கோசலை உயரத்தில் குறைந்தவளாக இருக்கலாம். ஆனால், அவள் உள்ளத்தால் உயர்ந்தவள்" என்று கூறியிருந்தான்.

பேட்டியை எழுதிய நிருபர், அதை முடிக்கும்போது "கோசலை மட்டுமல்ல ஜோதியும் உள்ளத்தால் உயர்ந்தவர்தான். ஜோதி போன்றோர்கள் இருக்கும்வரை காதல் என்னும் ஜோதி ஒருபோதும் அணையாது" என்று முடித்திருந்தார். அவ்வரிகளைப் புத்தகத்தில் வாசிக்கும்போது கோசலையைத் திருமணம் செய்துகொண்டதன் உச்சகட்டப் பூரிப்பை அவனால் உணர முடிந்தது.

நாளடைவில் பூரிப்பின் போதையிலிருந்த கிளர்ச்சி வற்றிப் போய், அது ஒரு போதையே இல்லை என்கிற நிலை வந்தது. அவளுடன் வாழ்வதில் எந்தச் சுவாரசியமும் அவனுக்கு இல்லாமல் போயிருந்தது. கோசலையுடன் வாழ்ந்தே ஆக வேண்டிய கட்டாயத்தை விட அவன் கண் முன் இருந்த மற்ற வாய்ப்புகளில் இருந்த கவர்ச்சி அவனைத் திசைமாறி சிந்திக்க வைத்தது.

சொல்லப்போனால், அவளின் முக அழகு தனக்குப் பிடித்திருந்ததால் கேரம் ஆடும்போது மீண்டும் மீண்டும் அவளைப் பார்த்தது மட்டுந்தான் தான் செய்தது எனவும், பார்வைப் பரிமாற்றத்தைக் காதல் நோக்கிச் சாமர்த்தியமாக அவள் மட்டுமே நகர்த்தி வந்ததாகவும் அவனுக்குத் தோன்றியது. அவளின் சூட்சுமத்தில் சிக்கிக்கொண்டதாலேயே அது கல்யாணம் வரை செல்ல நேரிட்டது. அதில், அவளுடைய சூழ்ச்சியின் தடயங்கள் என்னென்ன என்று காலத்தை ஓட்டிப் பார்த்தபோது அவள்

செய்து கொடுத்த பலகாரங்கள், அவளுடைய உடல்தேவை, உடற்குறைபாடு போன்றவற்றை வைத்து அவள் தன்னைக் கப்பென்று பிடித்துக்கொண்டாள். அதே சமயம் அது வெளிப்படையாகத் தெரியாதவாறு தன்னை அவள் ஆயத்தப்படுத்தியதாக அவன் நினைத்தான். அவளுடைய நகர்வுகள் ஒவ்வொன்றுக்கும் உள்நோக்கம் கற்பித்து அவளிடமிருந்து, தான் வெளியேறுவதற்கான பாதையைச் செம்மைப்படுத்தினான். மேலும், எல்லாவற்றையும் மீறி இனியும் இருவர் சேர்ந்து வாழ்ந்தால், சூனியம் பலித்து ரேவதி மட்டும் அனாதையாக இருப்பதைத் தன்னால் நினைத்துக்கூடப் பார்க்க முடியாது, இன்னும் கொஞ்சநாட்களில் அம்மாவிடம் எப்படியாவது பேசி மகளைத் தன்னுடன் சேர்த்துக்கொள்ள வேண்டும், அவளை மெட்ரிகுலேஷனில் படிக்க வைக்க வேண்டும், அதுவே, கோசலையைப் பிரிந்ததற்குப் பரிகாரமாக இருக்கும்... இப்படியெல்லாம் அவன் சிந்தித்துத் தீர்க்கமாக முடிவு செய்தபோது, அவனுக்குள் ஒரு திருப்தி கிடைக்கவே, எதிரே மல்லிப்பூ விற்கும் அக்காவைப் பார்த்துச் சைக்கிளை நிறுத்தினான்.

11

ஒரு பத்து நாட்கள் கழிந்திருக்கும்.

“அப்பா... அப்பா வேணும்... அப்பா... வேணும்... நா போறேன்”

“மரநாயே கால ஒடிச்சி அடுப்புல வெச்சிடுவேன் ஜாக்கிரத.”

“நா போவேன்.”

“எப்படிடி நீ போவ.”

“எனக்குத் தெரியும். இங்க இருந்து பஸ் ஸ்டாண்டுக்குப் போயி. அங்கருந்து இருவத்தேழு பி பஸ் புடிச்சி. சிந்தாதிரிப்பேட்டை பொடி கடை பஸ் ஸ்டாப்னு கேட்டு இறங்கி. எங்க அப்பா பேரைச் சொல்லிக் கேட்டுப் போவேன்.”

“அடிங் நாரப்பாடை” ரேவதியின் தலைமயிரைப் பிடித்திழுத்து அடித்தாள். ஒரு கையில் அவளை இறுக்கிப் பிடித்து, இன்னொரு கையில் ஜல்லிக்கரண்டியின் பிடியை த்ரி ஸ்டவ்வில் காயவைத்து ரேவதியின் இடது கணுக்காலிலேயே “போவியா போவியா” என்று சூடு வைத்தாள். ஒரு வாரத்தில் ரேவதியின் கணுக்கால் சதை அடை ஊறுகாயைப் போல ஆகியிருந்தது.

சூடு வைத்ததற்குப் பிறகு, அதை அடிக்கடி நினைத்துத் துவண்டுப் போனாள். எக்ஸ்போர்ட் கம்பெனியில் தலையணை உறையை அவள் தைக்கும் வேகம் கூடக் குறைந்து போயிருந்தது. கூட வேலை செய்த பெண்ணிடம் சொல்லிப் புலம்பிச் சிணுங்கிய சமயம், கம்பெனி ப்யூன் வந்து கோசலையை அருகே அழைத்தார். அவள் அவரருகே சென்றாள்.

“சொல்லுங்கண்ணா”

“கோசல, உன் பொண்ணு, ஏதோ பஸ்ல ஏறும்போது தடுக்கி வுழுந்ததுல பின்னாடி வந்த வண்டிக்காரன் இடிச்சி ஆக்சிடென்ட் ஆயிடுச்சாம். உன் வீட்டுல குடித்தனம் இருக்கவங்க கீழ இருக்காங்க பாரு.”

“அய்யோ...” என அவள் அலறி, மார்பில் கப்பென்று அடித்துக்கொள்ள, மிஷினில் துணி தைத்துக்கொண்டிருந்த நூற்றிப்பத்துத் தலைகளும் சத்தங்கேட்டு நிமிர்ந்து ஒரே சமயத்தில் கோசலையைப் பார்த்தன.

தெருமுனையில் ஒரு வீட்டு வாசலில் முருங்கை மரம் முறிந்து விழுவதைக் கண்ணால் பார்த்தபோதே தனக்கு வேண்டப்பட்டவர்கள் யாரோ ஒருவர் இறக்கப் போகிறார்கள் என்று பயந்து வந்ததாகவும், அது கோசலை வீட்டில் அதுவும் சின்னக் குழந்தை ரேவதி செத்துப் போவாள் எனக் கொஞ்சமும் எதிர்ப்பார்க்கவில்லை எனவும் தனக்குள்ளே அழுதழுது ஆந்து போனாள் மல்லிகாக்கா. கோசலை கிடக்கிற கிடப்பைப் பார்த்து மருண்டவள் ஜோதியின் அம்மா வைத்த சூனியம் வேலை செய்கிறதா அல்லது எதாவது பேய் பிசாசு பிடித்து விட்டதா! அப்படி எதுவாக இருந்தாலும், அதை விரட்ட வேண்டுமென உரும நேரமாகப் பார்த்துப் பன்றிக்கறி அலசியத் தண்ணீரை வீட்டுக்கூரையின் மீது மல்லிகாக்கா தெளித்தாள். கோசலையிடம் விஷயத்தைச் சொல்லாது அவள் தலையிலும் அதே தண்ணீரைத் தெளித்தாள். அது என்னவென்று கூடக் கேட்காமல் கோசலையின் பார்வை எங்கோ வெறித்திருந்தது.

சிவக்குமார் அவ்வப்போது வந்து மல்லிகாக்காவிடம் ‘இது வேணும் அது வேணும்’ எனச் செல்லமாகக் கேட்கிறபோது அவனுடன் பேசுவதற்கு மல்லிகாக்காவுக்குத் தயக்கமாக இருந்தது. தாய்க்கும் மகனுக்கும் இடையே நடக்கும் அன்பார்ந்த உரையாடல் கோசலைக்கு ரேவதியின் நினைவைக் கிளர்த்திவிடக் கூடாது என்பதில் கவனமாக இருந்தாள். அதெல்லாம், மகளை இழந்த ஒரு தாயின் தவிப்பை மழுங்கச் செய்துவிடுமென அவள் நம்பவில்லை எனினும், தன்னால் இயன்றதைச் செய்தாள்.

மகள் பிறந்தபோது அதைக் காரணமாய் வைத்து அப்பாவும் கணேசனும் தன்னைப் பார்க்க வருவார்கள் என்று அகங்குளிர்ந்து ஏமாந்தவளுக்கு ரேவதியின் இறப்பிற்குக்கூட வராமல் போனது, இனி அவர்களைப்

பற்றிச் சிந்திப்பது தன்னையே அவமானப்படுத்திக் கொள்வது போலாகும் என்பதால் அப்பா தம்பி இருவரின் நினைவுகளையே வெறுத்தாள். அவர்கள் மீதுள்ள வெறுப்புக்கூட அவர்களை நினைக்கத் தூண்டும் என்பதால், வெறுப்பு உண்டாகக் காரணமாகும் ரேவதியின் இழப்பையே கடந்து போகும் வல்லமையை வேண்டினாள். அவர்கள்மீது ஏறிவிட்ட வெறுப்பு ஜோதியை ஒருவகையில் நல்லவனாகக் காட்டுகிற ஒரு தோற்றம் அவளுக்குள் எழுந்ததும் மகள் இறந்ததற்குக் காரணமே இவன்தானே! என வெறுப்பைப் பகிர்ந்தளிக்க முடியாமல் தத்தளித்தாள்! பஞ்சு போலிருக்கும் அவளின் மூளையைச் சுற்றி மூவரும் நின்றபடி ஆளுக்கொரு ஊசியைக் கையில் வைத்துக் குத்திக்கொண்டிருந்தார்கள்.

தலையை இறுகப்பிடித்து இரு கால்களுக்கிடையே புதைப்பவள் நிமிர்வதற்கு வெகுநேரம் ஆவது அவள் வழமையாகியிருந்தது.

ரேவதியின் நினைவுச் சுழற்சியில் சிக்குண்டு அவ்வப்போது நிலைகுத்தியப் பார்வையுடன் இருந்தாள் கோசலை. சுவற்றில் அமைதியாகச் சாய்ந்திருந்த படியே இருப்பவள், "கொற மாசத்துல பொறந்த பொம்பளைப் புள்ளிங்கன்னா அப்பனுக்கு உயிரை வுடுங்க கோசல" என மல்லிகாக்கா சொன்னதை அவ்வப்போது நினைத்துத் திடீரென்று சத்தமின்றிக் குலுங்கி அழுவாள். ரேவதி போன பிறகுதான் மட்டும் உயிரோடு இருக்க வேண்டியதன் அர்த்தம் அவளுக்கு விளங்கவே இல்லை. அதற்கான விடை ஒரு புதிராக அவளுக்குள் இருந்தது. ஏன் உயிரோடு இருக்க வேண்டும் என்கிற காரணத்தின் தடயங்களை அவள் உணர்ந்தாலும் ஒரு பதிலாக அது அவள் சிந்தனையில் வந்து விழவில்லை. அதற்காகக் காத்திருந்தாள். காத்திருப்பின் தோரணை யாருடனும் பேச்சற்று விசும்பலும் வெறித்தலுமாக இருந்தது. தானும் இறந்து விட்டால் யாருடைய நினைவில் ரேவதி வாழ்வாள். தன் நினைவுகளிலேயே அவளை வளர்த்துப் பெரியவளாக்கி அவளுடன் பேசிச் சிரித்து வாழும் ஒரு வாய்ப்பு நாம் இறந்துவிட்டால் கிடைக்குமா என நெகிழ்வாகத் தோன்றுகிற பிழைத்தலுக்கான காரணம் பலகீனமாக இருப்பதாக நினைக்கும்போது, இறந்துவிடுவதுதான் சரியானது என முடிவெடுப்பாள். எப்படி இறந்துபோவது என யோசித்து, இறக்கிற மனநிலை உறுதியாகிவிட்ட பின்பு ஒரு பெருமூச்சுடன் இதுவரை தான் வாழ்ந்த காலங்கள் அவள் முன்னே வருகையில் அவளைச் சூறையாடிய

மூன்று உருவங்களும் நிழலாட ஒரு வைராக்கியம் உடலில் உப்புப் படிவது போலப் படிந்துவிடும். சில சமயம் அதுவும் பலகீனமாகத் தோன்றும். மரணம் என்கிற கயிற்றை அவளாகவே பிடித்து இழுத்தும், தளர்த்தும் ஆடுகிற கயிறு விளையாட்டில் உள்ளங்கை புண்ணாவது போல அவளுள்ளமும் ரணமாகியது. எதன் மீதுமுள்ள பற்றற்றத் தன்மை உண்டாக்குகிற வெறுமை!

இதைக் கடந்தே ஆகாவிடில், மரணம் என்னும் பள்ளத்தாக்கில் விழும் பேரவலத்தை அறிந்திருந்தாள். அதனுள் விழக்கூடாது. வேலைக்கேனும் செல்வோம் என முடிவெடுத்து மல்லிகாக்காவிடம் சொன்னபோது "உன் மனம்போல செய் எம்மா" எனச் சொன்னாள் மல்லிகாக்கா.

ஏற்கெனவே, வேலை செய்த சீவிங் பிரிவில் வேண்டாமென சூப்பர்வைசரிடம் விண்ணப்பித்ததும், அவள் உள்ளக்கிடக்கையை உணர்ந்த அவரும் அயர்னிங் பிரிவில் வேலை செய்யச் சொல்லி மறுநாளிலிருந்து வரச் சொல்லிவிட்டார்.

காலையில், வேலைக்குக் கிளம்பி நடக்கும்போது அவளை மீறி கண்கள் வேடிக்கை பார்த்ததை உணர்ந்த கணம், மகள் இல்லாதத் துயரத்திலிருந்து விலகி இயல்பு வாழ்க்கைத் திரும்பிவிட்டோமோ! வேலைக்குப் போகத்தான் வேண்டுமா? பாதிவழியிலேயே திரும்பிவிடலாமா... வீட்டிற்குச் சென்றால் ஏற்படும் வெறுமை, தற்கொலை எண்ணம், மகளைப் பற்றி நினைவுகளுடன் வாழ முடியாமை... நாம் இயல்புக்குத் திரும்புவதே அவளுடன் வாழத்தானே! எக்ஸ்போர்ட் கம்பெனியை நோக்கிச் சென்றாள்.

அன்று, அவளிடம் இறப்புச் செய்தியைக் கூறிய செக்யூரிட்டி என்ன பேசுவதென்று தெரியாமல் அவளைப் பார்த்தபோது, அவர் கண்கள் கலங்கியது. அவரைப் பார்த்தும் பார்க்காத மாதிரி உள்ளே சென்று தான் கேட்டு வாங்கிய புதிய பிரிவில் வேலையைத் துவங்கினாள்.

பழக்கமானவர்கள் யாரும் பெரிதாக இல்லை எனினும், அவளுடைய தோற்றம் கருதியே அவள் எல்லோரின் கவனத்தைப் பெற்றவளாக இருந்தமையால் அவளுடைய இழப்பை எல்லோரும் அறிந்தே இருந்தார்கள். தன்மீது இரக்கம் காண்பிக்கவோ மகளின் மரணம் பற்றிய செய்திகளை விசாரிக்கவோ கூடாது என்பதின் நிமித்தமாக, புதிய பிரிவில் வேலையைக்

கற்றுக்கொள்ளக் காட்டிய தீவிரத்தை ஒரு பாதுகாப்பு வளையமாக ஆக்கிக்கொண்டாள். அவர்களுடைய விசாரிப்பில் மகள் ஏன் பேருந்து நிலையத்திற்குச் சென்றாள், அவள் அப்பா ஏன் இவர்களுடன் இல்லை போன்ற கேள்விகளை அவர்கள் கேட்க மாட்டார்கள். எனினும், ரேவதி மரணத்துடன் தொடர்புடைய அவற்றை, மறைக்க வேண்டியதன் வலியை அதில் தன்னுடைய குற்ற உணர்ச்சியையும் ஏதோ ஒருவகையில் அவர்கள் உணரச் செய்வார்கள் என்பதை அவள் அறிந்தே இருந்தாள்.

தனக்குள் புலம்பிக்கொண்டே வேலை செய்யும்போது 'சாயுங்காலம் வீட்டுக்குப் போவச்சொல்ல ஒரு பணியாரக்கல் வாங்கணும், ரேவதி ரொம்ப நாளா பணியாரம் கேட்டுன்னு இருக்குது' எனச் சொல்லி முடித்த கணம் அவள் திகைத்தாள். அழுகை முட்டி நெஞ்சடைத்து மூச்சுவிட சிரமப்பட்டாள்.

வேலையை நிதானமாகச் செய்தபோது மகள் இல்லை என்கிற நிதர்சனம் தரும் வலி எவ்வளவோ பரவாயில்லை.

மதிய உணவு நேரத்தில் எல்லோரும் சாப்பிட்டு முடித்த பின்பு, போய் சாப்பிடுவதென்று முடிவெடுத்தாள். அங்கே கூட்டிப் பெருக்கிச் சாமான் துலக்கும் பெண்கள் வேலை ஓய்ந்து சாப்பிட உட்காரும்போது அவர்களுடன் உட்கார்ந்து சாப்பிட்டாள். அவர்கள் ஆறுதல் சொல்லத் துவங்க அவர்களை மறுதலிக்க இயலவில்லை. எனினும், அடுத்த நாளிலிருந்து இவர்களும் சாப்பிட்டு முடித்த பிறகுதான் வர வேண்டுமென மூன்றுமணி வரை சாப்பிடாமல் உண்டாகும் கிறக்கத்தைத் தண்ணீர் குடித்துச் சமாளித்துப் பிறகு சாப்பிட வருவாள். தனியாய் உட்கார்ந்து சாப்பிடும்போது அவள் மீதே அவளுக்கொரு கழிவிரக்கமும் சாப்பாட்டை மென்று ருசிக்கும்போது மகளை இழந்துவிட்டு, எப்படி நம்மால் ஒரு முருங்கைக்காயை மென்று சக்கையாகும் வரை சுவைக்க முடிகிறது என்ற கோபமும் தோன்றும்.

தனிமை வேண்டாமென முடிவெடுத்து வேலைக்கு வந்துவிட்டு நாமாகவே ஒரு தனிமையை உருவாக்குவது நல்லதில்லை என்று அடுத்த நாளிலிருந்து எல்லோரும் சாப்பிடும் நேரமே வந்து சாப்பிட்டாள்.

அவள் எதிர்ப்பார்த்த அளவு யாருமே ரேவதியின் மரணத்தைக் குறித்து அவளிடம் விசாரிக்கவில்லை. அவளின் விலகலை, அவளின் மௌனத்தை வைத்து அவளைப் புரிந்துகொள்ளவே செய்தார்கள். இதற்கு முன்னர்

வேலை செய்த பிரிவில் உள்ளவர்களுடன் உட்கார்ந்து சாப்பிடும்போது அவர்கள்கூட இவளை ஒன்றும் கேட்கவில்லை. உரையாடலினூடாக ஒரு பெண் தன் பிள்ளைகள் வீட்டில் செய்யும் வால்தனங்களைப் பகிரத் துவங்கி, அவள் முடிக்கும் முன்னரே உடனே இன்னொருத்தித் தன் மகளின் கதையைச் சொல்லத் துவங்க அவளுக்கு அருகிலிருப்பவள் சொல்லத் துவங்கியவளின் தொடையைத் திருகி கோசலையை ஓரக் கண்ணால் காட்டிப் புருவம் உயர்த்தியதும் அவள் அமைதியானாள். அவர்களின் உரையாடலின்பம் தன்னால் கெடக்கூடாதென்று கோசலை வேக வேகமாகச் சாப்பிட்டு வேலை மிச்சம் வைத்திருப்பதாகச் சொல்லி சென்றாள். தன் இடத்திற்குப் போகும்போது அங்குள்ள பெரிய வட்ட கடிகாரத்தைப் பார்த்தாள். மணி ஒன்றரைக் காட்டியது. 'புள்ள இந்நேரம் சாப்ட்டு இருக்கும்' என்கிற எண்ணம் ஒரு கணம் ஒரு முள் போல அவளைக் குத்த கடிகாரத்திலிருந்து தலையைக் குனிந்து கொண்டாள். ஒவ்வொரு முறையும் கடிகாரத்தைப் பார்க்க நேரிடுகையில், ஒரு தாயாக இருந்தபோது அவளின் அன்றாடங்களை அது நினைவூட்டியது. இனி அதைப் பார்க்கக் கூடாது என்று முடிவெடுத்து, அடுத்த நாளிலிருந்து கைக்கடிகாரம் கட்டி வேலைக்குச் சென்றாள்.

சாலையில் நடந்து போகையில் தன்னை ஆக்கிரமிக்கும் நினைவுகளைத் தூரப்போடத் தயார். ஆனால், அதன் வெற்றிடத்தை எது நிரப்பும். எதை மாற்றாக யோசித்து ஆக்கிரமிப்புகளை வெளியேற்றுவதென்கிற போராட்டம் அவளுக்குள் மணற்புயலாகச் சுழல்கையில் வெகு இயல்பாக யாராவது அவளை மீண்டும் இழுத்துப் போடுகிறார்கள். ரேவதி, எப்போதும் பார்த்த உடன் கேட்டு வாங்கும் சோன் பப்டிக்காரர் தள்ளு வண்டியை நிறுத்திக் கேட்கிறார்... "பாப்பா எங்கம்மா? இந்தாங்க குடுத்துடுங்க..." அவர் அவளிடம் கொடுத்துவிட்டுப் போன சோன் பப்டியுடன் வேலைக்குச் செல்ல கோசலைக்கு மனமில்லை.

நேராக ரேவதி புதைக்கப்பட்ட இடத்திற்குச் சென்று கையிலிருந்த சோன் பப்டி பொட்டலத்தைப் பிரித்து அங்கே வைத்துவிட்டு, அருகேயிருந்த புங்கைமரத்தின் நிழலில் போய் சாய்ந்து அங்கேயே நீண்டநேரம் நின்றிருந்தாள். ஒரு குருவி சோன் பப்டி அருகே வந்தமர்ந்து தத்தித் தத்தி அதனருகே சென்று தின்னலாமா வேண்டாமா எனத் தன் அலகால் திருப்பித் திருப்பிப் பார்த்தது. குருவி தலை சாய்த்து கோசலையைப் பார்த்ததும் அவள் மூச்சுவிட முடியாமல் திணறினாள். நெஞ்சைப் பிடித்துக்கொண்டாள்.

குருவி அவளையே பார்த்தது. தோள்கள் குலுங்க அழ ஆரம்பித்ததும் குருவி அங்கிருந்து பறந்து சென்றது.

அழுகையின் தாக்கத்தில், வேலைக்குச் சென்று ஒரு பெருங்கூட்டத்தைப் பார்க்கிற மனநிலை அவளுக்கு இல்லை. திரைப்படங்கள், உணவு, டிவி சீரியல், இளம்பெண்களின் காதல், குடும்ப நியாயங்கள் என உள்ளே வேலை செய்பவர்களுக்குள் நடக்கும் உரையாடல்களில் இணைய முடியவில்லையே என்கிற தவிப்பு, பொறாமை, வெறுப்பு இதெல்லாம் வருகிறது. வீட்டிலேயே இருந்து விடலாம் என வேலைக்குப் போன ஒரு வாரத்தில் மல்லிகாக்காவிடம் சொன்னாள். "நீ வீட்லயே இரு எம்மா" என மல்லிகாக்கா சொன்ன அழுத்தத்தில், தேவையானது அதுதான் என்கிற உறுதி இருக்கவே அவள் வீட்டிலிருக்கத் துவங்கினாள்.

மீண்டும் குற்ற உணர்ச்சி! வெறுமை! சரி. தற்கொலைதான் ஒரே வழி என முடிவு செய்யும் போது அது வேண்டாமெனக் குறுக்கிடும் எண்ணம்... மல்லிகாக்கா தன்னை நம்பி சிவக்குமாரை விட்டுப் போகிறாள். தன்மீது வைத்திருக்கிற நம்பிக்கை. அவளுக்கு உற்ற துணையாக இருக்கும் நாம் அவளை விட்டுப் பிரிந்து செல்வதென்பது நம்முடைய சொந்த துயரங்களிலிருந்து தப்பிக்கும் ஒரு முயற்சியாக இருக்கும். தான் இறந்ததை உணர்ந்த கணம் அவளொரு துரோகத்தை உணர்வாள்தானே. அதை அவளுக்குக் கொடுக்க வேண்டுமா? அது ஏற்படுத்தும் வலியின் விஸ்தீரணம் எவ்வளவு கொடுமையானது என்று அறிந்த நாமே அதை எப்படி இன்னொருவருக்குக் கொடுக்க முடியும்.

அவளை மீறியும் தற்கொலை குறித்த எண்ணம் பலமுறை வந்தபோது கவனமாக ஒவ்வொருமுறையும் தவிர்த்தாள்.

கண்ணுக்குத் தெரியாத ஒரு பெருங்கூட்டத்திடம் தன் தோல்வியை ஒப்புக்கொள்ளும் முயற்சி அது. ஒருபோதும் அது கூடாதென்கிற நெஞ்சுறுதியினால் மட்டுமே அவள் ஒவ்வொரு இரவையும் கடந்து வந்தாள். தன் தம்பிக் குடும்பம் தன்னை விட்டுப் பிரியாமல் இருந்திருந்தால் இத்தனையும் நடந்திருக்குமா என அவ்வப்போது அவள் யோசிப்பதுண்டு. ஆனால், உருவான பிளவில் கோசலைக்கும் பங்கிருக்கத்தான் செய்தது.

திருமண களேபரங்களெல்லாம் ஓய்ந்ததொரு அதிகாலையில், இக்கு இணுக்குக்கூட தூசி இல்லாமல் பெருக்கித் தள்ளும் வாடிக்கைக்

குணங்கொண்ட துடைப்பம் தரையில் வரையும் அரைநிலாக் கோடுகள் அன்று விழவில்லை. பாகலிலைக் கோலத்தின் விளிம்பில் யௌவனமாய்ப் பூத்து நிற்கும் பூக்களிடம் லாவகம் கைக்கூடவில்லை. காப்பி மணம் வீச்சிலேயே எழுந்துகொள்ளும் தம்பியும் அப்பாவும் இன்னும் எழவில்லை.

அதிகாலை எப்போதும் செய்யும் வேலைகளின்போது ஒருபோதும் இல்லாத தனிமையை உணரத் துவங்கினாள் கோசலை. கணேசனும் உஷாவும் கதவை எப்போது திறப்பார்கள் என்று மீண்டும் மீண்டும் திரும்பிப் பார்த்தபடி இருந்தாள்.

கதவைத் தட்டலாமா என்கிற எண்ணம் எழுந்தாலும், அதைச் செயல்படுத்தும் அளவுக்கு இங்கிதம் அற்றுப் போனவளாகத்தான் இல்லை என்பதை உணர்ந்தவளுக்கு ஒருவித ஆசுவாசம் காற்றைப்போல மேனியில் படர்ந்தாலும் எப்போதுதான் கதவைத் திறந்து தன் இறுக்கத்திலிருந்து விடுதலை அளிப்பார்கள் என்று கூண்டுக் கம்பிகளுக்கிடையே அலகை நீட்டித் தவித்திருந்தாள்.

ரேடியோவை வழமைக்கு மீறி சத்தம் கூட்டி வைத்தாள். அதை நியாப்படுத்தப் பாடலை வேண்டுமென்றே அதீதமாக முணுமுணுத்து வேலைகளைச் செய்தபடி இருந்தாள்.

நாட்கள் செல்லச் செல்ல ரேடியோவின் சத்தமும் இவளின் பாட்டு முணுமுணுப்பும் அதிகமாகிக்கொண்டே போனது.

தினமும் தாமதமாக எழுந்து கொள்ளும் உஷா, அதைச் சரிகட்ட சமையலறைக்குள் நுழைந்து எல்லா வேலையும் இழுத்துப் போட்டுச் செய்யும் அவசரத்தைக் காண்பிப்பாள். அதில், அண்ணியின் மீதான கருணை என்பதாக ஒருதுண்டு கருணையை வெட்டி அதைக் கோசலையின் வாயிலேயே ஊட்டுவாள். அதன்பொருட்டு, கோசலையிடமிருந்து வலிந்து வேலைகளைப் பிடுங்கிச் செய்ய எத்தனிப்பாள்.

வீட்டின் அதிகாரத்தைக் கைப்பற்ற இவள் தன்னுடைய ஊனத்தைப் பயன்படுத்துகிறாள் என்கிற எண்ணம் கோசலைக்குத் தோன்ற அவளின் கருணையை, வெளிக்காட்டாத குமட்டலுடன் "காலையில கொஞ்சம் சீக்கிரம் எழுந்தா இன்னும் ஒத்தாசையா இருக்கும்" என்றாள். இத்தனை நாள் யாருடைய உதவியும் இல்லாமல் வேலைகளைச் செய்தவள் திடீரென்று இப்படிச் சொல்லிவிட்டதால் தேவையில்லாமல் இவளுக்கொரு முக்கியத்துவத்தை நாமாகவே கொடுத்துவிட்டோமென்கிற அவசரக்

குடுக்கைத்தனம் மீண்டும் எழாதவாறு அதன்மீது தன் மௌனம் எனும் ஜமுக்காளத்தைப் போர்த்தினாள். அவள் உஷாவிடம் பெரிதாகப் பேசிக்கொள்ளவே விருப்பம் காட்டவில்லை..

ஒவ்வொரு தினமும் காலை கதவு திறக்காதபோது உண்டாகும் வெறுமையை வென்றெடுக்கும் சூட்சுமத்தை கோசலை கண்டறியாத ஒருநாளில் "க்கா... இன்னிக்கு முழுக்க நானே சமைக்கவா? நீங்க ரெஸ்ட் எடுத்துக்கிறீங்களா... உங்க தம்பி கண்டுபிடிக்கிறாரா பாக்கலாம்" என்றாள் உஷா.

"அய்யோ நீ வேறம்மா... அவனுக்கு ருசி புடிக்கலன்னா அப்டியே தட்டத் தூக்கி அடிச்சிடுவான்... உங்க வெளாட்டெல்லாம் வேற எதுலனா வெச்சிக்கோங்க..."

கோசலையின் கைப்பக்குவமில்லாமல் முழுக்கத் தன் கட்டுப்பாட்டில் குழம்பு வைத்துச் சாதம் வடித்துக் காய்கறி பொறியல் செய்து, அதன் சுவையைக் கணேசனுக்கு உணரச் செய்ய வேண்டுமென உஷா எண்ணியது எந்த வகையில் தவறென்று கணேசனிடம் அவள் கேட்க, "உங்க வீட்டுக்குப் போவோம்ல அப்போ செஞ்சிக் குடு" எனக் கணேசன் சொன்னபோது உஷா தலையிலடித்துக்கொண்டாள்.

குடும்ப அதிகாரத்தின் இரும்புக்கதவை உஷா மெல்ல திறந்து பார்த்ததிலிருந்து சமையல் செய்வது, துணி துவைப்பது, பாத்திரம் கழுவுவது, வீடு வாசல் சுத்தம் செய்வது இன்னும் என்னென்ன வீட்டு வேலைகள் இருக்கிறதோ அவ்வனைத்தையும் பசி கொண்ட சுற்றுலா குரங்கொன்று போவோர் வருவோர் போடுவது எதையும் தவறவிடக்கூடாதென்கிற கவனத்தில் வாய்க்குக் கிட்டியதெல்லாம் கவ்விக் கடிக்கும் ஒரு வேகம் கோசலையின் வேலையிலிருந்தது. எப்போது வேண்டுமென்றாலும் இன்னொரு குரங்கு இதைத் தன்னிடமிருந்து பிடுங்கக்கூடும் என்கிற பதற்றமும் அவளிடம் இருந்தது.

உஷாவாகப் போய் சில வேலைகளை முடுக்கி, அதைச் செய்ய ஆரம்பித்தாலும் அவள் செய்யும் வேலையின் மீது தன் அனுபவத்தினால் ஒரு முக்கியமற்றத் தன்மையை உருவாக்கினாள் கோசலை.

புகுந்த வீட்டில் தன் இருப்புக் குறித்த வலுவான சந்தேகங்கள் உஷாவுக்கு எழத் துவங்கியது. இரவில் கணேசனுடன் கூடும்போது மட்டுமே நாம்

பயன்படுகிறோமா! அவளால் ஒரு தழைவாகத் தன்னை கணேசனிடம் கொடுக்க இயலவில்லை. ஆனால், கணேசனின் காமாவேசம் அவள் உடலிறுக்கத்தின் நுட்பத்தைப் புரிந்துகொள்ளும் நிதானத்தை அவனுக்கு வழங்கவில்லை.

"உன் வீட்டுக்காரன், அவங்க அப்பா, இவங்க தவிர முக்கியமா உங்க நாத்தனா... மூனு பேரையும் நீதான் பாத்துக்கணும்" எனக் கூட்டியனுப்பும்போது அம்மா சொன்னபோது தன்னையொரு நாயகியாக உஷா உருவகித்து க்ரீடத்துடன் வீட்டில் நுழைந்தாள். அவளுடைய க்ரீடம் கழட்டப்படவில்லை. ஆனால், ராணியா இல்லாமலாக்கப்பட்டவளின் தலையில் க்ரீடம் இருந்தும் என்ன!

"அண்ணிக்கு எதாச்சும் மாப்ள பாத்திங்களா மாமா?"

"பாத்துட்டுத்தாம்மா இருக்கேன்..."

"எங்க சொந்தத்துல கேட்டுப்பாக்கவா?"

"வேணான்னா சொல்லப்போறேன். அவகிட்ட ஒரு வார்த்த சொல்லிடு"

உஷா இதைத் கோசலையிடம் சொல்லியபோது இந்த வீட்டில் உன் இடம் இதுதான் என இளமுறுவலுடன் கோசலை உணர்த்தினாள். தன் நோக்கத்தைக் கணித்துவிட்ட கோசலையின் சாதுர்யத்தை உடைக்க வேண்டுமென "உங்களுக்குப் போயி நல்லது நெனச்சேம்பாரு" என உஷா அழத் தொடங்கினாள்.

அவள் அழுகை கோசலையைச் சலனமுறவே செய்தது. அவள் உள்ளத்திலிருந்துகூடச் சொல்லியிருக்கலாம். அதற்காக, உஷாவை நம்பிவிட்டோம் என்பதை அவளுக்கு உணர்த்தக் கோசலை விரும்பவில்லை. இன்னும் அவகாசம் கொடுப்போம் என எண்ணினாள். இப்போதே, அவசரப்படுவது ராணியின் இருக்கைக்காக நடக்கும் போரில், இருக்கையின் ஒரு காலைப் பிடுங்கி அவளிடம் கொடுப்பதற்குச் சமம் என்பதால் கோசலை அமைதியாகவே இருந்தாள்.

வீட்டில் உஷா எந்த வேலையும் செய்ய வாய்ப்பில்லாமல் வெறுமையுடன் உலவுகையில் அதில் ஒளிந்திருக்கக் கூடிய வலியைக் கோசலையின் குத்தலானப் பார்வைகளில் உஷா உணர்ந்தாள். அதிலிருந்து தன்னை மீட்டெடுக்கக் கோசலையினால் பறித்துக்கொள்ள முடியாத செயல்களில்

ஈடுபடத் துவங்கினாள். நூலகத்துக்குச் செல்வது, வீட்டிலுள்ள தையல் இயந்திரத்தைப் பழுது பார்த்து அக்கம் பக்கம் பெண்களுக்குப் புடவை ஓரம் அடிப்பது, ரவிக்கை தைத்துக் கொடுப்பது, மாலை நேரத்தில் நாலைந்து பிள்ளைகளுக்கு ட்யூஷன் சொல்லிக்கொடுப்பது என உஷா தன் தினசரியைச் செயலூக்கமாக வேறொரு ரூபத்தில் மாற்றிக்கொண்டாள்.

எதிராளி போட்டியிலிருந்து விலகிக்கொண்ட பிறகு அவர் மீது ஏற்படும் கரிசனத்தின் நிழல் உஷாவின் மீது படரத் துவங்கியது. ஆனால், கரிசனமும், அனுசரணையும் தேவைப்படாத, புறக்கணிப்பின் வலியை ஒரு பொருட்டாக எண்ணிக் குமையாத, சுழல் ராட்டினத்தின் உச்சியில் உஷா ஆடிக்கொண்டிருக்கிறாள். ஆட்டத்தின் வளையத்திற்குள் தன்னை வரவைத்து அடித்துத் தன் இடத்தை நிரூபிப்பதில் குரூரமான மகிழ்ச்சியைக் காணும் கோசலையின் முகத்தில் வெறுமை கூடிவிட்டத்தைக் கண்டு உஷா மேலிருந்து ரசித்தாள்.

உஷாவின் தினசரிகளைத் தொந்தரவு செய்யாதவாறு அவளிடம் கொஞ்சம் கொஞ்சமாகக் குடும்பப் பொறுப்புகளை, வேலைகளைப் பகிரத் துவங்கினாள் கோசலை.

நாளடைவில் உஷாவே எல்லா வேலையும் செய்வதாக இருந்தது. கோசலை தனக்கென உருவாக்கிக்கொண்ட ஓய்வு நேரத்தில் பாக்கெட் நாவல்கள் வாசிப்பது, ரேடியோ கேட்பது என்றிருந்தாள். இது தன் தோல்வி என்று எதிராளி உணராதவாரு தற்போதைய நிலையில் தான் சௌஜன்யமாக இருப்பதான அதீதப் பாவனையில் கோசலை இருக்கிறாள் என்பது உஷாவுக்குத் தெரிந்தாலும், அதைக் கவனித்து அங்கீகரிக்கூடாதென்று வீட்டு வேலைகளில் உஷா, மேலும் தீவிரமானாள். சமையலில் பரிச்சார்த்த முயற்சிகளைச் செய்து வீட்டு ஆம்பளைகளின் பாராட்டைப் பெற்றாள்.

கோசலை தன் போலி சொகுசு மனநிலையிலிருந்து வெளியேவந்து வீட்டு வேலைகளை மீண்டும் செய்ய துவங்கினாள். நேரடியாக எடுத்தவுடன் வேலையில் இறங்கினால் தன் பாதுகாப்பற்ற உணர்வு பட்டவர்த்தனமாகத் தெரிந்துவிடும் என்பதால், உஷா செய்யும் வேலைகளுக்குக் கூட இருந்து மேற்பார்வைச் செய்து மெல்ல உள்ளே நுழைந்து கலகலக்கத் துவங்கினாள் கோசலை.

"பாத்திரம் கழுவினா இன்னா பாத்திரம் கழுவிகிற? ஒரே சோப்பு சோப்பா இருக்குன்னு சொல்ல வேண்டியது... சோற இப்டி வடிச்சா

பயிறா வடிக்கணும்னு சொல்றது. அப்டி வடிச்சா பதங்கொலைய விட்டுட்டியேன்னு திரும்ப உலை வெக்கிறது. துணி துவைக்கும்போது பக்கத்துல வந்து நல்லா பிரிச்சி அலசு உஷான்னு சொல்றது... மாவ அரைச்சு குண்டால போடும்போது இன்னாமா இது திரி திரியா இருக்குது... நைசா அரைச்சாதானே இட்லி பூவா வரும்னு சொல்றது... மார்கெட்டுக்குப் போயி காய்கறி வாங்கப்போன பீட்ரூட்ட கிள்ளிப்பாக்கமா வாங்கினு வந்துட்ட... அவரைக்காய் பூச்சியா இருக்குதுன்னு சொல்ல வேண்டியது... வீட நா எவ்ளோ சுத்தமா பெருக்கி கழுவினாலும், அங்க கொஞ்சம் கறை... இங்க கொஞ்சம் கறை... கட்டிலுக்கு அடியில பெருக்கலன்னு... அய்யோ அய்யோ... சுத்தம் சுத்தம்னு என் உயிர வாங்க வேண்டியது.. வீட்டை இன்னும் எப்டித்தான் க்ளீன் பண்றது. நாக்கால நக்கித்தான் எடுக்கணும் போல... இப்டி என் காத்து பட்டாலே குத்தம் குத்தம்னா நா என்ன பண்றது" வீட்டில் அலங்காரவேலனும் கணேசனும் இருக்கிற ஒரு ஞாயிறு முற்பகலை தோதாகத் தேர்ந்தெடுத்து மனதிலிருந்ததெல்லாம் கொட்டித் தீர்த்தாள் உஷா. பதிலுக்குக் கோசலை இவளைவிட நாலுவார்த்தைப் பேசுவாள் என்று மூவரும் பார்த்தபோது அவள் அங்கிருந்து வேகமாக மொட்டைமாடிக்கு ஓடிச் சென்று நாற்காலியில் அமர்ந்து அழத் துவங்கினாள். அடுத்த இரண்டு வாரத்தில், உஷா மாசமான செய்தித் தெரிய ஆரம்பிக்க கோசலையின் நடவடிக்கை முற்றிலும் மாறியிருந்ததை உஷாவால் அவ்வளவு எளிதில் நம்ப முடியவில்லை. இது உண்மைதானா என்று பல பரிசோதனைகளை வைத்துப் பார்த்துத் தன் தோல்வியை மானசீகமாக அப்புனு பிறந்த முதல்நாளிலிருந்து உணர ஆரம்பித்தாள். ஆனாலும், இந்த வீட்டிலிருந்து கிளம்பியே ஆக வேண்டுமென்பதற்கு உஷா தரப்பில் வலுவான காரணங்கள் இருக்கவே செய்தன. அதை நிகழ்த்தியும் விட்டாள்.

ரேவதி இறந்து ஆறு மாதத்திற்கு மேல் ஆகிவிட்டிருந்தது.

12

மல்லிகாக்கா வீட்டிலேயே எத்தனை நாட்களுக்குச் சோறு தின்பது! தன்னால் முடிந்த வேலைகளை மல்லிகாக்காவுக்குச் செய்தாள். சிவக்குமாரைத் தன் பிள்ளையைப் போலப் பார்த்துக்கொண்டாள். கோசலைக்கு ஒரு கட்டத்தில் அது தன்பிள்ளைதான் என்கிற உணர்வு வந்தது. சிவக்குமாரை ஒரு நல்ல பள்ளிக்கூடத்தில் சேர்க்க வேண்டுமெனக் கோசலை விரும்பினாள். அவர்களின் பொருளாதாரத் தேவை இடம் கொடுக்காததால் தன்னுடைய பங்குக்கு ஏதேனும் செய்ய முடியுமா என்று பார்த்தாள். நீண்ட நாட்களாகவே அவளுக்குள் இருந்த எண்ணம்தான் அது.

தனக்கும் எங்கேனும் பங்களா வேலை கிடைக்குமா என்று தொடர்ந்து நச்சரித்ததன் பொருட்டு, கோசலையின் சமையல் பற்றிச் சிலாகித்துத் தன்னுடைய சொந்தக்கார வீட்டில் மல்லிகாக்கா சொல்லி வைத்தாள்.

“எனுக்கு அவுங்கோ நெருங்கின சொந்தம்தான். சொந்தக்கார் வூட்ல வேலை செஞ்சா இருக்கிற மரியாதி போயிடும்னுதான் நா போவல. ஆனா, நீ சாப்பாடு செய்றதைப் பத்தி சொல்லி வெச்சிக்கிறேன். வர சொல்லு பாக்கலான்னாங்க. நீ ஒன்னும் அல்ட்டிக்காத. நா சொன்னா கேப்பாங்க. நாளைக்குப் போலாம் இன்னா” என்றதற்குக் கோசலை தலையாட்டினாள்.

இடையில் அவ்வப்போது உடல்நிலை சரியில்லாமலாகி நிறைய மருந்து மாத்திரைகளை உட்கொண்டதால் கோசலையின் முகமெல்லாம் திட்டுத் திட்டான கருமை படிந்து அவளைப் பற்றியே அவள் பெருமையாக நினைக்கும் முகத்தைக் கூடக்

கண்ணாடியில் பார்ப்பதை வெறுத்து அன்று நீண்ட நாட்கள் கழித்துப் பார்த்தாள். கண்ணாடி வழியாகத் தெரிந்த, தான் முன்பிருந்த வீட்டின் தனிமையும், ரேவதியின் சைக்கிளும் கோசலையை அழச் செய்தது. அவளை எழுப்பி, முகம் கழுவச் சொல்லி தண்ணீர் பக்கெட்டை வைத்துவிட்டுப் போனாள் மல்லிகாக்கா.

இருவரும் வீட்டிலிருந்து இறங்கி தெருவுக்குள் நடக்கத் துவங்கும்போது அவர்களுக்கு எதிரே ஒரு முதியவர் மாட்டு வண்டியின் சடசடப்பு ஓசையுடன் "மா உப்பே... மா உப்பே" என்று கூவியபடி நடந்து வருவதைப் பார்த்ததும், மல்லிகாக்கா சொன்னாள். "கோசல, எதிர்ல உப்பு வித்துனு வர்றாங்கோ நேரம் சரியில்ல. வூட்டுக்குப் போயிட்டு அப்புறமா போலாங் வா."

"அதெல்லாம் ஒன்னும் இல்லக்கா. இதுக்கு மேல எனக்கு என்ன கெட்டது நடக்க இருக்கு. வா போலாம்."

"அப்டி சொல்லாத கோசல. பெரியவங்க சொல்லி வெச்சிக்கிறாங்கன்னா சும்மா இல்ல. எல்லா ஒரு இதுக்குத்தான்... வா வீட்டுக்குப் போயி ஒருவாய் தண்ணி குஸ்ட்டு அப்றமா போலாங்."

"அட வாக்கா நீ வேற... எப்ப பாத்தாலும் இது மாதிரி எதுனா ஒன்னு சொல்லிக்கிட்டே... " கோசலை மல்லிகாக்காவின் கையை வம்படியாகப் பிடித்து இழுத்து நடந்தாள்.

நீண்ட பேருந்துப் பயணக் களைப்பில் இறங்கியவர்களைப் புழுதிப் படிந்த சாலை மேலும் சோர்வாக்கியது.

"இன்னாக்கா ரொம்ப தூரம் போல... மெட்ராஸலாம் தாண்டிட்டமா?"

"ஆமாண்டி... இன்னும் நடக்கணும் வா."

"இன்னா ஊர் இது?"

"ஆவடிடி"

"பஸ் ஏதும் இல்லியாக்கா."

"பஸ்லாம் டைமுக்குத்தான் வரும். அதுக்குன்னு காத்துனு இருந்தா வேலை ஆவாது. ரெண்டு ஸ்டாப்பு நடைதான். வழியில எதுனா பொட்டிக்கட இருந்தா பன்னீர் சோடா குஸ்ட்டுப் போலாம். நட"

சோடா குடித்த தெம்பில் வேகு வேகென நடந்து வீட்டை அடைந்தார்கள்.

தனி வீடு. வீட்டைச் சுற்றியிருந்த செடிகளும், மரங்களும் காற்றில் அசைந்தாடிய போது "எவ்ளோ பெரிய வீடுக்கா" என்றாள்.

அழைப்பு மணியை மல்லிகாக்கா அழுத்த, தலை அண்ணாந்து அதைப் பார்த்த கோசலைக்கு ஆசையாக இருந்தது. கதவைத் திறப்பதற்காகக் காத்திருந்தார்கள். கதவருகே இருந்த வார்னிஷ் செய்யப்பட்ட பலகையில். எஸ்.கே.சாம்பவமூர்த்தி 'பொது நூலக இயக்குநர்' என்று எழுதி இருந்தது. அது என்ன மாதிரியான வேலையாக இருக்குமென அவளுக்குப் புரியவில்லை. இயக்குநர் என எழுதிருக்கிறது. சினிமா டைரக்டரா இருப்பாரோ. வீட்டின் தோற்றத்தைக் கண்ட போது இங்கே வேலை கிடைத்தால் போதுமென அவளுக்குத் தோன்றியது!

சாம்பவமூர்த்தியின் மனைவியான குப்பு கதவைத் திறந்து, "வா மல்லிகா" என்றவள், பார்வையைத் தாழ்த்தி கோசலையைப் பார்த்து, "வா ம்மா" என்று சொல்லி அவளையே பார்த்தாள்.

மதுராந்தகத்தில் சொந்தகாரர் ஒருவர் இறந்து போனதன் பதினாறாம் நாள் காரியத்தில் தலைக்கட்டுக் கட்டுவதில் பிரச்சினை வந்து பங்காளிகளுக்குள் கைகலப்பு ஆனது குறித்த குடும்பக் கதைகளைக் குப்புவும் மல்லிகாக்காவும் பேசிக்கொள்ள, கோசலை அவர்களருகே உட்கார்ந்து கண்களால் வீட்டைத் துழாவினாள். குடும்பப் புகைப்படத்தில் அவர்களுக்கு இரண்டு பெரிய பெரிய பிள்ளைகள் இருப்பதைப் பார்க்க ஏக்கமாக இருந்தது. சுவரில் அடுத்து இருந்த ஒரு பெரிய நீள்சதுர வடிவ கருப்பு வெள்ளை புகைப்படத்தில் இருந்தவரை பள்ளிக்கூடத்திலா, ஆட்டோ ஸ்டாண்டிலா... எங்கேயோ பார்த்தது போல அவளுக்குத் தோன்றியது. அவர் யாரென அவர்களிடம் கேட்கும் அளவுக்கு அதொன்றும் அவ்வளவு முக்கியமில்லை எனத் தோன்றியதால் அவர்கள் குடும்பக் கதை பேசுவதைக் கேட்டு அமைதியாக இருந்தாள்.

மல்லிகாக்காவுக்கு, குப்பு எப்போது குடும்பக் கதையிலிருந்து விலகி கோசலை வேலை குறித்துத் தாவுவாள் என்றிருந்தது. எல்லாம் கேட்டு முடித்த பிறகு குப்பு சொன்னாள்.

"சொல்லுடி. இவங்கதானா இது."

"ஆமாக்கா. பெர்சு செய்யாதே தவுத்து மத்த கறில்லாங் தேனு போல செய்யுங்."

"உங்க மாமங் பெருசுக்குத்தானடி உயிர வுடும்."

"சரி எம்மா கூட வா" என்று சமையற்கட்டைக் காட்டும்போது எழுந்துகொள்ள முடியாமல் எழுந்து "எனுக்கு இல்லாத நோவுல்லாம் இருக்குதும்மா. இல்லாட்டி எனக்கெதுக்கு வேலைக்காரங்க."

கோசலையை இருக்கச் சொல்லிவிட்டு மல்லிகாக்கா கிளம்பினாள்.

கோசலைக்கு அவ்வீட்டின் புறச்சூழலும், குப்பு அவளை நடத்தும் விதமும் பிடித்திருந்தது. கோசலை கேட்டுக்கொண்ட இரண்டு நாளிலேயே சமையல் ஸ்டூல் அவளுக்கு வந்தது.

கேள்விப்பட்ட சமையல்காரப் பெண்களைப் போன்று பட்டும் படாமல் தொட்டும் தொடாமலன்றித் தன் வீட்டில் சமைப்பது போல மாய்ந்து மாய்ந்து வேலை செய்த கோசலையைக் குப்புவுக்கும் பிடித்ததுடன், அவளுக்கு நிம்மதியும் ஓய்வும் கிடைத்தது.

கோசலையின் சமையல் ருசியில் சொக்கிய சாம்பவமூர்த்தி ஒருவாரமாகச் சமைக்கிற பெண்ணைப் பற்றி செய்திகளாகத்தான் கேட்கிறாரே ஒழிய, அவளைப் பார்க்க விரும்பியதை குப்பு சொல்ல, அன்றிரவு அவர் வரும்வரை கோசலை காத்திருந்தாள்.

பிஸ்கட் நிறத்தில் சபாரியும், தங்க பிரேமிட்ட கண்ணாடியுமாகக் காரிலிருந்து இறங்கிய சாம்பவமூர்த்தியைப் பார்த்துக் கைக் கூப்பி வணங்கும்போது குடும்பப் புகைப்படத்தில் பார்த்ததைவிட நேரில் இன்னும் கருப்பாக இருக்கிறார் எனக் கோசலை நினைத்துக்கொண்டாள்.

"இன்னாமா ஊர் உனுக்கு?" என அவர் கேட்ட கேள்விக்கு மட்டும் பதில் சொல்லி அமைதியாகிவிட்டவள், குப்புவின் வற்புறுத்தலுக்கு இணங்க, தன்னுடைய வாழ்க்கைப் பின்னணியை ஆரம்பம் முதல் சொல்லி முடித்தாள். ஏற்கெனவே அதைக் கேட்டிருந்தாலும் குப்பு முதன்முறை கேட்பது போலக் கேட்டு முந்தானையில் மூக்கை உறிஞ்சினாள்.

சாம்பவமூர்த்திக்கு அன்றிரவு தூக்கம் வர நெடுநேரமாகியது.

வேலைக்காக வீட்டிலிருந்து பேருந்து நிலையத்திற்கு நடந்து போகும் போது, பேருந்தில் உட்கார்ந்து வேடிக்கை பார்க்கும்போது, சாம்பவமூர்த்தி ஐயா வீட்டில் நின்று சமைக்கும்போது, வேலை முடித்து அங்கிருந்து நடந்து பேருந்து நிலையத்துக்கு வரும்போது, பேருந்தில் உட்கார்ந்து வரும்போது, அங்கிருந்து வீட்டுக்கு நடந்து வரும்போது அவளுக்குள் ஏற்படும் தனிமையில் அவள் எண்ணங்கள் முன்னும் பின்னும் சுழன்றன. அவ்வெண்ண சுழற்சியில், பயணக் களைப்போ, நீண்ட தூரம் போய்விட்டு வருவதின் சோர்வோ வருவதில்லை.

சாம்பவமூர்த்தி வீட்டில் எல்லோரும் எதிர்பார்க்கும் சுவைக்குச் சமையல் செய்யாமல், தன்னுடைய கைப்பக்குவத்தில் திரண்டு வரும் சுவைக்கு ஒரு மாதத்தில் அவர்களைப் பழக்கினாள். கோசலையின் சமையலைச் சாப்பிட்டு குப்புவின் பிள்ளைகளும், சாம்பவமூர்த்தியும் அதுகுறித்துப் புளங்காகிதம் அடைந்த ஒரு ஞாயிறு மதியம், குடும்பத்தினருக்கு உணவு பரிமாறுகையில், குப்புவின் மூத்த மகன் கோசலை வைத்த ரசத்தை தட்டில் ஊற்றி நன்றாகக் குடித்துவிட்டு அதன் காரத்தை ருசித்தபடியே, தன் அம்மாவை அவளது சொந்த ஊருக்கே போய் இருந்துவிட சொல்லியும், இங்கே இருப்பது வீண் என்றும் இத்தனை ஆண்டுகளில் இப்படியொரு ரசத்தை வைத்திருப்பாளா என்று கேலி செய்து குப்புவின் இருப்பையே அவ்வீட்டில் பொருளற்றதாக்க, குப்புவுக்கு கோசலை மீது கோபம் உருவாகி அதை அப்படியே மனதில் வைத்து வேறொரு சந்தர்ப்பத்தில் வாய்ப்புக் கிடைத்ததும் குப்பு தன் கோபத்தைக் காட்டிவிட கோசலைக்கு மனசே விட்டுப் போனது.

வாழ்வின் எல்லாச் சூழ்நிலைகளிலும், யாரை நம்பிச் சென்றாலும் ஏன் வஞ்சிக்கப்படுகிறவளாகவே இருக்கிறோம். எல்லோரும் நியாயமாகத்தான் நடந்துகொள்கிறார்களோ, நம்மிடம்தான் உடலில் இருப்பது போல உள்ளத்திலும் குறை ஏதும் இருக்கிறதோ! திருத்திக்கொள்ள வேண்டும். ஆனால், எதை! எண்ணங்களின் அலைச்சல் அவளை மேலும் துன்புறுத்தியது.

வாழ்வில் அடுத்தடுத்து துன்பங்களையே சந்திக்க நேர்ந்து அதனால் ஏற்பட்ட மோசமான அனுபவங்களையே சுமந்தலைபவள் நாளடைவில் தாம் ஈடுபடுகிற ஒவ்வொரு காரியத்திலும் துன்பம் அடைகின்ற வழியை அறிந்து அதனுள் பிரவேசப்பட்டுத் தன்னை வருத்திக்கொள்ள தனக்குள் ஒரு வேட்கை இருப்பதாக அவளுக்குத் தோன்றியது. இல்லாவிடில், ஒரு

சின்ன கோவத்தைக் கூடப் பொறுத்துக்கொள்ளாமல் ஏன் அதில் உழல வேண்டும்.

சொல்லபோனால், அதில் உழல்வது அவளுக்குப் பிடிக்கத்தான் செய்தது.

வேலை முடித்துவிட்டுப் பேருந்து நிலையத்தை நெருங்கும்போதே தன்னுடைய பேருந்து அங்கிருந்து கிளம்ப எத்தனிக்கிறதைப் பார்த்தாள். அவள் நினைத்தால் போய் ஏறிவிடுகிற சூழல்தான். ஆனால், அப்பேருந்தை தவற விடுதலும், தவற விட்டதற்காக வருந்துதலும், அடுத்த பேருந்திற்காகப் பசியுடன் காத்திருத்தலும் அவளுக்கு இதமாக இருகின்றன. யாருக்காக எதற்காகச் சீக்கிரம் போக வேண்டும். பேருந்தில் ஏறினாலும் உட்கார்வதைவிட, இடம் கிடைக்காமல் கால் வலிக்க நின்றிருப்பதில்தான் பயணத்தின் நிறைவை அவள் காண்கிறாள்.

கோசலையைத் திட்டியதிலிருந்து குப்புவுக்கு மனசு உறுத்திக்கொண்டே இருந்தது. தினமும் வேலை முடித்துவிட்டு கோசலை வீட்டுக்குப் போகையில் ஏதாவது காரணம் சொல்லி அவளுக்கு வளையல், கம்மல், க்ளிப் எனக் கொடுத்து எந்தெந்த வகையிலேனும் சமாதனம் செய்தும் அவர்களின் உறவில் பழைய பிடிமானத்தை மீட்டுருவாக்கம் செய்ய இயலாததை உணர்ந்து குப்புவுக்கு வருத்தமாக இருந்தது.

“உன் பொண்ணு இருந்தா அதுக்கு எதுனா செஞ்சி இருப்பேன். நீ ஏதும் வாணா வாணான்னு சொல்ற” என அவ்வப்போது குப்பு, கோசலை குறித்து விசனப்படுகையில் தன்னுடைய துயரத்தை வைத்தே தனக்குள் வாழும் மகளின் இருப்பை இவர்களால் இல்லாமல் ஆக்க முடியுமெனில் இனி அதை நினைத்துத் துவளப் போவதில்லை.

ஒருநாள், குப்பு கொடுத்து வேண்டாமென மறுத்த புடவையை அவளாகவே கேட்டு வாங்கினாள். அதைக் குப்பு கொடுக்கையில் “நா ஆசையா குடுத்த புடவைய கூட வாங்க யோசிக்கிறல்ல... அவ்ளோ வெணையாவா போயிட்டேன் உனக்கு”

“க்கா... அதுக்கு இல்ல... அது ரொம்ப நல்ல புடவை... என்னால முழு புடவைய கட்டிக்க முடியாது. பாதியா கிழிச்சுத்தான் கட்டுவேன். உங்களது நல்ல புடவை.. வாங்கி கிழிக்கணுமேன்னு நினைச்சபோது மனசு வரல... அதான்”

குப்புவுக்கு அங்கிருந்து திபுதிபுவென நடந்து உள்ளே சென்றவள் வரும்போது பெரிய கத்தரிக்கோலுடன் வந்தாள்.

"இந்தா முனையைப்புடி" என ஒரு முனையைக் கோசலையிடம் கொடுத்தாள்.

புடவையைக் கத்தரிக்கத் துவங்கினாள். அதை இரண்டு பாகங்களாக்கி ஒன்றை மடித்து கோசலையின் அருகேயிருந்த அவள் பையில் வைத்துவிட்டு இன்னொன்றை அவளிடம் கொடுத்து "இந்தா இப்பவே போயி கட்டினு வா" என்று கொடுத்தபோது அதை வாங்கிய கோசலையின் கைகள் அன்பின் பதற்றத்தில் சீதளம் பிடித்திருந்தன.

புடவையைக் கட்டி கண்ணாடியில் தன்னைப் பார்த்துச் சிரித்தாள் கோசலை.

தன்னைக் கஷ்டப்படுத்திக்கொண்டிருப்பது தனக்குள் வாழும் மகளுக்குக் குற்ற உணர்ச்சியை அளிக்கும் என்பதால், துக்கத்திலிருந்து விடுபட்ட சிறகசைப்பு அவளுக்குள் உண்டானது. அப்படி விடுபடவில்லை எனில் தன் மகளின் இருப்பைத் தானே கேள்விக்குட்படுத்துகிறோம் என்கிற எண்ணம் மேலோங்க அதிலிருந்து திமிறினாள்.

"ஏ, கோசல ரொம்ப நாளா கேக்கணும்னு நினச்சதுதான்... தெனத்துக்கும் ஏன்டி, போய்க்கினு வந்துக்கினும் அல்லாடினுகிறியே. இங்கேயே தங்கிக்கோன்னா ஏன் கசக்குது உனுக்கு?"

"இருக்கட்டுங்க்கா" எனச் சொல்லி முடிக்கும்போது, உள்ளே சாம்பவமூர்த்தி வந்துகொண்டே சொன்னார்.

"தங்கி வேலை செய்மா... இன்னா."

அந்தக் குரலிலிருந்த கம்பீரத்தையும் வாஞ்சையையும் கோசலையால் மறுத்துப் பேச இயலவில்லை. "மல்லிகாக்காகிட்ட ஒரு வார்த்த சொல்லிக்கிறேன் ஐயா"

அவர் தலையாட்டிவிட்டு உள்ளே சென்று விட்டார்.

"இங்க இருந்தா உனுக்கும் பொண்ணு நெனைப்பாவும் இருக்கும். அங்கயே போய் இரு. அது திடீர்னு மூஞ்சால அச்சமாரி பேசுமே கண்டி மனசுல ஒன்னும் இருக்காது." எனச் சொல்லி மல்லிகாக்கா அனுப்பி வைத்தாள்.

சமையல் வேலைகளை முடித்துவிட்டு அக்கடா என்று உடற்சோர்வில் அமரும்போது, அவளை ஆக்கிரமிக்கும் எண்ணங்களில் இருந்து விடுபட வீட்டைக் கழுவி சுத்தம் செய்வது, பாத்திர பண்டங்களைத் துலக்குவது, துணிகளைத் துவைப்பது, பொருட்களைத் துடைத்து இருந்த இடத்தில் வைப்பது என ஏதாவது செய்துகொண்டே இருந்தாள். எனினும், எதிலிருந்து மீள விரும்பினாளோ அது அவளை விடுதலையாக்கவில்லை. துருப்பிடித்த கடந்தகால நினைவுக் கம்பிகளை வேலை என்னும் கைகளினால் தொடர்ந்து இறுகப்பற்றி இழுத்து வளைத்துத் தன் தலையை வெளியே நீட்டி ஆசுவாசம் அடைந்தாள். ஆசுவாசம் அடுத்த கணமே குற்ற உணர்வாகவும் மாற அவளுக்கு மீண்டும் தலைவலிக்க ஆரம்பித்தது. அவள் சோர்வடையவில்லை. தனக்குத்தானே ஆடிப்பார்க்கும் உணர்ச்சி விளையாட்டு அவளுக்கு நாளடைவில் சுவாரசியமானது.

சமையல் வேலை மட்டும் போதுமென்று ஆரம்பத்தில் அவளைத் தடுத்த குப்பு, கோசலையின் தன்முனைப்பின் வேகத்தில் ஒதுங்கவே நேரிட்டது. குப்புவின் உடலும் வேலைகள் செய்யக் கூடிய வலுவில் இல்லை என்பதால், அவள் இணங்கவே செய்தாள், பணிப்பெண்ணாக இருந்தாலும் தன் வீட்டை ஆள இன்னொருத்தியை அனுமதிக்கும் இயலாமைக்குத் தான் வந்துவிட்டோம் என்கிற உறுத்தல் குப்புவுக்கு இருந்தாலும் அதை ஒரு பாதகமான எண்ணமாக மாற்றிக் கொள்ளாதபடி கோசலையின் நடத்தை இருந்தது. அவளை அழைத்தது சமையல் வேலைக்கு! அதைத் தவிர மற்ற வேலைகளை அவள் செய்வதற்கு இணையாகச் சம்பளத்தைக் கூட்டிக்கொடுக்க இயலும் என்றாலும் கோசலை உடல் வறுத்தி செய்வதைப் பார்க்கும்போது குப்புவுக்கு அதை எதிர்கொள்ளவே தெரியாது. உடன் இருந்து ஒத்தாசையாக இருந்தாலும் பேய் மாதிரி இயங்கும் கோசலையின் வேகத்துக்குக் குப்புவால் ஈடுகொடுக்க முடியாது என்பதை உணர்ந்து அவள் அமைதியாகவே இருக்க நேரிட்டது.

எக்ஸ்போர்ட் கம்பெனியில் இருந்த இயந்திரத்தனம் அளித்த சோர்வு கோசலைக்கு இங்கில்லை. தினசரி கீழ் அறைகளை மட்டுமே சுத்தம் செய்பவள் ஒருநாள் துணி காயப் போட மொட்டை மாடிக்குச் செல்லும்போது முதல் தளத்தில் இருந்த அறையில் தூசிகள் அதிகம் படர்ந்திருப்பதை ஜன்னல் வழியாகக் கண்டு குப்புவிடம் அனுமதி வாங்கி மொட்டைமாடி அறையைப் பெருக்குவதற்குச் சென்றாள்.

நல்ல விசாலமான பெரிய அறை. உள்ளே நுழைந்ததும் எதிர்ப்படும் சுவரின் மேலே ஒரு பெரிய புகைப்படம். கீழே வரவேற்பறையில் கருப்பு வெள்ளையில் இருந்த அதே மனிதரின் கலர் புகைப்படம். அங்கிருந்த மேசையின் மீது புத்தகங்கள் கலைந்திருந்தன. சுவரையொட்டி இடதுபுறம் உள்ள திறந்த வெளி அலமாரியில் நான்கு அடுக்குகளாகப் புத்தகங்கள் அடுக்கப்பட்டிருந்தன. இவ்வளவு புத்தகங்களா என விரிந்த அவள் கண்களுக்கு அங்கே படர்ந்திருந்த தூசிகள் தெரியவர கையில் வைத்திருந்த லுங்கித் துணியை வைத்துத் தன் உயரத்திற்கு எட்டும் வரை தூசிகளை விரட்டுவது போல, அறை முழுக்க எல்லாப் பொருட்களின் மீதும் தட்டினாள். முக்கி முனகிப் படியில் தூக்கி வந்த நாற்காலியின் மீதேறி மற்ற இடங்களையும் சுத்தப்படுத்தினாள்.

புத்தக அலமாரியினருகே வந்து அங்குள்ள எல்லாப் புத்தகங்களையும் தூசித் தட்டலாம் என ஒரு சுற்றுப் பார்த்தாள். இத்தனையும் ஒவ்வொன்றாக எடுத்துத் தட்டுவதற்குள் விடிந்துவிடுமென அவளுக்குத் தோன்றவே, மேலோட்டாகத் தூசித் தட்டுகையில், ஒரே மாதிரியான புத்தகங்கள் இரண்டு அடுக்குகளில் வரிசையாக அடுக்கி வைக்கப்பட்டிருப்பதைப் பார்த்து எதற்கு ஒரே புத்தகம் இத்தனை வாங்கி வைத்திருக்கிறார் ஐயா என்று யோசித்துக்கொண்டே அலமாரியின் பக்கவாட்டைத் துடைத்தாள்.

மேசையில் இருந்த புத்தகங்களை எடுத்து ஒன்றின் மீது ஒன்று அடுக்கி வைக்கும்போது, ஒவ்வொரு புத்தகமும் ஏற்கெனவே குறிப்பிட்ட பக்கத்தில் படித்துக் குப்புறக் கிடத்திருப்பதைப் பார்த்தவள், அதன் உள்ளேயிருந்து பாம்பை அயர்ன் செய்ததுபோல கயிறு வெளியே நீண்டிருக்க, அக்கயிற்றைப் பிடித்தபடி புத்தகங்களை மல்லாக்கக் கிடத்திக் கயிற்றை அடையாளமாக வைத்து மூடினாள். கயிறில்லாத மற்ற புத்தங்களை அப்படியே வைக்க அவளுக்கு மனமில்லை. என்ன செய்வதென்று யோசித்து அங்கு இருந்த ஒரு துண்டு காகிதத்தையும் பேனாவையும் எடுத்து ஒவ்வொரு நூலும் எத்தனையாவது பக்கத்தில் திறந்து வைக்கப்பட்டிருக்கிறது என்கிற பக்க எண்ணும், அதற்கு நேராக அந்நூலின் தலைப்பும் எழுதிச் சுருட்டி பத்திரப்படுத்தித் தன் மணிபர்ஸில் மூடினாள். மேசையிலிருந்த அனைத்து நூல்களையும் ஒன்றின் மீது ஒன்றென அடுக்கி வைத்து, மேசைக்குப் போர்த்தியிருந்த துணியைத் துவைப்பதற்குக் கையில் எடுத்து வைத்துக்கொண்டாள்.

அறையை நோட்டமிட்டாள். புது அறையைப் போல அது மாறியிருந்ததெனினும், எதற்கு ஐயா ஒரே புத்தகம் இத்தனை வாங்கி வைத்திருக்கிறார் என்கிற கேள்விக்கு மட்டும் அவளுக்கு விடையே கிடைக்கவில்லை.

மறுநாள், வேலையிலிருந்து வீட்டுக்கு வந்து இரவு உணவை முடித்தபின் தன் அலுவல் அறைக்கு மேலே வந்த சாம்பவமூர்த்தி ஒரு கணம் திடுக்கிட்டுத் தலையைப் பின்வாங்கினார். தன்னுடைய அறைதானா இது என்கிற பார்வையில் அறையைக் கண்களால் துழாவினார்.

மேசையைப் பார்த்தபோது, அவர் படித்துப் பாதியிலேயே விட்ட புத்தகங்கள் அதனதன் நிலையிலிருந்து ஒன்றின் மீது ஒன்றென வைக்கப்பட்டிருப்பதைப் பார்த்தபோது மாடிக் கைப்பிடியைப் பிடித்தபடி “குப்பெ... ஏ குப்பெ” என்றார். குப்பு கீழிருந்தபடியே “இன்னா கௌதமப்பா, சொல்லு” என்றாள்.

“யார் ரூம க்ளீன் பண்ணது?”

“கோசலதான்.”

“மேல வர சொல்லு.”

அவர் அழைத்த தொனியைக் கீழேயிருந்த கேட்டவளுக்கு, நிச்சயம் பாராட்டுக் கிடைக்காது என்பது உறுதியாகத் தெரிந்தது.

அவள் மேலே வந்து கதவோரமாக நின்றாள்.

“இங்க நா படிச்சு பாதியில வெச்சிருந்த புஸ்தகத்தை எல்லாம் யார் மூடி வெச்சது” என அவர் கேட்டதும், தன் மணிபர்ஸைத் திறந்து அதிலிருந்த துண்டுக் காகிதத்தை அவரிடம் கொடுப்பது போல நீட்டி, அவளே ஒவ்வொரு நூலையும் அதன் பக்கங்களில் திறந்து அவர் முன்னே காட்டினாள். புக்மார்க் இருந்த நூல்களை அதன் உதவியுடன் பிரித்து அவற்றையும் குப்புறக் கிடத்தினாள். சாம்பவமூர்த்தி ஆச்சர்யத்தை வெளிப்படுத்தவில்லை. கறாரான குரலில் கேட்டார்.

“உனக்கு புஸ்தக வாசிக்கிற பழக்கம் இருக்கா.?”

“கல்யாணத்துக்கு முன்னாடி வரைக்கும் அப்பப்போ நேரம் கிடைக்கும் போது படிப்பேங்கய்யா.”

"ம்ம்ம், நீ வாசிச்சதுல உனக்கு புடிச்ச புஸ்தகம் பேர் என்ன?"

கோசலை அமைதியாக அவரைப் பார்த்தாள்.

"பரவாயில்ல சொல்லு."

"'காதலெனும் சோலையிலே'ன்னு ஒரு நாவல்ங்கய்யா."

"அப்பிடியா யார் எழுதினது?"

"ரமணிசந்திரன்ங்கய்யா... அதுல ஜீவரேகான்னு ஒரு பொண்ண வெச்சு அவளோட வாழ்க்க..."

"நிறுத்து... கதையெல்லாம் சொல்ல வேணாம். நீ போ."

கோசலை போகும்போது சாம்பவமூர்த்தி கூப்பிட்டுச் சொன்னார்.

"இங்க பாரும்மா... இனிமே இந்த ரூம் உன் கண்ட்ரோல்தான் புரியுதா."

"சரிங்கய்யா!" எனச் சொல்லிவிட்டு கோசலை போகும்போது "நில்லு" என்றார்.

"உனக்கு ஒரு வாரம் டைம் தரேன். இங்க இருக்கிற ஏதாவது ஒரு புஸ்தகத்தை எடுத்து நீ படிச்சுட்டு அத பத்தி என்கிட்ட பேசணும்"

இது என்ன பெரிய விஷயம் சித்தியிடம் இம்மாதிரி கதைகளைப் படித்துவிட்டு எத்தனையோ முறை கோசலை பேசியிருக்கிறாள்தான். ஆனால், தன் சுவைக்கு உகந்த புத்தகங்கள் இங்கில்லை என அவள் அறிந்திருந்ததால் அவள் முகத்திலிருந்த மகிழ்ச்சி விபரீதக் களையானது. அங்கிருந்த நூல்களை ஒரு நோட்டம் விட்டாள். பார்வையை ஆழப்படுத்தி ரமணிசந்திரனைத் தேடினாள். நீலநிற தலையணை அளவில் இரண்டு அடுக்குகளில் அடுக்கி வைத்திருக்கும் ஒரே மாதிரி புத்தகங்கள் அவள் கண்களில் பட்டதும் அவளுக்குத் தலை சுற்றுவது போல இருந்தது.

"என்ன யோசிக்கிற?"

"சரிங்கய்யா."

"ம்ம். சரி நீ போ."

சாம்பவமூர்த்தி ஏதோ யோசனையிலேயே அவள் போவதைப் பார்த்துக் கொண்டிருந்தார்.

மறுநாள், கீரை கடையும்போது குப்புவிடம் நேற்று நடந்ததைச் சொல்ல, இதுவரை தன்னையும் சரி, தன் பிள்ளைகளையும் சரி அவர் புத்தகம் வாசிக்கச் சொன்னதில்லை என்றும், வாசிப்பு மனோபாவம் இயல்பாகத் திரள வேண்டுமென்றும், வற்புறுத்துவது பிடிக்காது என்றும் தன்னிடம் சொன்ன கணவர் எதற்குக் கோசலையை மட்டும் ஒரு புத்தகத்தைப் படிக்கச் சொன்னார் என்பது குப்புவுக்குப் புதிராகவும் சற்றுப் பொறாமையாகவும் இருந்தது.

இதைக் கேட்டதற்குப் பிறகு கோசலைக்கு அவரின் சொல் இன்னும் முக்கியத்துவம் வாய்ந்ததாகத் தோன்றியது.

அடுத்தநாள், வேலையை எல்லாம் சீக்கிரம் முடித்து விட்டு, அவளுடைய நாற்காலியுடன் அவரின் அறைக்குச் சென்று அதன் மீதேறி எதை வாசிக்கலாம் என நோட்டம் விட்டாள். அதைப் பார்க்கும்போது ஒரு புத்தகத்தையும் அவளால் எடுத்துத் தூக்கவே முடியாத அளவுக்கு இருந்தது. தன் கையில் அடங்கிவிடுகிற பாக்கெட் நாவல்களை நினைத்து அவளுக்கு ஏக்கமாக இருந்தது. அவை எங்கேனும் கிடைக்குமா என்று அலமாரி முழுக்கத் துழாவினாள். எங்கும் இல்லை. அவளுக்கு மற்ற புத்தகங்களைப் படிக்கும் எண்ணமே தோன்றவில்லை. சரி, ஒவ்வொரு புத்தகமாக எடுத்துத் தூசித் தட்டி அடுக்கி வைக்கலாம், இதில் திருப்தியடைந்து ஐயா அவர் இட்ட அன்புக்கட்டளையை மறக்கலாம் என அடுக்குவதற்கு அலமாரியிலிருந்து ஒவ்வொரு புத்தகமாக எடுக்கும் போது அதன் பெயர்களை வாசித்தாள்.

வட்ட மேஜை மாநாடும் பூனா ஒப்பந்தமும் - அன்பு பொன்னோவியம்.

திராவிட மொழிகளின் ஒப்பிலக்கணம் - கால்டுவெல் (தமிழாக்கம்: கா. கோவிந்தன்)

புத்தர் அருளறம் - ஜி.அப்பாதுரையார்

சிலப்பதிகாரம், குடிமக்கள் காப்பியம் - தெ.பொ.மீனாட்சிசுந்தரம்

விழுப்புரம் படுகொலை - D.டேவிட்

திரு.வி.க வாழ்க்கைக் குறிப்புகள் - திரு.வி.கல்யாணசுந்தரனார்

அவள் வாசிக்கும் புத்தகங்களின் பெயர்களைப் போலன்றி எந்தச் சுவாரசியமும் இல்லாத இவற்றின் தலைப்புகளைப் படிப்பது வீணென்று அடுத்தடுத்துப் புத்தகங்களை எடுப்பதும் தூசித் தட்டுவதுமாக வேலையை வேகப்படுத்தினாள்.

ஒரே மாதிரியாக இருக்கும் நீலத் தலையணைப் புத்தகங்களைத் துடைக்கும்போது அதன் ஒவ்வொரு அட்டைப் படத்திலும் அதே மனிதரைப் பார்த்தாள். வீட்டின் கீழறையிலும், இந்த அறையிலும் சுவரில் மாட்டப்பட்டிருக்கும் அதே மனிதர். அவர் படத்தின் கீழ் எழுதியிருக்கும் பெயரை வாசித்தாள். பி.ஆர்.அம்பேத்கர். ஓ! இவர் எழுதிய புத்தகம்தானா!

எதற்கு ஒரே புத்தகத்தை, சாம்பவமூர்த்தி ஐயா இத்தனை வாங்கி அடுக்கி வைத்திருக்கிறார்! குழப்பம் அவளுக்குத் தீராமலேயே அவற்றைத் துடைத்து மீண்டும் வைக்கும்போது ஒன்றைக் கவனித்தாள். ஒவ்வொரு புத்தகத்தின் பக்கவாட்டின் கீழும் தொகுதி என்றெழுதி அதற்குக் கீழ் ஒரு எண் குறிப்பிட்டப்பட்டிருந்தது. எண்களின் படி அவற்றை அடுக்கி வைத்தாள். மொத்தம் முப்பத்தேழு தொகுதி. இவ்வளவும் இந்த அம்பேத்கர் எழுதியது தானா! தனக்குப் பிடித்த ரமணிசந்திரனை விட அம்பேத்கர் பெரிய எழுத்தாளர்தான் போல என்றெண்ணும்போது அவர்மீது அவளுக்கு வெறுப்பாகவும் இருந்தது.

சாம்பவமூர்த்தி வேலை முடித்துவிட்டு அன்றிரவு, தன் அறையில் புத்தகம் வாசிக்கையில் சடாரென நினைவு வந்தவராய் ஒரு நூலை அலமாரியில் தேடும்போது அம்பேத்கரின் தொகுதிகள் வரிசைக்கிரமமாக அடுக்கி வைத்திருப்பதைக் கண்டார். அவர் அவ்வப்போது எந்தத் தொகுதியை வேண்டுமென்றாலும் எடுத்து வாசித்து எங்காவது சொருகி வைத்து விடுவார். இதை வரிசையாக அடுக்க வேண்டுமென அதைப் பார்க்கும் ஒவ்வொரு முறையும் அவருக்குத் தோன்றினாலும் அதைச் செய்ததில்லை. கோசலை, செய்திருப்பதைக் கண்டு மனம் உவந்தார்.

நான்கு நாட்கள் கடந்துவிட்டன. தினமும் அவர் அறையில் வந்து வாசிக்க எடுப்பாள். புத்தகங்களின் தடிமன் செய்யும் அச்சுறுத்தலை மீறி எடுத்துப் படித்தாலும் உள்ளடகத்தையும் அதன் பொருளும் புரியாமல் வைத்துவிட்டுக் கீழிறங்கி விடுவாள். ஆறாவது நாள் அதேபோல ஏமாற்றத்துடன் செல்லும்போது, சரி, அன்று துடைக்க மறைந்த சுவரில் தொங்கும் அம்பேத்கரின் புகைப்படத்தையாவது துடைத்து விட்டுச் செல்வோமென மேசையின் மீது அவளுடைய நாற்காலியைப் போட்டு ஏறி ஈரத் துணியினால் அதைத் துடைக்கும்போது புத்தக அலமாரியின் மேல் புறத்தில் கல்யாணப்பத்திரிகை மாதிரி பத்துக்கும் மேற்பட்ட சின்னச்

சின்னப்1 புத்தகங்கள் சிதறியிருப்பதைப் பார்த்தாள். ‘சின்னதாவும் புக்கு இருக்கே’ எனத் தனக்குள் மலர்ந்தபடியே புகைப்படத்தைப் பார்க்க அவர் முகத்திலிருந்த குறுநகை தன்னைப் பார்த்துச் செய்வது போல அவளுக்கு இருந்தது. அவள் இறங்கும் போது அலமாரியின் மேலிருந்த பத்து நூல்களுடன் கீழிறங்கினாள். அதிலும், அம்பேத்கர் படம் முகப்பில் போட்டிருந்தது. பத்தில் ஒரேயொரு புத்தகத்தை மட்டும் தனியாக எடுத்து அதன் தலைப்பை வாசித்தாள். ‘விசாவுக்காகக் காத்திருக்கிறேன்.’

பரவாயில்லை இவர் ரமணிசந்திரன் மாதிரி காதல் கதையும் எழுதுவார் போல, முக்கியமாகச் சின்னதாகவும் புத்தகம் எழுதுவார் போல என்றெண்ணி மகிழ்ந்து விசாவுக்காகக் காத்திருக்கிறேனை வாசிக்கத் துவங்கினாள்.

அறையிலிருந்து கீழிறங்க ஒவ்வொரு படிக்கட்டின் மீதும் கால் வைக்கும் போது பாதங்களின் அதிர்வு அவளுக்குக் கேட்கும் அளவுக்கு மனம் கனத்துப் போயிருந்தது. இதெல்லாம் உண்மையாக நடந்திருக்குமா அல்லது நாம் படித்த கதைகள் போல இதுவும் ஒன்றா என்கிற குழப்பம் இருந்தாலும் அதிலெழுதியிருந்த சம்பவங்களின் தாக்கம் அவளுக்குள் ஒரு மௌனத்தைப் போர்த்தியிருந்தது.

உறங்கி எழுந்த குப்பு, கோசலையின் முகம் ‘ஏன் என்னமோ போல’ இருக்கிறதெனக் கேட்கத் துணிந்து எப்படியும் இவள் மகளின் நினைவாகத்தான் ஏதாவது யோசித்துக் கவலையில் உழல்வாள் ‘நாமும் கேட்டு மேலும் உசுப்பிவிட வேண்டாமென அமைதி காத்து கோசலையிடம் பேச்சை மாற்றிய குப்புவுக்குத் தன் பக்குவத்தை நினைத்து ஆச்சரியமாக இருந்தது.

அன்றிரவு சாம்பவமூர்த்தி சாப்பிட்டு முடித்துத் தன் அறைக்குச் சென்றுவிட்டார் எனத் தெரியும். இந்நேரத்தில் செல்லலாமா எனத் தயக்கம் அவளுக்கிருந்தது. அவரிடம் பேசி ஓய்ந்து விட்டால் பாரத்தை இறக்கின ஆசுவாசம் கிடைக்குமெனக் காத்திருந்தாள். அதற்கான வாய்ப்புகளின்றி அன்றிரவு கடந்தது.

ஏழாவது நாளான மறுநாள் சாம்பவமூர்த்தி தன் அறைக்குச் சென்ற பின் அவரே படிக்கட்டில் நின்று குப்புவிடம் சொல்லி கோசலையை அழைத்தார்.

அன்று காலைதான் ‘விசாவுக்காகக் காத்திருக்கிறேன்’ பற்றி குப்புவிடம் சொல்லியிருந்தாள். குப்புவும் அம்பேத்கர் பற்றி தனக்குத் தெரிந்தவற்றைச்

சொல்ல கோசலைக்கு இன்னும் அவர்மீது அனுதாபம் ஏற்பட்டு அவ்வப்போது அமைதியில் ஆழ்ந்து போக, அவளைச் சீண்டி நன்றாகப் பேசுமாறு வெற்றித் திலகமிட்டு அனுப்பாத குறையாய் கோசலையை அனுப்பி வைத்தாள் குப்பு.

மேலே போனவள், கதவோரம் பதுங்கியபடி நின்றிருக்க, அவர் "உள்ள வா" என்று அதட்ட, அவள் வந்து கையைக் கட்டி நின்றாள்.

"கைய கட்டாத. கையை எடு. என்ன பழக்கம் அது கையைக் கட்டுறது.?"

கையை இறக்கி அவரைப் பார்த்தாள்,

"உங்கிட்ட ஒன்னு சொன்னனே அது செஞ்சியா.?"

"நேத்தே முடிச்சுட்டடங்கய்யா."

"அப்புறம் ஏன் எங்கிட்ட வந்து சொல்லல?"

கோசலை அமைதியாக இருந்தாள்.

"சரி, என்ன புக் படிச்ச. அதைப் பத்திச் சொல்லு."

"'விசாவுக்காகக் காத்திருந்தேன்'னு ஒரு சின்ன புக்குங்கய்யா."

அவர் கண்கள் மெல்ல விரிந்தடங்கியது. மேலே சொல்லு என்பது போல அவர் தலையை ஆட்ட அவள் தொடர்ந்தாள்.

"படிக்க படிக்க ரொம்ப கஷ்டமா இருந்துதுங்கய்யா."

"ஏன் கஷ்டமா இருந்தது?"

"அம்பேத்கார வெளிநாட்டுல போயி படிக்க வெச்ச ராஜா ஒருத்தரு திரும்பி இந்தியாக்கே கூப்பிட்டார்ன்னு பரோட்டான்னு ஒரு ஊருக்கு வராருங்கய்யா..."

"அது பரோடா"

"ஆங். அங்கதான். பரோடால அவருக்கு எந்தச் சொந்தக்கார் வீடும் இல்ல. சிநேகிதர்ங்க வீடு இருக்குது. ஆனா அவர் பொறந்த ஜாதியை வெச்சு அவர சேக்குறதுக்கு யோசிக்கிறாங்க. இவரு அவங்களுக்கெதுக்கு கஷ்டன்னு எதுனா ஓட்டல்ல போயி தங்கலாம்னு பாக்குறாரு. அதெல்லாம் இந்து ஓட்டலுங்கிறதால கண்டிப்பா சேக்க மாட்டாங்கன்னு எங்க தங்கலாம்னு

நடுராத்திரியில மூட்டையும் முடிச்சுமா தேடிக்கினே சுத்துறாரு. அப்புறம் ஒரு பார்லி ஓட்டல்னு ஒன்னு பாக்குறாரு"

"அது பார்சி"

"ஆங். அங்கதான். அவங்ககிட்ட அவரு பார்சின்னு சொல்லி தங்குறாரு. அதுவும் நல்ல ரூம் கூட இல்ல. ஒரு குடோான் அது. தங்குற ஒரொரு நாளும் என்னடா நம்ம நிலைமை இப்டின்னு கஷ்டமா இருக்குது அவருக்கு. அவர் தங்கி பத்தாவது நாள்ல அவனுங்க, அவர் யார் இன்னா ஏதுன்னு கண்டுபுடிச்சு, கத்தியும் கட்டையுமா ஆளுங்க வந்து ராத்திரியோட ராத்திரியா இவர் பொருளல்லாம் தூக்கி வெளிய வீசிட்டு... அடிக்காத தொறையா அவர தொரத்துறானுங்க... அப்பவே வெளிநாட்டுலலாம் போயி படிச்சுட்டு வந்த மனுசன்... ரொம்ப அநியாயமா இருந்துதுங்கய்யா..."

"இன்னொன்னு இன்னானா. இவரோட சின்ன வயசுல இவங்க அப்பா இவர இவங்க அண்ணனலாம் ஒரு டேசன் பேர சொல்லி அங்க வர சொல்லறாரு. சின்ன குழந்தைங்கள்ல... வழி தெரியாம வேற ஒரு டேசன்ல இறங்கிடுறாங்க. நட்ட நடு ராத்திரி, ரயில்வே டேசன்... ஒத்தாசைக்கு யாரும் இல்லாம புள்ளைங்க' பே பே' ன்னு முழிக்குதுங்க. ஒரு டேசன் மாஸ்டர் இன்னான்னு கேட்டு உதவிக்கு வந்தவரு இவங்க யாரு இன்னான்னு தெரிஞ்ச அப்புறம் மனசாட்சி இல்லாம வுட்டுப் போறாருய்யா.. அது எவ்ளோ அக்கிரமில்ல. எனுக்கு எதுவும் முழுசா படிச்சத அப்டியே சொல்ல வரலைங்கய்யா..."

பரவாயில்லை என்பது போல அவர் தலையசைக்க அவள் தொடர்ந்தாள்.

"அவர் சின்ன வயசுல இருந்து பெரிய அதிகாரியா ஆவுற வரைக்கும், அவர் இன்னான்னு தெரிஞ்சி இவருக்குலாம் வண்டி ஓட்ட மாட்டேன்னு மொறை மொறைக்க விட்டுறானுங்கய்யா... வண்டியோட்ட ஆள் இல்லாம யாரோ ஓட்ட தெரியாதவரை ஒக்கார வெச்சு வண்டியோட கீழ வுழுந்து, இவருக்குக் கால்ல அடிப்பட்டு... பாவங்கய்யா..."

"எனக்கு ரொம்ப கஷ்டமா இருந்தது இன்னானா, இவரு சின்ன வயசுல ஸ்கூல் படிக்க சொல்ல... க்ளாஸ்ல இவரை மத்த பசங்களோட ஒக்கார வைக்காம அவர் மட்டும் தனியா ஒக்கார வெப்பாங்களாம். தனியான கோணிப்பைலதான் இவரு ஒக்காரணுமாம். ஸ்கூல சுத்தம் செய்ற ஆளுங்க கூட அவர் ஒக்காந்த கோணிப்பைய தொட மாட்டாங்கன்றதால தெனமும்

ஸ்கூல் முடிச்சு வீட்டுக்குப் போவும்போது அவரே அதை எடுத்துனுப் போயி மறுநாள் க்ளாஸ்க்கு எடுத்துனு வந்து தனியா உக்காருவாராம்."

அவள் கண்கள் கலங்கின.

"அய்யா, நானும் ஸ்கூலு படிக்கும்போது பசங்கலாம் எங்கூட ஒக்காரவே மாட்டடங்கய்யா. பாக்க ஒரு மாதிரி இருக்கிறன்னு. என் பென்ச்ல நா மட்டுந்தான் ஒக்காருவேன். எனக்கு இதைப் படிச்ச ஒடனே என் ஸ்கூல் ஞாபகம் வந்துடுச்சுய்யா."

அவள் விசும்பினாள்.

"ஆனா, இவரு ரொம்ப பாவய்யா... அதுவும் ஸ்கூல்ல மத்த பசங்களுக்குல்லாம் தாகம் எடுக்கும்போது தண்ணீக் கொழாகிட்ட போயி அதைத் தொறந்து தண்ணிக் குடிச்சு தாகத்த தீத்துப்பாங்களாம். ஆனா, இவருக்கு தண்ணிக் கொழாய தொடுறதுக்கு அனுமதியில்லையாம். ஸ்கூல்ல வேலை செய்றவர் தண்ணி கொழா பக்கமா வர்ற வரைக்கும் இவரு தாகத்தோடவே இருப்பாராம். ஒரு சின்ன பையனுக்கு அவன் முன்னாடி தண்ணி இருந்தும் குடிக்க முடியாம தாகத்தோட அய்யா..."

கோசலை உடைந்து அழ ஆரம்பித்தாள். அவளால் நிறுத்த முடியவில்லை.

"நிறுத்து, அழாத."

கோசலை அழுகையை நிறுத்தினாலும் தேம்பல் நிற்கவில்லை"

"நிறுத்துன்னு சொல்றேன்ல." அவர் குரல் அதிர்ந்ததில் அவளை அறியாமலேயே கையும் வாயும் ஒட்டிக்கொண்டன.

"இதைப் படிச்சுட்டு இப்டி கண்ணீர் விடுறதுக்கோ, அவர் மேல கருணை காட்டுறதுக்கோ, பரிதாபப்படுறதுக்கோ அவர் இதை எழுதல. வாயிலிருந்து கையை எடு. சொல்றேன் கேளு."

அவள் கையை எடுத்து அவரைப் பார்த்தாள்.

"அவர பார்சி ஓட்டல்ல இருந்து தொரத்திவிட்டாங்கன்னு நீ சொன்னல்ல. அப்போ, அவருக்குத் திரும்பிப் போறதுக்கு வாகனமும் இல்ல, தெரிஞ்ச நண்பர்களும் அவரை வீட்ல சேத்துக்கல, ஒருபக்கம் பசி வேற. என்ன பண்றதுன்னே தெரியாம பக்கத்துல இருக்கிற ஒரு பூங்காவுல போயி உக்கார்றாரு. அப்போ அவரோட எண்ண ஓட்டங்கள் என்னவா

இருந்துதுன்னு அதுல எழுதி இருப்பாரு. அவர் சொல்றாரு ரொம்பவும் இரங்கத்தக்க, மத்தவங்க பார்த்து அனுதாபப்படத்தக்க நிலைக்கு நான் ஆளாயிட்டேன். ஆனா, ஒருபோதும் மற்றவங்களோட இரக்கத்துக்கு உரிய ஆளா நா இருக்கக்கூடாது. திரும்ப யார்கிட்டயாவது போய் கெஞ்சி அவங்க கருணைக்கு வேண்டி நின்னு நான் மீளக் கூடாது. அதே சமயம் என் மேல இந்த சமூகம் காட்டுற வெறுப்ப பதிலுக்கு அவங்க மேல வெறுப்பாவும் மாத்தக் கூடாது. ஆனால், இந்த சூழ்நிலையை நான் வென்றே ஆகணும். இவங்க யாராலும் வெறுக்க முடியாத ஒரு இடத்துக்குப் போகணும். ஆகவே, இவங்களோட வெறுப்பை எல்லாம் என்னுடைய ஆற்றலாக மாற்றினேன்னு சொன்னாரு. என்ன அற்புதமான சிந்தனைன்னு பாரு." சற்று அமைதியாக இருந்துவிட்டு மீண்டும் அதே வாக்கியத்தைச் சொன்னார்.

'இவர்களுடைய வெறுப்பை எல்லாம் என் ஆற்றலாக மாற்றினேன்'

சற்று அமைதிக்குப் பிறகு கோசலையைப் பார்த்து...

"மாத்தவும் செஞ்சாரு பாபாசாகேப்." சாம்பவமூர்த்தியின் குரல் உடைந்து அவர் கண்களிலும் நீர் தளும்பியது.

"இன்னா இவ மேல போயி ரொம்ப நேரம் ஆவுதே" என்று முணுமுணுத்தபடியே மேலே வந்த குப்பு அறையை எட்டிப் பார்த்தாள். கோசலை விசும்பியபடி மூக்கை உறிஞ்ச, சாம்பவமூர்த்தி அவர் கண்களை தன் புறங்கையால் துடைக்க குப்புவுக்கு நெஞ்சில் பாறாங்கல் மோதியது போல இருந்தது.

"ஏ... இன்னா ஆச்சு ரெண்டு பேரும் அழுதுனுகிறீங்க... அய்யோ..." என நெஞ்சிலறைய...

"ஏ, ச்சி... வெளங்காதவளே... கோசல பாபாசாகேப் பத்தி படிச்சுட்டுப் பேசுச்சு... நானும் கொஞ்சம் எமோஷனல் ஆய்ட்டேன்"

"அதானே... அவரு கதைய எத்தா உனுக்கு எங்கருந்துதான் பொம்பளைங்க மாரி கண்ணுலருந்து தண்ணி வருமோ... ஏ கோசல வா, சாப்டுவா நீ."

படித்ததில் சில வார்த்தைகளுக்கு அய்யாவிடம் அர்த்தம் கேட்க வேண்டுமெனக் குறிப்பெடுத்து வைத்திருந்த காகிதத்தை, இன்னும் ஒரு சுற்று மடித்து உள்ளங்கையில் அழுத்திப் படியில் இறங்கினாள் கோசலை.

ஒருநாள் அம்மி கழுவுகையில், சாம்பவமூர்த்தி தன் மகனிடம் சொல்லி கோசலையை மாடிக்கு வரச்சொல்லி அழைத்தார்.

வாசலிலேயே நின்றவளை "வாம்மா உள்ள வா. ஏன் அங்கயே நிக்குற?"

கோசலை உள்ளே வந்து கையைக் கட்டி நின்றாள்.

"கை கட்டாத, மொதல்ல கையை எடு."

அவள் தயங்கினாள்.

"தபார். நீ இங்க வேலை செய்ற சர்வன்ட். உன்ன அடிமை மாதிரி நினைச்சுக்காத. கையை எடும்மான்றன்"

குரலின் அதிர்வில் வெடுக்கென்று கையை எடுத்தாள்.

"எத்தனாவதுவரை படிச்சு இருக்க?"

"எஸ்.எல்.சி பெயில் அய்யா."

"இன்னா வயசு ஆகுது உனக்கு?

"முப்பத்தியேழு அய்யா!"

"அது போதும். அரசாங்கத்துல வேலைக்கு எழுதிப்போடு. நானே உனக்குப் பாரம் வாங்கித்தரேன். டிஎல்ஓ ஆபிஸ்ல ரெக்காடு க்ளார்க் வேக்கன்ட் ஒன்னு இருக்குது. ஊனமுற்றோர் கோட்டாவுல ட்ரை பண்ணலாம் இன்னா" என்றவர்க்கு என்ன பதிலளிப்பது என்று கூடத் தெரியாமல் அவரைப் பார்த்தாள்.

13

மூன்று மாதத்தில் அவர் சொன்னது போலவே தேவநேயப் பாவாணர் நூலகத்துப் பின்னே உள்ளே மாவட்ட நூலகர் அலுவலகத்தில் 'ரிக்கார்ட் கிளார்க்' வேலை கிடைத்தது.

"இனி... நீ இங்க தங்கியிருக்க கூடாதும்மா..."

"நானும் அதாங்கய்யா யோசிச்சு வெச்சிருந்தேன்... மல்லிகாக்கா கூட சேர்ந்து இருக்கலாம்னு இருக்கேன்"

"ஆமாம்மா அதுதான் தம்மமும் கூட" என்றார்.

கோசலை முதல்நாள் வேலைக்குச் சென்றாள். பொது நூலக ஆணையரின் சிபாரிசில் வேலைக்கு வந்திருப்பதால், அதுவும் அவருடைய அலுவலகம் அருகிலேயே இருப்பதால், கோசலையை வேலை வாங்கவே தயங்கினர். அவளுடைய தோற்றமும் ஒரு தயக்கத்தை உண்டு பண்ணியது. அவளுக்கென்று ஒரு தனிச் சேர், அவளுக்கென்று ஒரு மின்விசிறி. டீ காப்பி அவள் மேசைக்கே வருவது. கோசலைக்கு அதையெல்லாம் எப்படி எதிர்கொள்வதென்றே தெரியவில்லை.

இருபது பேர் கொண்ட மாவட்ட நூலகர் அலுவலகத்தில், ஆவணக் கோப்புகளைத் துறை ரீதியாக எடுத்து அடுக்கி வைப்பது, தபால்களை வாங்குவது, அவற்றைப் பதிவு செய்து சம்பந்தப்பட்ட க்ளார்க்குகளிடம் விநியோகிப்பது, க்ளார்க்குகள் கேட்கிற ஆவணக் கோப்பை எடுத்துக்கொடுப்பது, பிறகு அவரவர் மேசையிலிருந்து அதையெல்லாம் எடுத்து அதனதன் துறைக்கு என ஒதுக்கப்பட்ட இரும்புப் பீரோக்களில் வைப்பது ஆகியவை அவளுக்கான தினசரி வேலை எனத் தெரிந்து கொண்ட பின், இவர்களின்

தயக்கங்களைப் பொருட்படுத்தாமல் வேலைகளைச் செய்யத் துவங்கினாள். அலுவலகப் பீரோக்கள் அவளுடைய உயரத்திற்கு இருந்ததால் அவற்றைத் திறக்கும்போதும் பூட்டும்போதும் அவளுக்கு ஓர் இதமாக இருக்கும்.

முதல்மாதச் சம்பளத்தில் மல்லிகாக்காவையும், சிவக்குமாரையும் புரசைவாக்கம் மதார்ஷாவிற்கு அழைத்துச் சென்று, துணி வாங்கிக் கொடுத்து வெல்கம் ஓட்டலில் சாப்பிட்டு வீடு வந்தார்கள்.

ஒவ்வொரு மாதச் சம்பளத்திலும் ஒனிடா கலர் டிவி, சிவக்குமார்க்கு சைக்கிள், ப்ரீத்தி மிக்ஸி, வாட்டர் பில்ட்டர் என்று தவணையில் வாங்கினாள். ரேவதி இருந்திருந்தால் அவளை எப்படியெல்லாம் அழகு பார்த்திருக்கலாம் என அவ்வபோது தனிமையில் ஏங்கினாள். ரேவதி இறந்ததற்குப் பிறகு மேகங்களைப் பார்க்கும் பழக்கம் அவளுக்கு முன்னெப்போதையும்விட அதிகமாகியிருந்தது.

அவள் வாழ்வில் ஒரு நிலைக்கு வந்துவிட்டாள். போதிலும், ஒரு வெறுமை அவளை வியாபித்திருந்தது.

“என்னாடி எதையோ யோசிச்சுக்கினே இருக்கிற. வேலைல எதுனா பிரச்சினையா?”

“அங்கல்லாம் ஒரு பிரச்னையும் இல்லக்கா. ஆனா, எனக்குத்தான் போவ புடிக்கல”

“ஐயோ ஏன்டி?”

“தெரியலக்கா ஏதோ போறேன் வரேன். யாருக்காக வேலை செய்றேன்.? எதுக்காகச் செய்றேன்னு ஒன்னுமே புரிய மாட்டுது.”

“இவ ஒருத்தி எதுனா சொல்லிக்கினு. ஒழுங்கா போவப்பாருடி.”

மல்லிகாக்காவுக்காகப் போய் வந்து சலித்தாள்...

உட்கார்ந்து தினசரி ஒரே வேலையைச் செய்கிறோம். இதையே தான் வருடம் முழுக்கச் செய்யப் போகிறோமா? யாருக்காக இதைச் செய்ய வேண்டும்? ஒரு அரசு வேலை கிடைத்ததென்று பெரும் ஆற்றலுடன் வந்தவளை மட்டுப்படுத்தும் விதமான பணிச்சூழலைக் கடந்துபோக வேண்டிய பாதையைத் தேடி ஒரு வேகத்துடன் அவள் மனம் அலைபாய்ந்தது.

சாம்பவமூர்த்தி ஐயாவிடம் நிறையத் தெரிந்துகொண்டதற்குப் பின் தன் சொந்த வாழ்க்கையின் துயரங்களிலிருந்து எவ்வளவு முன்னேறி வந்திருக்கிறோம் என்பதும் அவளது சிந்தனை அதைத் தாண்டிய வேறொன்றை நோக்கிச் சுடரத் துடிக்கிறது என்பதையும் அவளால் உணர முடிந்தது.

தினசரி இங்கே உட்கார்ந்து... யாருக்காக இந்த வேலை..? இத்தனை இடர்ப்பாடுகளைக் கடந்து உட்கார்வது இப்படிச் சலித்த முகங்களுக்கிடையே ஓய்வெடுக்கத்தானா!

காலையில் பத்து மணி அலுலகத்திற்குப் பதினொரு மணிக்கு வருகிறார்கள், காப்பி குடிப்பது, கதையளப்பது, மதியானம் உணவு, ஆவணங்களைப் புரட்டிய கொஞ்ச நேரத்தில் தூக்கம், மாலைச் சிற்றுண்டி, நேரத்திற்கு முன்பே வீடு திரும்புதல், இதற்கிடையே 'ஸ்டாக் ரிஜிஸ்டர் பைல எடு, மேகஸின் ரிஜிஸ்ட்டர் நோட்ட எடு, விசிட்டர்ஸ் புக்க எடு, மெம்பர்ஷிப் ரிஜிஸ்டர் பைல எடு, லாஸ் ஆப் புக் ரிஜிஸ்டர எடு, வித்ட்ராவல் ரிஜிஸ்டர எடு... அதை எடு, இதை எடு' என வேலையில் முனைப்புடன் இருக்கிறார்களென்பதைத் தங்களுக்குத் தாங்களே அல்லது தங்களுக்குள் ஒருவரை விட ஒருவர் அதிக முனைப்புடன் இருப்பதைக் காண்பிப்பதற்காகத் தனக்குக் கீழிருப்பவர்களின் மீது அதீத அதிகாரத்தைச் செலுத்திக் கீழுள்ளவர்களின் சிறு குறைகளைக் கூடப் பூதாகரப்படுத்திக் கீழுள்ளவர்கள் வருந்துகையில் அதைக் கவனித்துத் தங்களது தொழில் பக்தியில் லயிக்கும் பிறவிகள். கோசலைக்கு இவர்களை அணுகுவது கூடப் பிரச்சினையில்லை. சலிப்பான வேலையில், அதுவும் மண்ணாந்தைகளுக்குச் சேவகம் புரிவதில் எவ்வளவு தேடினாலும் அதற்குரிய நியாயத்தை அடைய முடியாத வருத்தம், எந்தச் சவாலையும் முன் வைக்காத தன்னுடைய தனித்துவத்தை நிரூபிக்க முடியாத சூழலில் புரளும் அசதி.

சமையல் வேலையிலிருந்த சுவாரசியமும் நிறைவும் கூட இதில் இல்லை.

பணி உறுதியாகி, வேலைக்குச் செல்வதற்கு ஒருவாரம் இருந்த சமயம், நூலகத்துறையில் வேலை செய்யப்போகிறோமா என்று மலைத்தபோது தனக்கு மிகவும் தகுதியில்லாத உயர்வான ஒரு துறை என்று எண்ணினாள்.

ஆனால், அங்குக் கிடைப்பெற்ற அனுபவங்களினால் தனக்குப் பொருத்தமில்லாத ஓர் இடம் உயர்வாக இருந்தாலும் அதனால் உண்டாகும்

மன நிறைவின்மை அவளை அலைக்கழித்தது. ஏன், நூலகத் துறையில் வேலை கிடைக்கும்படி வாழ்க்கை நகர்த்திக்கொண்டு வந்துவிட்டது. நமக்கும் நூலகத் துறைக்கும் வாழ்வில் இதற்கு முன் தொடர்பு என்னென்ன இருந்தது என்றெண்ணிய போது சித்தி அவளைச் சிறுவயதிலேயே சிந்தாதிரிப்பேட்டை நூலகத்திற்குக் கூட்டி வந்தது, அது அமைந்திருக்கும் இடம் குறித்து அவள் திட்டிக்கொண்டே இருந்தது, நூலகத்து உள்ளமைப்பைப் பார்த்துப் பொறுமியபடியே கதை வாசித்தது, ஒரு நூலக அதிகாரி உள்ளே வந்து அங்குள்ள நூலகரிடம் உரையாடியது போன்றவை நினைவில் வந்ததுமே தன் சிந்தனையைப் பாதியில் நிறுத்தினாள். எதை எனத் தெரியவில்லை. ஆனால், தேட வேண்டுமென அவளுக்குள் இருந்த புதிர்த்தன்மைக்கு விடை தெரிந்து கொண்ட பின் ஏற்படும் மும்முரமும் பரவசமும் அவளிடையே தென்பட்டன. வீட்டிலிருந்து வெளியே வந்து தலை அண்ணாந்து மேகங்களைப் பார்க்கத் துவங்கினாள். இரண்டு கால்களையும் தூக்கி முன்னோக்கிப் பாயும் குதிரையின் தோற்றத்தையொப்ப மேகத்திரட்சியை அவளால் பார்க்க முடிந்தது.

காலையில் அலுவலகத்திற்குள் அவள் நுழையும்போது உள்ளே யாரும் வந்திருக்கவில்லை. ஆவணக்கோப்புகளை வெளியே எடுத்து வைப்பதற்காகப் பீரோவைத் திறந்தாள். இரண்டு பீரோ கதவுகளின் இடைவெளியில் நின்று பார்வையைக் குவித்து ஆவணக் கோப்புகளை எடுக்கையில் இமைக்கும் நேரத்தில் கதவுகள் இரண்டும் அவளை உள்ளே தள்ளி மூடிக்கொள்ள அவள் அலறுகிறாள். "யார் அது கதவ மூடுனது திறங்க, திறங்க... யார் அது... திறங்க மூச்சு விட முடியல..." உள்ளிருந்து கதவைக் குத்துகிறாள். வெளியே நின்றபடி கதவைத் திறக்காதவாறு முட்டுக்கொடுக்கும் உருவங்கள் யாரென்று இருட்டுக்குள்ளிருந்து அவளால் யூகிக்க முடிகிறது. கதவைத் தட்டும் வேகத்தை அதிகப்படுத்துகிறாள். அவர்கள் திறக்கப் போவதில்லை. தானாகவே உடைத்து வெளியேற வேண்டுமென உறுதி கொண்டதும் அவள் பீரோவைக் கைகளால் இடிக்கும் சத்தத்தை உள்ளேயிருக்கும் அவளாலேயே கேட்க இயலவில்லை. வெளியே பீரோவின் மீது காதை வைத்து இவளுடைய தத்தளிப்பின் ஒலியைக் கேட்டு ஒருவருக்கொருவர் சிரித்துக் கெக்கலிக்கும் முகங்களைச் சாவித் துவாரத்தின் வழியாகப் பார்க்கிறாள். கதவைத் தட்டும் வேகம் இன்னும் அதிகமாகிறது. உள்ளே இருக்கும் இருட்டிற்குக் கண்கள் பழகுவதை விரும்பாமல் கண்களை இறுக்க மூடி புருவங்களை இணைத்து கதவை இன்னும் வேகமாகத் தட்டுகிறாள். தட்டுகிறாள். தட்டுகிறாள்.

தட்டுகிறாள். கதவுகள் இரண்டும் சடாரென உடைந்து சிதற வெளியே வந்து விழுந்தவள் எழுந்து சுற்றத்தைப் பார்க்கிறாள். மிகப்பெரிய தூண்கள். ஒவ்வொரு தூண்களுக்கு இடையேயும் மிகுந்த வேலைப்பாடுகளுடன் தங்க உலோகத்தால் செய்யப்பட்ட அவள் உயரத்திற்கு ஏதுவான சிம்மாசனங்கள். அவள் அங்கிருக்கும் பீடத்தைப் பார்க்கிறாள். அதன்மீது இருக்கும் ராஜ சிம்மாசனத்தையும் அதன் உயரத்தையும் அதன் கலை நேர்த்தியையும் பார்த்தவள் அதை நோக்கிச் சென்று அதில் ஏறி அமர்கிறாள். மேகங்கள் அவளைத் தழுவிச் செல்கின்றன. குதிரை வடிவில் இருக்கும் மேகத்திரட்சி அவளருகே வந்து மூச்சிரைக்க நிற்க, அதன் தலையைத் தடவிக் கொடுத்து அதன் மீதேறி உட்கார மேகங்களுக்குக்கிடையே சவாரி செய்கிறாள். கீழே குனிந்து பார்க்கிறாள். சிந்தாதிரிப்பேட்டையில் அவள் வாழ்ந்த வீட்டின் பால்கனி, ஜோதியுடன் காதல் பழகிய 'பறக்கும் இரயில்' நிலையத்துப் பின்புறம், கணேசனும் அவளும் பள்ளிக்கூடத்திலிருந்து வீட்டிற்கு வரும் வீதி, சித்தி அவளை அழைத்துச் செல்லும் நூலகம். அந்நூலகத்தை மேகக்குதிரைப் பார்த்ததும் அது கீழ்நோக்கித் தவழ அவள் புன்முறுவலுடன் இறங்குவதற்குத் தயாராகிறாள்.

துயில்நினைவுக் குறித்துக் காலையில் மீண்டும் மீண்டும் யோசிக்க ஒரு மங்கலான சித்திரத்தையே அவளால் கோக்க முடிந்தது. அவை, துண்டு துண்டான காட்சிப் படிமங்களாக அவளை ஊடாடிச் சென்றன. ஆனால், அவள் எடுக்கப்போகும் முடிவு ஊடாட்டம் இன்றி ஒரு தெளிவடைந்திருந்தது.

இது தனக்குரிய இடம் இல்லை, இனி இங்கிருக்கப் போவதில்லை என முடிவு செய்துவிட்ட பிறகு அங்குள்ள எல்லோர் மீதும் அவளுக்கொரு பரிவு உண்டானது. இங்கிருந்து தப்பித்து, நினைத்த இடத்திற்குச் சென்று விட முடியுமா அதற்குரிய சாத்தியங்கள் இருக்கிறதா எனச் சிந்திக்கையில் உண்டாகும் சோர்வை மீறி வழி துலக்கமடைந்துவிட்டது என்கிற திருப்தியே அவளுக்குப் போதுமானதாக இருந்தது. தன்னுயரப் பீரோவைத் திறந்து அங்கே நின்று ஆவணங்களை எடுத்து வைக்கையில், பீரோவின் இரு கதவுகளுக்குள்ளே மறைவாக நிற்கும்போது ஒவ்வொருமுறையும் அவளுக்குக் கிடைக்கும் ஒரு கதகதப்பில், இங்கிருந்து போக வேண்டுமெனத் தனக்குள்ளே மருகிக்கொண்டிருந்தவள் அதற்கான அடுத்த அடியை எடுத்து

வைக்க வேண்டுமென முடிவு செய்ததும் இரண்டு கதவினுள்ளிருந்தும் சற்று வெளியே வந்து ஒரே சமயத்தில் படக்கென்று சாத்தினாள். ஒரு கணம் எல்லோரும் அவளைப் பார்த்தார்கள். அவள் சிரித்தபடியே அங்கிருந்து வெளியே போனாள்.

அவள் அலுவலகத்திற்குப் பக்கத்துக் கட்டடமான பொது நூலக ஆணையர் அலுவலகம் சென்று சாம்பவமூர்த்தி ஐயாவைச் சந்திக்க வேண்டுமென அவர் அறைக்கு வெளியே இருந்த உதவியாளரிடம் கேட்டாள். அவர் உள்ளே போய்விட்டு ஒரு பத்து நிமிடம் கோசலையைக் காத்திருக்கச் சொன்னார்.

வேலைக்குச் சேர்ந்து இத்தனை நாட்களில் ஒருநாள் கூட சாம்பவமூர்த்தி ஐயா அலுவலகத்திற்கு வந்து அவரைச் சந்தித்ததில்லை. அவரைத் தொந்தரவு செய்ய வேண்டாம் என நினைத்திருந்தாள்.

எப்போதாவது வார விடுமுறையில் அவர் வீட்டுக்கு அன்பின் நிமித்தமாக வந்து அவள் சமைத்துப் போடுகையில், சாப்பிடும்போது "என்னம்மா வேலைல்லாம் எப்டி போவுது, "ன்னம்மா வேலையெல்லாம் சீக்கிரம் கத்துக்கிட்டியாம்மே" என ஒவ்வொருமுறையும் ஒவ்வொரு மாதிரி கேட்பதையும் ஐயா பகிர்ந்துகொண்ட அனுபவங்களையும் அசை போட்டாள்...

உதவியாளர் உள்ளே வரச் சொன்னார்.

ஒரு பெரிய அறையில் தனியாக உட்கார்ந்து புத்தகத்தில் ஆழ்ந்திருந்தார். அவர் தலைக்குப் பின்னே உள்ள சுவரில் மாட்டியிருந்த புகைப்படத்தைப் பார்த்து "அம்பேத்கர்" என்று மௌனமாக உச்சரித்துப் பரவசம் கொண்டவள், சாம்பவமூர்த்தி "சொல்லுமா" என்றதும், அய்யாவின் முகம் பார்த்துப் பேசத் தயக்கங்காட்டி பார்வையை மேலே நிறுத்திக் கைகளைக் கட்டிக்கொள்ள நினைத்தவள் எதிரே உள்ள அம்பேத்கர் படத்தைப் பார்த்தாள்.

கட்டுவதற்கு எடுத்துச் சென்ற கைகளை விலக்கி சாம்பவமூர்த்தியைப்பார்த்து நிமிர்ந்து நேராக நின்றாள்.

"சொல்லும்மா, என்ன விஷயம்?"

அவள் அமைதியாகவே இருந்தாள்.

"சொல்லுமா என்கிட்டதான சொல்ற. யார்னா எதுனா திட்டுனாங்களா. ஆபிஸ் பாய் இல்லாத டைம்ல டீ காப்பி வாங்கினு வரச் சொன்னாங்களா?"

அதெல்லாம் இல்லை என்பது போலத் தலையாட்டினாள்.

"அப்புறம் என்ன சொல்லு?"

"........."

அவள் அமைதியாக இருந்தாள்.

"உனக்கு ஒன்னுன்னா நீயே வாயைத் தொறக்கத் தயங்கினா எப்டி நடக்கும்?"

"எனக்கு இங்க வேலை செய்ய புடிக்கல சார்"

"ஆங் அப்புறம்?"

அவள் மீண்டும் அமைதியாக இருந்தாள்.

"சொல்லும்மா.. ஏன் இங்க வேலை செய்ய புடிக்கல?"

"சார், என்னைச் சிந்தாதிரிப்பேட்டைல இருக்க லைப்ரரிக்கு மாத்த முடியுமா?"

"பார்றா கதைய" என்றவர் சில நொடிகள் அவளை உற்றுப் பார்த்தார். எனினும், அவர் சிந்தனை வேறெங்கோ இருந்தது. அதிலிருந்து விடுபட்டு அவளைப் பார்த்துச் சொன்னார்.

"சரி நீ போ, நா யோசிச்சு சொல்றேன். என்னா."

அவள் அங்கிருந்து கிளம்பினாள். அன்றிரவு மொட்டை மாடியில் உட்கார்ந்து சாப்பிடும்போது மல்லிகாக்காவிடம் நடந்ததைச் சொன்னாள். "இது அதுன்னு... இருக்கிற வேலையை வுட்டுட போறடி."

"விடுக்கா பாத்துக்கலாம்" என்றாள்.

சாம்பவமூர்த்தி அய்யாவிடமிருந்து எந்த அழைப்புமில்லை. போய் ஞாபகப்படுத்தலாமா! வேலையை எழுதிக் கொடுத்துவிட்டுப் போகலாம். அய்யோ! அது ஐயாவை அசிங்கப்படுத்துவது போலாகிவிடும்.

பீரோ கதவுகளுக்கிடையே புழுங்கியபடி ஏழெட்டு நாட்களைத் தள்ளினாள்.

“கோசல, ஐயா வர சொன்னாரு” சாம்பவமூர்த்தியின் ப்யூன் சொல்லி விட்டுப் போனார்.

எதுவாக இருந்தாலும் மனதைத் தேற்றிக்கொள்ள வேண்டும். ஆனால், இங்கிருக்கக்கூடாது. ஐயா மனம் நோகாதபடி அவரிடம் சொல்லிவிட்டுக் கிளம்ப வேண்டும்.

அவர் அறையில் அவர் முன்னே வந்து நின்றாள்.

“நீ வேலைக்குச் சேர்ந்து எத்தனை மாசம் ஆகியிருக்கும்?”

“ஏழாவது மாசம் நடக்குது சார்.”

“ம்ம்ம்... சிந்தாதிரிப்பேட்டை லைப்ரரிலதான் வேலை பண்ணனுமா. வேற எங்கயும்... இல்லாட்டி இதே வேலை வேற பிரான்ச்ல...”

“அங்கதான் சார் வேணும். வேற எங்கயும் வேணாம்.”

“ஆனா, அது டிஸ்ட்ரிக் பிரான்ச் லைப்ரரிம்மா. அதுவும் நீ அங்கெல்லாம் வேலை செய்யணும்னா லைப்ரரி சயின்ஸ் படிக்கணுமே!”

அவர் சொல்லி முடிக்கும் முன்னரே “படிக்கிறேன் சார்” என்றாள்.

“அப்படியா. அப்போ ஓப்பன் யூனிவர்சிட்டிலதான் படிக்கணும்.”

உறுதியாகச் சொன்னாள். “அது எவ்ளோ தூரம் இருந்தாலும் போயி படிக்கிறேன் சார்.”

சாம்பவமூர்த்தி ஐயா சிரித்துவிட்டுச் சொன்னார் “ம்ம்ம். இதே வைராக்கியத்த படிக்கிறதுலயும் காட்டணும்., இப்டி உடம்ப வெச்சுக்கினு அதுவும் இந்த வயசுல உன்னால முடியுமான்னுலாம் மத்தவங்க ஏதேதோ சொல்லுவாங்க. முடியும்ங்கிறது பத்தி மட்டுந்தான் நீ யோசிக்கணும் புரியுதா?”

கோசலை தலையை ஆட்டினாள்.

“சரி நீ போ.”

“வரேன் சார்” எனச் சொல்லி கதவைத் திறந்தாள். அவளால் முடியவில்லை. திரும்பி அவரைப் பார்த்தாள்.

“அது மேல என்ன எழுதி இருக்குன்னு படி.”

அவள் எங்கே எழுதியிருக்கிறதென்று தேடி “தள்ளுனு இருக்கு சார்.”

“நீ புடிச்சு இழுத்துட்டு இருக்க” எனச் சாந்தமாகச் சொன்னவர் “தள்ளு” என அவர் உயர்த்திய குரலில் அதிர்ந்தவள், தன் வலுகொண்டு கதவைத் தள்ளினாள். அது திறந்து கொண்டது.

கோசலைக்குத் தேவையான காரியங்களைத் தன்னுடைய உதவியாளரை வைத்து சாம்பவமூர்த்தி ஐயா செய்து கொடுத்தார்.

திறந்த வெளி பல்கலைக்கழகத்தில் லைப்ரரி சயின்ஸ் விண்ணப்பித்தாள்.

அலுவலகத்தில் கிடைக்கும் ஓய்வு நேரத்தில் அவள் பாடப்புத்தகங்களைப் புரட்டுவதை கிளார்க்குகள் கவனித்து விசாரிக்கையில் அவர்களிடம் லைப்ரரி சயின்ஸ் படிப்பதாகச் சொன்னாள். உடனே அவளை வாழ்த்தியவர்களிடமிருந்து அதற்குப் பிறகான நாட்களில் அவர்களிடமிருந்த ஒரு விலகலை அவளால் உணர முடிந்தது. ஒரு பெண் கிளார்க் வேண்டுமென்றே கோசலையை வேலை சார்ந்து அலைக்கழித்தாள்.

சுற்றியிருப்பவர்கள் எந்த நேரத்திலும் தன்னைக் காயப்படுத்த இடங்கொடுத்து அதனால் ஏற்படும் வலியை அனுபவிப்பதில் தனக்கொரு விருப்பம் அடியாழத்தில் பதிந்திருக்கிறதா! அவ்விருப்பத்தின்படிதான் வாழ்க்கை நீண்டகாலமாகத் தன்னை இட்டுச் செல்கிறதா! இவ்வளவு காலம் நடந்தவைகள்கூட தன் அடியாழத்திலிருக்கும் அபிலாஷைக்குட்பட்டுத் தாமாகவே அவற்றை மெல்ல உருவாக்கித் தன்னைச் சிதைத்துக்கொள்கிறோமா. மனிதர்கள் எல்லோரும் நல்லவராய் இருக்க தனக்கு நிகழுபவைகளுக்கு அவர்கள் மட்டும் எப்படிப் பொறுப்பாக முடியும்? தானும் எங்கோ பிசகியிருப்பதைப் பரிசீலித்துப் பார்த்து அவ்வாறு அமைந்த தருணங்கள் மீண்டும் நிகழாதவாறு கவனமாக இருக்க வேண்டுமென எண்ணினாள்.

அலுவலகத்திற்கு இனிப் பாடப்புத்தகத்துடன் வரக்கூடாது என்று தீர்மானங்கொண்டாள்.

விடுமுறை நாட்களில் சாம்பவமூர்த்தி ஐயா வீட்டுக்கு அன்பின் நிமித்தமாகச் சமையல் செய்யச் செல்லும்போது நம்முடைய வருகை

யாரையாவது காயப்படுத்தி விடுமோ என்கிற யோசனை அவளுக்கிருந்தாலும் அவள் கொண்ட இலட்சியத்தின் வேகத்தின் முன் யோசனைகளும் தயக்கங்களும் நொறுங்கி விழுந்தன. அவற்றை மிதித்துத் தள்ளி தனக்கென உருவாக்கியப் பாட்டையில் நடந்து பாடத்திலிருக்கும் சில ஆங்கில வார்த்தைகள் குறித்த அர்த்தங்களைச் சாம்பவமூர்த்தி அய்யாவிடம் கேட்டுத் தெரிந்து கொள்ளத் துவங்கினாள்.

அலுவலகத்திலும் முன்னெப்போதையும் விட அவளை அதிகமாக வேலை வாங்கித் தங்களுடைய அதிகாரத்தைப் பயன்படுத்தி அவளைச் சோர்வடைய வைத்தார்கள். அங்குக் கிடைத்திருப்பதை மீறி அதற்கு மேலான ஒன்றுக்கு இவள் ஆசைப்படுவது, அதுவே போதுமென்று அங்குத் தன்னிறைவோடு வாழும் கிளார்க்குகளின் அறிவை, அவர்களுடைய வாழ்க்கை நோக்கத்தை இவள் பொருளற்றதாக ஆக்குகிறாள் என்றுணர்ந்தவர்கள், அவள் இதெல்லாம் படிப்பது வீண் என்றும், இவள் உடல் அமைப்புக்கு லைப்ரரியன் மிகுந்த சிரமமுள்ள வேலையாக இருக்குமென்றும் சொன்னார்கள். கண்ணுக்குத் தெரியாத ஒரு கயிற்றை அவள் மீது சுற்றி அவளைப் பின்னுக்கு இழுத்தார்கள். அவர்கள் பின்னோக்கி இழுக்க, இழுக்க முன்னேறிச் செல்லும் வேகம் அவளுக்கு அதிகமானது. குறிப்பாக, தேர்வு சமயங்களில் கண் விழித்து அவள் படிப்பதை மல்லிகாக்காவும், சிவக்குமாரும் ஆச்சரியமாகப் பார்த்தார்கள். கோசலையே புத்தகத்தை எடுத்து வைத்துப் படிப்பதால் தானும் அவ்வப்போது படிக்க வேண்டிய நெருக்கடியைத் தனக்குக் கோசலை உருவாக்குவது சிவக்குமார்க்கு எரிச்சலாக இருந்தது. அத்தை முதல் மாதச் சம்பளத்தில் வாங்கிக் கொடுத்த 'ரப் அன்ட் டப்' ஜீன்ஸை நினைத்துத் தன்னைச் சமாதானம் செய்து வழுவமைதிக் காத்தான்.

கோசலை ஒவ்வொரு புத்தகத்தையும் அது கிழிந்து நையும்வரை படித்தாள். பதில்களை மனப்பாடம் செய்து தனக்குத்தானே ஒப்பித்துக்கொள்ளக் கண்களை மூடும்போது தோன்றிய இருட்டில் சாம்பல் நிறங்களாகக் கடந்த காலங்கள் அவள் முன் நிழலாடின. கண்களை இன்னும் இறுக்கமாக மூடி புருவங்களை இணைத்துப் பதில்களை ஒப்பித்தாள்.

உட்கார்ந்து படிக்கும் அவளுக்கு எதிரே உள்ள சுவர்தான் அவள் எதிர்கொள்ளப் போகும் உலகம். அவளை ஏமாற்றிய உலகம், அவள் வீழ்ந்துவிட வேண்டுமென ஏங்குகிற உலகம்! அவளின் காயங்கள்,

இழப்புகள், அவள் மீது காட்டிய வெறுப்புகள் என எல்லாவற்றையும் ஆற்றலாக மாற்ற அவள் காத்திருக்கும் களம். அங்கே செல்ல இயலாமல் தோற்றுப் போய் விடக் கூடாது என்கிற உள்ளார்ந்த தகிப்புகளுடைய உக்கிரத்தின் வெளிப்பாடாக அவள் சத்தம் போட்டுப் படித்த ஒலியில் அச்சுவரில் அவளின் எச்சில் தெறித்தது.

14

'தேர்வில் வெற்றி' என்கிற செய்தியுடன் அவள் சாம்பவமூர்த்தி ஐயாவின் முன் வந்து நிற்க, அவர் ஒரு ஐந்நூறு ரூபாயை அன்பளிப்பாகச் கவரில் போட்டுக் கொடுத்ததுடன் மூன்று மாதத்தில் அவளைச் சிந்தாதிரிப்பேட்டைக்கு மாற்றல் செய்யும் கடிதத்தை வழங்கினார்.

சிந்தாதிரிப்பேட்டையில் வேலைக்குச் செல்லும் ஒரு வாரத்திற்கு முன்பிலிருந்தே அவளுக்குச் சரியான தூக்கமில்லாமலிருந்தது.

நூலகத்தில் பணிக்கு அமரும் திங்கட்கிழமை வரையிலும் காத்திருக்க அவளால் இயலவில்லை. ஞாயிற்றுக்கிழமை இருள் நீங்கா அதிகாலையிலேயே குளித்துத் துணிமாற்றிப் பதைபதைப்பை அடிவயிற்றில் சுமந்து மொட்டை மாடியில் கர்ப்பிணிப் பூனையைப் போல நடமாடினாள். சிந்தாதிரிப்பேட்டையில் இறங்கி நடக்கும்போது கணவன், அப்பா, தம்பி இவர்களில் யாரையேனும் வழியில் பார்த்தால் பார்க்காதது போல நடந்து போக வேண்டுமென நினைத்து, தன்னால் அப்படி முடியுமா என்று யோசிக்கும்போது அவளுக்கு நெஞ்சடைத்தது.

அரும்பாக்கத்திலிருந்து ஆட்டோவில் வந்தவள் நூலக வாசலில் இறங்காமல் சிந்தாதிரிப்பேட்டை பொடிக்கடை பேருந்து நிலையத்தில் ஆட்டோவை நிறுத்தச் சொல்லி இறங்கிவிட்டாள். தனக்குத் தெரிந்தவர்கள் யாரையேனும் வழியில் பார்க்க வேண்டுமென்றும் அவர்களிடம் என்ன விஷயமாக எங்குச் செல்கிறேன் என்பதைச் சொல்ல வேண்டுமென்கிற துடிப்பும் அவள் நடையில் ஒரு நிதானத்தைத் தந்தது. சில நிமிடங்களுக்குள்ளாகவே நிதானத்தின் நோக்கம் அவர்களுக்காகவென்று வலிந்து

மேற்கொண்டதிலிருந்து விலகி ஊரை, மக்களை வேடிக்கை பார்ப்பது என்பதாக மாறியது. ஜோதியைத் தேடி ரேவதியுடன் இதே பேருந்து நிலையத்திலிருந்து இறங்கி வரும்போது, எதிரே இருந்த ராஜேஷ் பேண்ட் வாத்தியக் கடையைப் பார்த்துப் பீப்பி வேண்டுமென ரேவதி கேட்டது நினைவுக்கு வந்து கண்களைக் கலக்கிப் பாதையை மறைத்தது.

ஆயிரத்துத் தொள்ளாயிரத்து இருபத்தி நான்காம் ஆண்டு கோஷன் என்கிற ஆங்கிலேயரால் நிறுவப்பட்ட சிந்தாதிரிப்பேட்டையிலுள்ள கோஷன் நூலகத்தின் முகப்புத் தோற்றமானது V என்கிற ஆங்கிலச் சொல்லைக் கவிழ்த்தால் அதன் இரண்டு பகுதிகளும் சேரும் உச்சத்தில் ராஜ க்ரீடம் மாட்டினாற் போல வடிவமைக்கப்பட்டிருக்கும். நூலகக் கட்டிடத்தின் கூரையை இரண்டு பெரிய தூண்கள் தாங்கியபடி இருக்கும். தேக்கு மரத்திலான நூலகத்தின் கதவு முழுக்க, சிறிய சிறிய கதவுகள் போல மர வேலைப்பாடுகள் செய்யப்பட்ட ஒவ்வொரு சிறிய கதவிலும், அழகுக்காகப் பித்தளை வளையங்கள் மாட்டப்பட்டிருக்கும். நூலகத்தைச் சுற்றிக் கட்டியிருந்த சுற்றுச் சுவருக்கும் நூலகக் கட்டிடத்திற்கும் இடையே நீண்ட இடை வெளி இருக்கும் அளவுக்குப் பெரிய உள் வளாகத்துடன் அமைந்திருந்தது அந்நூலகம்.

அரண்மனையைப் போலிருந்த அந்நூலகத்தின் கம்பீரக் கதவுகளின் பூட்டைத் திறக்கும்போது கோசலை ஒரு ராணியைப் போலத் தன்னை உணர்ந்தாள். நூலகத்தில் பால்கனி மட்டுமிருந்தால், எவ்வளவு நன்றாக இருந்திருக்கும் எனக் கட்டடத்தை அண்ணாந்து பார்த்த சமயத்தில் ஏங்கினாள். நூலகத்தைத் திறந்து உள்ளே பார்த்தபோது இருந்த நிலவரம் அவள் கற்பனை செய்திருந்ததைவிட அதிர்ச்சியாக இருந்தது.

மிக உயரமான மேற்பரப்பில் தூசிகள் நீண்ட நாட்களாகத் துடைக்கப் படாததால் வௌவாலின் சிறகு விரிப்பைப் போலச் சில இடங்களிலும், கறுப்புப் போர்வையைத் தொங்கவிட்டிருப்பது போலச் சில இடங்களிலும் ஒட்டடைகள், மழையில் நனைந்து ஊதிப் போய் ஓதளம் பிடித்திருந்த சுவர்கள், செல்லரித்துப் போன மர அலமாரிகள், நைந்து போன புத்தகங்கள், பூசணம் பூத்த மேசை நாற்காலிகள் என்றிருந்த நூலகத்தைப் பார்த்து நிலைகுத்தி நின்றாள். இதற்கு முன்னிருந்த நூலகர் அன்று லேண்ட் லைனில் பேசுகையில் தமிழகத்தின் பாரம்பரிய கட்டடங்களுள் ஒன்றாகச்

சிந்தாதிரிப்பேட்டை நூலகக் கட்டடத்தை அரசு அறிவித்திருப்பதைப் பற்றியெல்லாம் சொன்னபோது, அப்போதெனில், நமக்குப் பெரிய அளவுக்குச் சவால்கள் இருக்காது என்கிற அவளின் எண்ணம், நூலகத்தின் உள்முகத்தைப் பார்த்தபோது சிதறுண்டது.

ஒருவிதமான மங்கிப்போன தோற்றமும் மக்கிப்போன நாற்றமும் உள்ளே வியாபித்திருக்க எப்படித் தினமும் ஆட்கள் வந்து படிக்கிறார்கள் என்று நினைக்க அவளுக்கு ஆச்சரியமாக இருந்தது.

சிறுவயது முதலே வீட்டில் எடுத்த பொருளை எடுத்த இடத்தில் வைக்க வேண்டும் என்பதும், திருகாணியைத் தொலைத்துவிட்டுத் தேடுவது போலத் தரையில் தூசித் துரும்பு இருக்கிறதா எனத் தேடித் தேடிச் சுத்தம் செய்யும் குணங்கொண்ட கோசலைக்கு நூலகத்தின் உள்முகத்தைப் பார்க்கப் பார்க்க எரிச்சலாகவும், சவாலாகவும் இருந்தது.

நூலகத்தின் உள்ளிருந்து வெளியே வந்து சுற்றுச்சுவரைக் கடந்து ஒரு நடை போட்டாள். பின்பக்கம் சென்றதும் அங்கே, ஒலிப்பெருக்கி, சாமியானா, சமையல் பாத்திரங்கள், நாற்காலிகள் என நிறையச் சாமான்கள் இருந்ததைப் பார்த்தபோது குழப்பமாக இருந்தது. அருகே ஒரு பம்ப்பு இருந்தது. இரண்டு அடி அடித்துத் தண்ணீரைச் சுவைத்துப் பார்த்தபோது கரித்தது. ஏதோ நினைத்துத் தலையை ஆட்டியவள் முதல் வேலையாக மார்க்கெட்டிற்குச் சென்று ஒரு பிளாஸ்டிக் குடம், பினாயில், தென்னந்தொடப்பம் மூன்றும் வாங்கி வந்து பம்ப்பில் தண்ணி அடித்து நூலகத்து, கதவு ஜன்னல்கள் எல்லாவற்றையும் திறந்து வைத்துத் தரையைப் பினாயில் ஊற்றிக் கழுவினாள். கழுவும்போது அவ்வப்போது இடுப்புச்சுளுக்கி வளைந்து நிற்கையில் “எக்கா” என்றொரு குரல் கேட்டு வந்த திசையைப் பார்த்தாள். ஜன்னல்வழியாக நூலகத்தை ஒட்டியிருந்த குடிசைப் பகுதியிலிருந்த ஒரு பெண்ணின் குரல்.

“சொல்லும்மா” என்றாள்.

“நீ ஏன் கஷ்டப்பட்டுனுகிற? நா வந்து பெருக்கிறேங் இரு.”

“அயோ. இருக்கட்டும்மா. சொம்புல தண்ணி மட்டும் குடிக்க எடுத்துட்டு வாயேன்.”

“தொ எத்துனு வரேங் எக்கா.”

நூலகத்து முற்றத்தின் வலது ஓரத்தில் இருந்த செண்பக மரத்தின் நிழலில் வந்து கோசலை நின்றாள். இறைந்திருந்த பூக்களின் நடுவே அவைகளை மிதித்துவிடாமல் எங்கே கால் வைப்பதென்று பார்வையால் துழாவுகையில் அவள் கேட்டாள்.

“இன்னாக்கா எதுனா தொல்ச்சிட்டியா?”

கோசலை சிரித்தாள்.

எல்லாம் கழுவிப் பெருக்கி முடித்த பிறகும் கூட மக்கிப் போன நாத்தம் அடித்துக்கொண்டேதான் இருந்தது.

ஒருவித சோர்வு மேலோங்க செண்பக மர நிழலில் வந்து நின்றாள். அதன் கீழே சிதறியிருந்த பூக்களை மிதித்துவிடாமல் பூக்கள் இல்லாத இடமாகத் தேடி அதனிடையே தன் பாதங்களைப் பொருத்தி வந்து மீண்டும் நிறுத்தியது ஒரு விளையாட்டுப் போல அவளுக்கிருந்தது.

இம்முறை என்னவென்று கவனித்து விட்டவள் “ஓ இதானா விசயம்” எனச் சொல்லிச் சிரித்தாள்.

“உன் பேர் என்ன?” என்றாள் கோசலை.

“மீனாளு”

பதிலுக்கு மீனாளும் “உன் பேரு இன்னாக்கா?” என்று கேட்க, இருவரும் பரிச்சயமாகி தினசரி, பேச்சுவார்த்தையாக இருக்கத் துவங்கினார்கள்.

கல்யாணம், காதுகுத்து, காரியம், சாவு, பிறந்தநாள், திரட்டி, சீமந்தம் போன்ற சடங்கு விழாக்களுக்குப் பாத்திர பண்டங்களை வாடகை விடும் பந்தல் கே.ரவி. நூலகத்தின் பின்புற வளாகத்தைச் சாமான்கள் போட்டு வைப்பதற்கான கிடங்காகப் பயன்படுத்திவருகிறான் என்பதையும் இதைக் கிடங்காகப் பயன்படுத்திக் கொள்வதற்குதான் இதற்கு முன்பிருந்த நூலகருக்கு வாடகை அளித்து வந்தான் என்பதையும் இரகசியக் குரலில் மீனாளு சொல்லி கோசலை தெரிந்துகொண்டபோது அவளுக்கு அதிர்ச்சியாக இருந்தது. பந்தல் கே.ரவியின் செல்வாக்கைப் பற்றியும் மீனாளு சொல்லி இருந்ததால் கோசலை இதைக் கையாள்வதில் பொறுமையாக இருந்தாள்.

நூலகத்தின் தினசரி நேரம் காலை ஏழு மணியிலிருந்து முற்பகல் பதினொரு மணி வரையிலும் மாலை நான்கு மணியிலிருந்து ஏழு மணி வரையிலும் என்றிருந்ததால் இடைப்பட்ட நேரத்தில் நூலகத்திலேயே இருப்பதற்குப் பதில் பக்கத்தில் ஒரு வீடு எடுத்துக்கொண்டால் தினமும் அவ்வளவு தூரம் போய்வரத் தேவையில்லை, உடம்புக்கும் அனுசரணையாக இருக்குமெனக் கோசலைக்குத் தோன்றியது. பக்கத்திலேயே ஏதேனும் வீடு வாடகைக்குக் கிடைக்குமா அதுவும் மொட்டை மாடி வீடுதான் வேண்டுமென்றும் சொல்ல "இது இன்னாக்கா கத" என்று மீனாளு ராகம் போட்டுக்கொண்டே கோசலையுடன் வீடு தேடச் சென்று நூலகத்துக்கு அண்மையிலேயே சிங்கண்ண செட்டி தெருமுனையில் ஒரு மொட்டை மாடி வீட்டை வாடகை பேசினார்கள். வரும்போது நூலகத்து அலமாரிகளில் உள்ள புத்தகங்களை அடுக்குவதற்கும் எடுப்பதற்கும் அவள் உயரத்திற்குச் சரியான மர ஸ்டூல் ஒன்று செய்ய வேண்டி மேற்குக் கூவம் ஆற்றுச் சாலையிலுள்ள ஒரு ஆச்சாரி கடைக்குக் கோசலை மீனாளுவை அழைக்க... இதுக்கு எதுக்குக்கா அங்கெல்லாம் எங்க வூட்டுக்கார்கிட்ட சொன்னா அச்சிக் குடுக்கும்" எனக் கூட்டி வந்தாள்.

வீடு உறுதியான அன்றே மல்லிகாக்காவையும், சிவக்குமாரையும் தன்னுடனேயே இருக்கச் சொல்லி அன்புத் தொல்லை செய்து அவர்களைத் தயார் செய்தாள் கோசலை. சிவக்குமாரைப் புதுப்பேட்டையிலுள்ள செயிட்ன் ஆன்தனிஸ் கான்வென்ட்டில் சேர்க்கலாம் என்றும், மல்லிகாக்கா வீட்டோடு இருந்தால் போதுமென்றும் சொன்னாள். மல்லிகாக்கா அதைக் கேட்காமல் தினமும் அரும்பாக்கத்தில் பங்களா வேலைக்குப் போய் வரவே செய்தாள்.

நூலகத்தில் அமர்ந்து செய்தித்தாளை வாசிக்கையில் அமெரிக்க இரட்டை கோபுரங்களில் ஏரோபிளேனை விட்டதைப் படித்ததும் இந்நூலகத்தில் கூட யாரேனும் ஏரோப்ளேனை விட்டு இடித்துத் தள்ளினால் புதியதாகக் கட்டும்போது பால்கனி, மொட்டை மாடி வைத்துக் கட்டலாம் என எண்ணி தனக்குள் சிரித்துக்கொள்ளும்போது "ம்மா" என்கிற குரல் கேட்டு நிமிர்ந்தாள். தன்னை ரவி என்று அறிமுகப்படுத்திக் கொண்டவன், கோசலையும் சிந்தாதிரிப்பேட்டையைச் சார்ந்தவள்தான் என்று அறிய வந்ததை அவளிடம் சொல்லி அவள் அதை அமோதித்ததும் மிக்க மகிழ்ச்சி என்று வெளிப்படுத்தி, அவளை வாழ்த்தும் பொருட்டு ஒரு ஸ்வீட் பாக்ஸைக் கொடுத்தான். அதை வாங்கும் சமயத்தில் கோசலைக்கு அவனிடம் எப்படிச்

சொல்வதென்று தெரியாமல் அவன் விடைபெறும்போது வெளியே வந்து அழைத்துச் சொன்னாள்.

"ண்ணா. இதுக்கு முன்னாடி இருந்த லைப்ரரியன் எப்படி விட்டார்னு தெரில. ஆனா மேலருந்து என்னதானா கேப்பாங்க. சாமானுங்களல்லாம் கொயிச்சுக்காம எத்துடுணா."

தனக்குப் பிடிக்கவில்லை என்பதை விட மேலிடத்தை அடிக்கோடிட்ட தன்னுடைய சாதுர்யத்தை மெச்சிக் கொண்டாள்.

"புரியுதுமா. இதுல கோய்ச்சிக்கிறதுக்கு இன்னாகிது. தோ, கல்யாண சீசன் முடிஞ்ச ஒடனே எத்துடுறேன்ம்மா."

பந்தல் கே.ரவி சிரித்த முகத்துடன் சொல்லிவிட்டுச் சென்றதை மீண்டும் நினைத்துப் பார்த்தபோது அவன் வாங்கிக் கொடுத்துவிட்டுப் போன ஸ்வீட் பாக்ஸைத் திறந்தாள். நூலகத்திற்குத் தினமும் நாள் தவறாமல் நேரம் தவறாமல் வந்து இடத்தை நிரப்பும் இவர்கள் எத்தனைப் பேர் எனக் கண்களால் எண்ணினாள். ஆறுபேர் இருந்தார்கள். அவர்களுடன் பெரியதாகப் பேசியதில்லை, அவர்களும் ஒருவருக்கொருவர் பேசிக் கொண்டதில்லை. தூரத்தில் அமர்ந்து அவ்வப்போது அவர்களைக் கவனிப்பதே தன்னுடைய அன்றாடச் சலிப்பிலிருந்து மீளும் சுவாரசியமாக அவளுக்கு இருந்தது.

தனக்குத் தேவையானதைப் படித்து முடித்தாலும், இன்னும் இரண்டு நாளிதழ்களைத் தன் கைக்கு அடியில் ஒளித்து வைத்துப் பக்கத்தில் இருப்பவனின் கைகளுக்கு அவ்வளவு சீக்கிரம் பேப்பர் போய்விடக் கூடாதென்று எதையோ கூர்ந்து படிப்பது போல, கண்களை இடுக்கி வாசிக்கும் நடுத்தர வயது கொண்ட மனிதர்.

கையில் ஏதாவது புத்தகத்தை எடுத்து வைத்து முகம் தெரியாதவாறு விரித்து, அமர்ந்து கொஞ்ச நேரத்தில் தூங்கும் ஒரு மனிதர். தினசரி அதையே செய்வதைக் கண்டு ஒருமுறை கோசலை அவரிடம் கேட்ட போது "வீட்ல இருந்தா தூக்கம் வரதில்லமா" என்றார். அவருடைய முதுமையின் பொருட்டு அவரிடம் எதுவும் கேட்காமல் விட்டாள்.

ஆங்கில நாளிதழ் படிக்குமொருவர் தமிழ் நாளிதழ்களைப் படிப்பவர்களை ஏளனமாகப் பார்ப்பது. ஆங்கில நாளிதழ் கசங்கிப் போயிருந்த ஒரு சமயம் அவர் கோபப்பட... "சார், உங்கள தவிர மத்தவங்களும் வந்து படிக்க

மாட்டாங்களா?" எனக் கோசலை சற்றுக் குரலை உயர்த்திப் பேச அவர் அடங்கிப்போனார்.

தினசரி நூலகத்துக்கு வந்து எதுவுமே படிக்காமல் கொஞ்ச நேரம் சும்மா உட்கார்ந்துவிட்டுப் போகும் இன்னொருவரிடம் பேச்சுக் கொடுத்தபோது நிம்மதியை நாடி அவர் இங்கே வருவதாக இறைதல் தொனியில் சொன்னார்.

கையில் வைத்துப் படிக்கும் புத்தகத்திலுள்ள கருத்துடன் முரண்பட்டு அதனால் தனக்கு உண்டான அபிப்ராயங்களைச் சற்றுச் சத்தமாகத் தனக்குள்ளே பேசிக் கொள்வதன் மூலம் மேசையில் தனக்கு எதிரே உட்கார்ந்திருக்கும் இல்லத்தரசியின் கவனத்தைக் கோரலாம் என்கிற தத்தளிப்புக் கொண்ட இளைஞர்.

வேலை முடித்து ஓய்வு நேரத்தில் வீட்டில் புத்தகம் வாசிக்க உட்கார்ந்தால் நாத்தனார் உருவாக்கும் புதுவேலைகளுக்குச் சோர்ந்து, கிராமியக் கலைகள் தொடர்பாக ஆய்வு செய்வதாகக் கணவரிடம் ஒப்புதல் வாங்கியபின் காலையிலும், மாலையிலும் நூலகத்துக்கு வந்து போகும் ஓர் இல்லத்தரசி...

ஸ்வீட் பாக்ஸைப் பிரித்து ஒவ்வொருவரிடமும் நீட்ட ஒரு பெரியவரைத் தவிர மற்றவர்கள் ஸ்வீட் எடுத்துக்கொண்டார்கள்.

தினமும் வரும் இவர்களுக்கு மத்தியில்தான் செல்லரித்துப் போன புத்தகங்களை வெயிலில் காய வைப்பது, அட்டைப் படம் கிழிந்து போன புத்தகங்களைப் பைண்டிங் எடுத்துச் சென்றுவிட்டு வருவது, மர அலமாரிகளில் புத்தகங்களுக்கு இடையே ரச கற்பூரம் வைப்பது, பூச்சரித்த இடங்களில் மருந்தடிப்பது, புத்தகங்களை அது பேசும் துறைக்கு ஏற்றாற்போல் நாற்காலியில் ஏறி நின்று அடுக்குவது என இருந்தாள்.

மு கூர்த்த மாதம் கடந்த பின்னரும் கூட பந்தல் கே.ரவி சாமானைப் போட்டு வைத்திருப்பதைப் பார்க்க அவளுக்கு எரிச்சலாகவே இருந்தது. சாமான்களுக்குப் பாதுகாவலனாக எப்போதும் அங்கேயே இருக்கும் ப்ரேசிலைப் பார்த்தாள். மெத்தையாகச் சுருட்டி வைத்திருந்த சாமியானா மீது சூரியக் குளியல் எடுப்பது போன்று படுத்திருந்தவனின் அருகே சென்று "ஏம்பா ப்ரேசிலெ. இதெல்லாம் எப்போதான் எடுப்பீங்க. இது என்ன லைப்ரரியா என்னாதிது" என்றாள்.

“ஏம்மா, நம்மகிட்டடல்லாம் கொரல ஏத்தாத. எதுந்தாலும் அண்ணங்கிட்ட பேசு.” என்று கையைத் தூக்கினான்.

“இப்ப என்னா உன்கிட்ட பேசிட்டாங்க... கையைத் தூக்குற. நானும் சிந்தார்பேட்டைதான் தெர்தா” எனக் கோசலை குரலை மேலும் உயர்த்தி அவனருகே வர, ப்ரேசில் எழுந்து வாயில் ஒட்டியிருந்த பாக்கின் மிச்சத் துகள்களை நாக்கைச் சுருட்டித் துப்பினான்.

கோசலை தொடர்ந்தாள் “எல்லாம் நம்ம ஜனங்கன்னுதான் இவ்ளோ நாள் பொறுமையா இருந்தேன். சாமானுங்கள வெக்கிறது மட்டும் இல்லாம... குடிச்சிட்டு பாட்டில இங்கேயே வுட்டுப் போறீங்க. கறி மீனு எலும்புத் துண்டெல்லாம் போடுறீங்க. என்னா நெனச்சுனு இருக்கீங்க?”

நூலகத்து உள்ளே இருந்தவர்களில் இரண்டு பேர் மட்டும் சத்தம் கேட்டு வெளியே வந்தார்கள்.

“ஏமா, நான் போட்டத பாத்தியா நீ? யார் போட்டாங்களோ அவங்கள போயிக் கேளு போமா?”

“யாரை போன்னு சொல்லுற... மொதல்ல நீ வெளிய போ... லைப்ரரில இருந்து நீ வெளிய போ” என அவ்வளவு நேரம் தலையைத் தூக்கி அவனைப் பார்த்துப் பேசியவள் அவனை வெளிய போ எனச் சொல்லும்போது தலை குனிந்து அவன் முகத்தைப் பார்க்காமல் “வெளில போ... ப்ப்போ” எனக் கத்தினாள்.

“ஏம்மா... ன்னா எங்க ஏரியால வன்ட்டு யார தொர்த்துற... ம்மாள தம்தூண்டுந்துகினு... சாவச்சிப் போட்றுவன் உன்ன” எனக் குனிந்து கையை ஓங்கி, நாக்கை மடித்தான்.

“அடிங்கோத்தா யார சாவச்சிடுவன்னு சொல்ற” எனச் சொல்லிக் கொண்டே ரயில்வேகத்தில் சென்று தன் தலையால் அவன் வயிற்றில் முட்டித் தள்ளினாள். அவளின் அடுத்தகட்ட நகர்வு இப்படி இருக்குமெனச் சற்றும் எதிர்பார்க்காதவன் சாமியானா மீது போய் விழுந்தான். விழுந்த வேகத்தில் அவன் எழுந்துகொள்வதற்கு எடுத்துக்கொண்ட இடைவெளியில் கோசலை அங்கிருந்து வேகமாக ஓடி நூலக வாசலில் இருந்த ஆணி பொருந்திய மரக்கட்டையை எடுத்து அவனை நோக்கி ஓடிவர அவனும் கோசலையை நோக்கி வர நூலகத்திலிருந்து வேடிக்கைப் பார்த்த இளைஞன், ப்ரேசிலை வலுவாகப் பிடித்துக்கொண்டான்.

சத்தங்கேட்ட மீனாளு துணி துவைத்த சோப்புக் கையோடு ஓடிவந்து கோசலையைப் பிடித்தாள். கோசலை, கையில் வைத்திருந்த கட்டையைத் தூக்கி ப்ரேசில் மீது எறிந்தாள். அது அவன்மீது படவில்லை. மீனாளை உதறித் தள்ளிவிட்டு எதிரே இருந்த சிந்தாதிரிப்பேட்டை D1 காவல் நிலையத்திற்குச் சென்று ஒரு ஏட்டுடன் நூலகத்திற்கு வந்தாள். ப்ரேசில் அங்கே இல்லை. அவனைத் தேடிக் கைது செய்ய வேண்டுமெனக் கோசலை சொல்ல, போலீஸார் அவளைச் சமாதனம் செய்த விதத்தில் பந்தல் கே.ரவி போலீஸ் ஸ்டேஷனுக்கும் ஏதோ கொடுக்கிறான் என நூலகத்தில் நிம்மதி நாடி வந்ததாகச் சொன்ன பெரியவர் மூலமாக அவளுக்குத் தெரிய வந்தது.

சாயுங்காலம் போலப் பந்தல் கே.ரவி ப்ரேசிலை நூலகத்திற்கு அழைத்து வந்து அவள் எதிரிலேயே அவனை ஒரு அடி அடித்துச் சமாதனம் பேச, “தேவையில்லாத கதைல்லாம் வாணான்னா. சாமானுங்கள எடுத்துடு. இல்ல அரசு சொத்துக்குச் சேதம் விளைவிச்சதாகவும், அதுக்குத் துணைபோன காவல் துறையின்னும் ரெண்டு பேர் மேலயும் சிஎம் செல்லுக்கு எழுதிப் போட்டுடுவேன். நா கவுர்மெண்ட்டு ஸ்டாப்பு, எதுக்கும் பயப்பட மாட்டேன்” என்றாள்.

“இன்னாமா மெறட்டுறியா? நாங்களும் கட்சிப் போஸ்டிங்லகிறோம். எங்களுக்கும் சிஎம்லாம் தெரியும். உன்னால இன்னா முடியுமோ பாத்துக்கோ” எனச் சொல்லிவிட்டுப் பந்தல் கே.ரவி சென்றான்.

நூலகத்தைப் பூட்டிய கையோடு ரெண்டு பஸ் பிடித்து நேராக சாம்பவமூர்த்தி ஐயாவிடம் சென்று விஷயத்தைச் சொன்னாள். அவர் யாருக்கோ ஃபோன் செய்து பேசி, அன்றிரவு கோசலை கைப்பக்குவத்தில் சாப்பிட்ட ஏப்பத்துடன் தன்னுடைய காரில் அவளை ஏற்றி அனுப்பி வைத்தார்.

ஒரு வாரத்தில் பந்தல் கே.ரவி தன்னுடைய ஆட்களை வைத்து நூலகப் பின்வளாகத்தில் போட்டு வைத்திருந்த சாமான்களைப் போலீஸாரின் கண்காணிப்புக்கு இடையே, வண்டியில் ஏற்றும் ஆட்களை அதட்டி வேகப்படுத்தினான். கோசலை இடுப்பில் கை வைத்தபடி, நூலகத்து வாசலில் நின்று அவர்களை வேடிக்கைப் பார்த்தாள்.

15

நூலகத்தைச் சுற்றியுள்ள வளாகம் முன்னைக் காட்டிலும் விசாலமாக ஒரு புதுத்தோற்றத்தில் அவள் கண்களுக்குத் தெரிந்தது. ஆனால், உள்தோற்றம் மாறாமல் பாழடைந்து இருப்பதினால் அவளுக்குத் திருப்தியாக இல்லை.

அவற்றை மாற்றுவதற்குத் தேவையான நிதியறிக்கையைச் சாம்பவமூர்த்தி ஐயாவிடம் முன்வைத்து, நிதிக்கு ஒப்புதல் வாங்கிய கடிதத்தைக் கையில் வைத்து, அதை மேலும் கீழும் பார்த்தபடி மீனாளுவிடம் கேட்டாள் "ஏன்டி, பெயின்ட் அடிக்க, கொளுத்து வேலைக்கு, வார்னிஷ்க்குலாம் ஆளுங்க வேணும். இங்க ஆளுங்க இருப்பாங்கதானே?"

"தெ... நல்லா கேட்ட போ... எத்தினி பேரு வேணும் உனுக்கு" எனச் சொல்லி, அருகேயிருக்கும் பம்பிங் ஸ்டேஷன் பகுதியிலிருந்து மீனாளு, ஆட்களைத் திரட்டிவர வேலை தொடங்கியது.

ஒரு மாதத்தில் எல்லா வேலையும் நடந்து முடிந்து, பிஸ்தா கலரில் நூலகத்தின் வெளிப்புறம் சுண்ணாம்பு அடிக்கப்பட்டு, உள்ளே புத்தம் புதிய மேசை, நாற்காலிகள், புத்தகங்கள் வைக்க மர அலமாரிகள், ஆர்டர் கொடுத்து வாங்கிய பல்வேறு வகையான புத்தகங்கள், பழுது பார்க்கப்பட்ட சுவர்களில் தேசியத் தலைவர்களின் புகைப்படங்கள், குறிப்பாக, அவள் உட்காரும் இடத்திற்கு மேலே உள்ள சுவற்றில் அம்பேத்கரின் படம், முழுநிலா வடிவக் கடிகாரம் என ஜோராக இருந்தது நூலகம்.

ஆனால், அதே ஆறு பேரே தினமும் வந்து உட்கார கோசலைக்கு எரிச்சலாக இருந்தது மட்டுமன்றி, நூலகமும் நூலகத்திலிருந்த புத்தகங்களும் அழுக்காக இருந்ததைவிட

அவைப் புதுப்பிக்கப்பட்டும் யாரும் சீண்டாமல் இருப்பது எங்கேயோ தன் பாட்டுக்கு இருந்த அவற்றைச் சுத்தப்படுத்தி நடுவீட்டில் உட்கார வைத்து அவமானப்படுத்தி விட்டது போல இருந்தது. எப்படியாவது இவைகள் பயன்பட்டுவிட வேண்டுமென்கிற துடிப்பின் ஒலி தன்னுள்ளிருந்து அவளுக்குக் கேட்டுக்கொண்டே இருக்க, தன்னைச் சுற்றியிருக்கும் பகுதி மக்களைப் புத்தக வாசிப்புப் பழக்கத்திற்கு மாற்ற வேண்டுமென்கிற எண்ணம் அவளுக்கு மிக மூர்க்கமாக இருந்தது. ஆனால், அதிலிருந்த வறட்டுத்தனமும் அதைச் செயல்படுத்துவதில் உள்ள தர்க்கத் தடைகளும் அவளுக்குத் தாமதமாகத்தான் உரைத்தது.

சோறு தண்ணீருக்கு மாடாய் உழைத்து அக்கடா என்று வீடுவரும் மக்களுக்குப் புத்தக வாசிப்பு என்கிற மனநிலை எப்படி வரும்? அவர்கள் எல்லோருக்கும் அதற்குரிய வாசிப்புப் பின்புலமும் நிதானமான வாழ்க்கைச் சூழலும் இருக்கிறதா? நாம் ஏன் இவ்வளவு பதற்றப்படுகிறோம் என்பதைப் புரிந்துகொள்ளவே கொஞ்ச நாட்கள் தேவைப்பட்டது.

அதை உணர்ந்த அதே சமயம், அவர்கள் வராவிட்டால் என்ன? அவர்களின் அடுத்த தலைமுறையையாவது வாசிப்புப் பக்கம் நகர்த்திச் செல்வோமென அவளுக்குத் தோன்றியது. இது சாம்பவமூர்த்தி ஐயா சொன்னாரா அல்லது தாமாகவே சிந்தித்தோமா என்கிற இனிமையான குழப்பத்துடன் உறங்கியவள், மறுநாள் முற்பகல் பதினொரு மணிக்கு நூலகத்தை மூடிவிட்டு வீட்டுக்குப் போகாமல் நூலகத்தையொட்டி இருக்கும் பம்பிங் ஸ்டேஷன் குடிசைப் பகுதிக்குள் நடக்க ஆரம்பித்தாள்.

முதுகில் கூன் பெரிதாகி இருந்ததால் உடல் வளைய வேண்டி, உயரம் முன்பைக் காட்டிலும் குறைந்து ஒரு கேள்விக்குறியின் வடிவத்தில் இருந்தாள். நடக்கும்போது முழங்கைகளுக்குக் கீழ் மட்டுமே அசைவைக் கொண்டுவந்து கூடிய மட்டும் கைகளை விசிறி நடந்தாள். பாரத்தைச் சுமக்கும் கணுக்கால்கள் வலதும் இடதுமெனத் திரும்பிக்கொள்ள, கால்களுக்கு இடையேயுள்ள தூரம் அதிகமாகி அவள் நடை முன்பைக் காட்டிலும் மாறிப்போயிருந்தது.

தான் நடந்துபோனால் எப்போதும் கவனிக்கிறவர்களைவிட, உடல் தோற்றம் இன்னும் விநோதமாகிப் போனதில், பார்க்கும் கண்களின்

எண்ணிக்கைக் கூடியிருக்கிறது என்பதை அவளால் உணர முடிந்தது. அவசரமாக வாகனத்தில் செல்வோரின் பார்வைக் கூட, அவள் தோற்றம் கருதி ஒரு கணம் அவள்மீது பாய்ந்து விட்டுச்சென்றது. இதை ஆரம்பத்தில், அசௌகர்யமாக உணர்ந்தவளுக்கு இப்போது அதில் எந்த அர்த்தமும் இருப்பதாகத் தெரியவில்லை. பெரும்பாலும் அவற்றைக் கண்டுகொள்ளாதவள், குடிசை மக்கள் தன்னைப் பார்க்கும்போது இதழ் விரியாத குறுநகையால் பதிலளித்து ஒரு பரிச்சயத்தை உண்டு பண்ணி பம்பிங் ஸ்டேஷனுள் நடந்தாள்.

"உங்க வீட்ல படிக்கிற பசங்க இருந்தா, இங்க பக்கத்துலகிற நம்ம லைப்ரரிக்கு அனுப்புங்களேன்மா. புஸ்தகம் படிக்கிற பழக்கம் ரொம்ப நல்லது" என்று பேசத் துவங்கினாள்.

இருபது வீடு தாண்டுவதற்குள்ளேயே நடக்க முடியாமல் துவண்டு போன கோசலைக்கு, நெஞ்சுப் படபடவென்று அடித்து வியர்த்துப் போய் ஒரு வீட்டு வாசலில் உட்கார்ந்தாள். வீட்டிற்கு எதிரே வட்டமாக அமர்ந்து பட்டன் விளையாடிய பெண்கள் கோசலையை உற்றுப் பார்த்தனர்.

வீட்டிலிருந்து கதவைத் திறந்த இளம்பெண் வாசலில் யாரோ உட்கார்ந்திருந்ததைக் கண்டு, அதுவும் உட்கார்ந்திருந்தவளின் உடல் தோற்றத்தைக் கண்டு ஒரு கணம் திடுக்கிட்டு "யாரு" என்றாள்.

கோசலை திரும்பி "ம்மா, கொஞ்சம் தண்ணி குடேன்" என்றாள்.

சொம்பை வாங்கித் தலை அண்ணாந்து 'க்ளக் க்ளக்' எனத் தண்ணீர் உள்ளே இறங்கியதும் கோசலைக்குக் கண்கள் பஞ்சடைக்கத் தலையைப் பிடித்து அப்படியே வாசலில் சாய்ந்தாள். பட்டன் விளையாடிய பெண்களெல்லாம் "இன்னாமே... யார் இது... இன்னா" என்று கோசலையை நெருங்கினார்கள்.

தண்ணீர் கொடுத்த இளம்பெண் கோசலையைத் தொட்டு "ம்மா, உள்ள வாங்க. உக்காருங்க" எனக் கதவாகத் தொங்கிய கோணியைச் சுருட்டி சுருள்கம்பியில் மாட்டினாள். கோசலை உள்ளே வந்து உட்கார்ந்ததும், "சக்கர வெச்சுக்கிறியாம்மா?" என்று வியர்த்துப் போய் கேட்டாள். உடனே அவள் அடுப்பங்கரையினோரத்தில் உள்ள மரப்பலகையின் மீதிருந்த போர்ன்விட்டா பாட்டிலின் மூடியைக் கடகடவென்றுத் திறந்து, மூடியில் சக்கரையைக் கொட்டிக் கொடுக்க வாங்கி அடிநாக்கில் திணித்துக் கோசலை கேட்டாள்,

"உன் பேர் இன்னாமா?"

"பூர்ணிமா."

"நல்ல பேரு." எனச் சொல்லி சக்கரைச் சாறை ருசித்தாள்.

கோசலை இயல்புக்குத் திரும்பி வீட்டிலிருந்து வெளியே வரும்போது, அவள் வீடு அருகிலிருக்கிறது எனத் தெரிந்து கொண்ட பூர்ணிமா, முக்கட்டு வரைக்கும் விட்டு வருகிறேன் எனக் கூட வந்தாள்.

அவர்களிருவரும் நடந்து வருவதைப் பட்டன் விளையாடிய, வாசலில் அடுப்பில் குனிந்து ஊதாங்கோலில் ஊதிய, வேலை முடித்து வாசலிலேயே அன்னக்கூடை தண்ணீரை மொண்டு குளித்து ஷாம்பூ நுரையை வழித்த, சாமான் துலக்க சபினாவைப் பிரித்துக் கொட்டிய, கவாப்பில் கேசரிப் பவுடரைத் தூவி ஜல்லிக் கரண்டியில் கிளறிய, மீன்பாடி வண்டியில் உட்கார்ந்து கதையளந்த கண்களெல்லாம் ஒரு கணம் பார்த்தன.

குடத்தில் தண்ணீர் தூக்கி அசைந்தாடி வரும் கன்னிகா நிறுத்திக் கேட்டாள், "இன்னா பூர்ணி யாருடி இது?"

"எங்க அக்கா"தான் எனப் பூர்ணிமா சொன்னபோது அவள் சுடிதாரின் மீது மெல்ல தன் விரல்களினால் உரசிக்கொண்டாள் கோசலை.

வாசல்வரை வந்துவிட்டுப் போன பூர்ணிமாவை, வீடுவரை கட்டாயப்படுத்தி அழைத்துக் காப்பிப் போட்டுக் கொடுத்துப் பேச்சு வளர்த்த கோசலைக்குப் பூர்ணிமாவை ரொம்பப் பிடித்திருந்தது. அவள் காயிதே மில்லத்தில் பிஏ வரலாறு நடப்பு வருடம் முடித்தாள் என்றும் மேற்படிப்பிற்கு விண்ணப்பித்து விடுமுறையில் இருப்பதாகவும் சொன்னாள். கோசலை, குடிசைப் பகுதிக்குள் வந்ததற்கானக் காரணத்தையும் பூர்ணிமாவிடம் சொன்னபோது அவளுக்கும் அதில் ஆர்வம் இருக்கவே, மறுநாளிலிருந்து இருவருமே சேர்ந்து பம்பிங் ஸ்டேஷனில் நடக்கத் துவங்கினார்கள்.

நூலகத்தில் வேலை முடிந்து வீட்டில் இருந்தால், பக்கத்தில் இருக்கும் அப்பாவையும் கணேசனையும் அவ்வளவு ஏன் ஜோதியைக் கூடப் பார்க்க வேண்டுமென்கிற எண்ணம் தனக்கு வந்தபோது அவளுக்கே அது அதிர்ச்சியாக இருந்தது. அவர்களைப் பற்றிய சிந்தனைகளிலிருந்து முற்றிலும் தன்னை விடுவித்துக் கொள்வதற்குத் தற்செயலாக அவள் முன்னே உருப்பெற்றிருந்த சவால்களின்மீது கைபோட்டுப் பயணிக்கத் துவங்கினாள்.

ஒரு நெகிழிக் குடுவையில் குடிநீரும், இரண்டு பிரிட்டானியா பிஸ்கட்டும் பெரிய டவுளும் போட்டுத் திணித்த ஜோல்னா பையுடன் தினமும் நூலகம் சாத்திய பிறகு குடிசைப் பகுதிக்குள் பூர்ணிமாவுடன் நடக்க ஆரம்பித்தாள். கோசலையின் உயரத்திற்கு ஜோல்னாப் பை பின்னங்காலில் வந்து மோத நடப்பதற்கே அவளுக்குச் சிரமாக இருந்தது. "குடுக்கா நா எத்துனு வரேங்" எனப் பூர்ணிமா கேட்டபோது "வாணாமா உனக்கெதுக்குக் கஷ்டம்" என்று ஜோல்னாப் பையுடன் நடந்து வந்தாள். தங்கள் ஜனங்களைப் பற்றி, இங்குள்ள கதைகளைப் பற்றி பூர்ணிமா நாவாடி வருவதைக் கேட்கும் சுவாரசியத்தில் கொஞ்ச நடையிலேயே ஜோல்னாப் பை சிரமம் தெரியாது போனது.

"அதுவா, வெள்ளைக்காரங் காலத்துல மொத்தமே இங்க எட்டே எட்டுக் குட்சைங்தான் இருந்துச்சாங். வெள்ளக்காரங்களுக்குப் பெல்ட்டு ஷூவுல்லாம் இங்கருந்த குடிசைலகிறவங்கதாங் தெச்சுக் குடுப்பாங்களாங். அவங்க தெக்கிறது அவ்ளோ ஸ்ட்ராங்கா சூப்பரா இருக்குங்கிறத கேள்விப்பட்டு, நெறையா வெள்ளைக்காரங்க குதிரைலலாங் வந்து வந்து இவங்ககிட்ட தெச்சுப்பாங்களாங். அடிக்கடி இவங்ககிட்ட தெக்கிற ஒரு வெள்ளைக்கார ஆபிசர் அவங்க மேலகிற ஆபிசர்கிட்ட சொல்லி, இவங்க எட்டுப் பேருக்கு அவங்க வீடுங்க இருந்த இடத்தையே பட்டா வாங்கிக் குத்தாராங். காப்ளர் ஸ்ட்ரீட்னுதாங் வெள்ளைக்காரங்க இதச் சொல்லுவாங்களாங். அப்புறங் இவங்கலாங் உங் பங்காளி எங் பங்காளின்னு அவங்க சொந்தக்காரங்கல எல்லாங் கூப்ட்டு நெறியா குட்சைங்க ஆயிடுச்சாங். சுத்திகிற ஜனங்க இந்த ஏரியாவ சக்கிலிக் குடிசன்னுதாங் சொல்லுவாங்களாங்."

"கேளேன் கதைய. இத்தினி வருஷம் சிந்தாதிரிப்பேட்டைல இருக்கிறேன். தவ்ளோ பொண்ணு எவ்ளோ கத தெரிஞ்சு வெச்சுக்கிறா"

"எனுக்கு இதெல்லாங் எங்க தாத்தா சொல்லிக் குத்தாரு"

"அது சரி... அப்புறம் ஏன்டி இந்த ஏரியாவ பம்பிங் ஸ்டேஷன்னு கூப்புடுறாங்க ஜனங்க?"

"அதுவா..." எனப் பூர்ணிமா பேசத்துவங்க, வீட்டினுள்ளே இருந்து மொட்டை மாடிக்கு ஏறி வந்த மல்லிகாக்கா சொன்னாள், "ஏ, கோசல உனுக்குத்தான் ஒரு அந்துசு இல்ல. ஏண்டி பொண்ணு, வெளக்கு வெச்ச நேரத்துல வயசுப் பொண்ணு ஊட்டுக்குப் போயி அடக்கமா இருக்க மாட்ட. டைம் இன்னா ஆவுது போ.. கோசல வா. சாப்டு. ஏ நீ சாப்பிடுறியாடி?"

“இல்ல வேணா. நா போறேங்.”

“ஏ இருடி அது அப்டித்தான் எதுனா பேசினு கிடக்கும். நீ உக்காரு” எனக் கோசலை சொன்னதும் மல்லிகாக்கா கொணட்டலுடன் கீழே இறங்கினாள்.

“சொல்லுடி எப்டி பம்பிங் ஸ்டேஷன்னு பேரு வந்துச்சு?”

“அதுவா... தோ பின்னாடி ரேடியோ மார்க்கெட்டு இருக்குதுல்ல”

“ரேடியோ மார்கெட்டா அது எங்கடி இருக்கது?”

“அதாங் ரிச்சி ஸ்டீட்டு”

“ஆங் அதுவா”

“ஆமாமா... ரிச்சி ஸ்டீட்டு மொனைல மெட்ரோ வாட்டர் ஆபிஸ் இருக்குதுல்ல. அங்க மெட்ரோ வாட்டர் ஆபிஸ் இருக்கிறதுக்கு முன்னாடி பெரிய பம்பிங் டேசன் இருந்துச்சாங். அப்பல்லாங் மோட்டார் கெடையாதுல்ல. பெரிய இரும்புச் சக்கரத்துல ஆயில ஊத்தித்தான் பம்பிங் மிஷன ஸ்டார்ட் பண்ணனுமாங்... ஆபிசர்ங்களுக்கு அது ரொம்ப ரிஸ்க்குன்னு இங்கந்து ஆளுங்கள கூட்டினு போனாங்களாங். ஜனங்க நல்லா வேலை செய்றதைப் பாத்துட்டு அங்க காடு மாதிரி இருந்த இடத்தை ஜனங்களுக்குக் கூலி குத்து சுத்தம் செஞ்சாங்களாம்?”

பூர்ணிமா பேசுகையில், அவள் சொல்லும் விஷயங்கள் குறித்து அவளே ஆச்சரியப்படுவது போல வாயைக் குவித்துக் கண்களை விரித்து, கதை சொல்லும் குழந்தையே அதைக் கேட்பது போலவும் செய்தாள். அவள் முகப் பாவனையைப் பார்த்து ரசித்ததன் தாக்கத்தில் தன்னை மீறி அவளைப் போலவே வாயைக் குவித்து “ஆங். எதுக்குடி சுத்தம் செஞ்சாங்களாம்” என்றாள் கோசலை.

“ஆங் அதுவா. மெட்ராஸ்ல எல்லார் வீட்டுலயுங் கொழாத்தண்ணி வர்றதுக்காகப் பெரிய பெரிய பைப்புங்கள பூமிக்கு அடியில பொருத்துறதுக்கு முடிவு பண்ணாங்களாங். ஆனா பைப்புங்கள போட்டு வைக்க இடம் இல்லன்னு இந்த எடத்தை சுத்தம் பண்ணி பைப்புங்கள இங்க போட்டு வைக்க முடிவு பண்ணாங்களாங். இப்போ இருக்கிறமாதிரி புல்டோசர்லாங் அப்போ இல்லல. அதனால பெரிய பெரிய லாரிங்கள்ல இருந்து பைப்புங்கள கயிறு போட்டு எறக்கி வைக்கிறதுக்குங், தேவைப்படும்போது

லாரில ஏத்தி அனுப்புறதுக்குங் இங்ககிற ஆளுங்கள கூப்ட்டுனாங்களாங். ஒரொரு பைப்புங், ரெண்டு ஆளுங்க ஒரே சமயத்துல கைகோத்துகினு நடக்கிற அளவுக்குப் பெரிய ஓட்டை இருக்கிற அகலமான பைப்புங்களாங். அவ்ளோ பெரிய பைப்புங்கள ஏத்தும்போதுங் எறக்கும்போதுங் நெறையப் பேரு நசுங்கிச் செத்தாங்களாம். வெரலுல்லாங் கூட கூழாப் போயிடுமாங். எங்க தாத்தா சுண்ட வெரலு கூட அப்டித்தான் போச்சாங். ஆனாலும், ஜனங்க உயிருக்குப் பயப்படாம ஒருத்தரு போனா ஒருத்தர்னு வேலைக்கு வந்துன்னுதாங் இருந்தாங்களாங். கொழாத் தண்ணிக்குப் பைப் பொருத்துற வேலையை இங்க இருக்கிற ஜனங்களே செஞ்சதால இவங்கள எல்லோரும் பம்பிங் ஸ்டேஷன் ஜனங்கன்னு கூப்பிட ஆரம்பிச்சாங்களாங்."

"பூர்ணிமா உன்ன என்னாமோ நெனச்சன. எப்டி இவ்ளோ தெரிஞ்சி வெச்சுகிற!"

"அதான் சொன்னன்லக்கா எங்க தாத்தாதாங் இதெல்லாங் எனக்குச் சொன்னாரு. காலேஜ்ல போயி பிர வரலாற படிக்கிறது வாஸ்தவந்தாங். நம்ம வரலாறுங் தெரிஞ்சிக்கோ. தாத்தா சொல்றேங் கேளு எம்மாடின்னு உக்காரவெச்சு அப்பப்போ இதெல்லாங் சொல்லுவாரு."

"ஆங். அப்போ உங்க தாத்தாவ கேட்டா இன்னும் நெறையாத் தெரியுமே!"

"எங்க தாத்தாகிட்டதானே. அதோ அங்ககிறாரு பாரு கேட்டுக்கோங்க" என வானத்தைக் கைக்காட்டினாள்.

"ரொம்பநாளா யானக்காலு வந்து கஷ்டப்பட்டுன்னு இருந்தாரு. அம்மாடி அம்மாடின்னு என்னப் பாத்து மொணவிக்கினேதாங் செத்தாரு" என அவர் இறப்பைக் குறித்துச் சாதாரணமாகச் சொல்லத் துவங்கியவள் அழுது முடித்தாள்.

அழுகை சிணுங்கலாக மாறியபோது பூர்ணிமா சொன்னாள், "ஆனா, எனுக்கு எங்க தாத்தாவ விட எங்கப்பாதாங் ரொம்பப் புடிக்கும். எங்கம்மா புடிக்கவே புடிக்காது. சனியம்புச்சிது எப்பப்பாரு மூஞ்ச காம்ச்சினே இருக்குங். எங்கப்பாதாங் எனுக்கு உயிரே. அவருக்கும் நான்னா ரொம்ப இஷ்டங். இன்னிக்கு வரிக்கும் அவர் வேல முச்சிட்டு நைட்டு வீட்டுக்கு வந்தப்புறம்தான் நா சாப்டுவனே. அவ்ளோ நேரம் சாப்பிடாம இருக்கிறத பாத்துட்டு எங்கம்மா சனியன் திட்டும். ஆனா கேக்க மாட்டேங்.

எங்கப்பாதான் எனுக்கு" என அவள் சொல்லிச் சிரிக்கும்போது கோசலையின் கண்கள் கலங்கத் துவங்கின.

கோசலைக்குப் பூர்ணிமா மீது ரொம்பத்தான் பிரியமாகிப் போனது.

பூர்ணிமா எம்.ஏ வரலாறு படிக்க அடுத்த மாதத்திலிருந்து காயிதே மில்லத் போகிறாள் எனத் தெரிந்ததும், நதியா பேன்சி ஸ்டோருக்கும், சம்மந்த செட்டி டெக்ஸ்டைல்ஸ்க்கும் அவளைக் கூட்டிப் போய் துணிமணிகள் எல்லாம் வாங்கிக் கொடுத்தாள்.

கல்லூரிக்குப் போய் வீட்டுக்கு வந்து வேலை முடிப்பதற்கே பூர்ணிமாவுக்கு நேரம் சரியாக இருந்ததால் அவளால் முன்புபோல் கோசலையுடன் இருக்க இயலவில்லை. கோசலையும் அவளைப் புரிந்துகொண்டாலும் பூர்ணிமா இல்லாமல் தனியாகப் பொழுதைக் கழிப்பது என்னவோ போலத்தான் கோசலைக்கு இருந்தது. நினைத்தால் நேரம் ஒதுக்கி வரலாம்தான். ஏன் பூர்ணிமா வருவதில்லை என்கிற காரணத்தை யோசிக்கக்கூட கோசலைக்குச் சோர்வாக இருந்தது.

16

பம்பிங் ஸ்டேஷனில் எல்லாக் குடிசைக்கும் போய் பிள்ளைகளை வரச் சொல்லியும் ஒருவர் கூட நூலகத்துக்கு வந்த பாடில்லை. சரி இவர்களை மட்டும் நம்பி நாட்களைக் கடத்தினால் சரிப்படாது என்றெண்ணி, சிந்தாதிரிப்பேட்டையில் இருக்கும் அனைத்து நடுநிலைப்பள்ளி, மேல்நிலைப் பள்ளிகளுக்கும் சென்று பள்ளி முதல்வரைச் சந்தித்து, வாரத்துக்கு ஒருமுறை ஒவ்வொரு வகுப்பு மாணவர்களையும் நூலகத்துக்கு அழைத்துவந்து அவர்கள் 'நூலக உலா' செய்யலாம் என்றும், அதுகுறித்த அனுபவங்களைப் பற்றி மாணவர்களைக் கட்டுரை கூட எழுதச் சொல்லலாம் என்றும் சொன்னாள்.

தனக்கோட்டி, ஆர்.பி.சி.சி, சௌராஷ்டிரா, சி.எம்.எஸ், சிவராமன் ஆகிய நடுநிலைப் பள்ளிகளுக்கும், கல்யாண மகளிர், பாய்ஸ் ஹைஸ்கூல் ஆகிய மேல்நிலைப் பள்ளிகளுக்கும் நடந்தாள்.

கொஞ்ச நடைக்கே கால்கள் ஓயும்போது எதற்காக இவ்வளவு கஷ்டப்படுகிறோம், ஏன் இதையெல்லாம் செய்கிறோம் என்கிற கேள்வி எழுந்தபோது அதற்குரிய தெளிவான விடை அவளிடம் இல்லை.

அதிகாரமும் பதவியும் கிடைத்துவிட்டால் போதுமென்று உட்கார்ந்து, தேய்த்துச் சம்பளம் வாங்கி ஓய்வுபெற்றுச் சாவதெல்லாம் ஒரு வாழ்க்கையே இல்லை. அதுவும், ஒடுக்கப்பட்டு இருப்பவனுக்கு அதிகாரம் கிடைக்கும்போது அவன் இன்னும் பொறுப்புடன் இருக்க வேண்டுமென்பதைச் சாம்பவமூர்த்தி ஐயா அம்பேத்கரின் படத்தைக் காட்டி அவர் வாழ்க்கைப் பற்றிச் சொன்னாரே அதன் உந்துதலாக இருக்கலாம். தூசு தட்டிப்போன நூலகத்தை நிறையப் பிரச்சினைகளுக்கு நடுவில் புதுப்பித்து யாரும் கவனிக்காமல் இருக்க, அதனால் தனக்குள் எழுந்த அகங்காரச் சீண்டலுக்கு எதிர்வினையாகத்தான் அலைக்கழிக்கிறோமா அதுவாகவும் இருக்கலாம். அன்று யாருமில்லாத புதுப்பிக்கப்பட்ட நூலகத்தைப் பார்த்தபடி அசட்டுச் சிரிப்புடன் பந்தல் கே.ரவி பேசிவிட்டுப் போனதால் ஏற்றுக்கொண்ட வேகமாகக்கூட இருக்கலாம். சொந்த வாழ்க்கையில் தன்னை ஒரு குப்பையாகக் கூட மதிக்காதவர்களுக்கு மத்தியில் ஒரு பாழடைந்த நூலகத்தில் உட்கார்ந்து காலம் தள்ளுவதை விட, அவர்கள் தன்னைக் கவனிக்கும்படியாகச் செய்து, தன்னைத் தேடி வரும்போது அவர்களை உதாசீனம் செய்யப்போகும் தருணத்திற்காகத் தனக்குள் ஏற்பட்ட இலட்சிய வெறியாகக்0.கூட இருக்கலாம். கிடைத்தது போதுமென உட்கார்ந்திருந்தால் அதன்பொருட்டுக் கிளர்ந்தெழும் வெறுமையை ஆக்கிரமிக்கும் எண்ணங்களின் அலைக்கழிப்பிலிருந்து விடுவித்துக்கொள்கிற வேட்கையாகவும் இருக்கலாம்.

இதில் எதுவாக இருக்கும் அல்லது எல்லாமும் சேர்ந்து அவளைத் துரத்துகிறதா! இதுநாள் வரை வாழ்ந்த வாழ்க்கையிலிருந்து முற்றிலும் வேறொரு திசையில் அவளே நினைத்தாலும் கட்டுப்படுத்த முடியாத லயத்தில் பயணிக்கிறாள். அவள் யோசிக்க யோசிக்கத் தெளிவான விடையில்லை எனினும், நூலகம் பயன்படுத்த வேண்டுமென்கிற முயற்சியைக் கைவிடும் அளவுக்குத் தெளிவின்மை அவளைச் சோர்வாக்கவில்லை. ஒவ்வொரு பள்ளிக்கும் சென்று வேண்டுகோள் வைத்தாள்.

பள்ளிகளுக்குச் சென்று தாமதமாக வீடு திரும்பும்போது, தன் நிழல் மஞ்சள் நிறத் தெருவிளக்கின் வெளிச்சத்தில் நீண்டிருப்பதைப் பார்க்க அவளுக்கு ஆசையாக இருக்கும். விளக்கை நெருங்க நெருங்க நிழலின் உயரம் குறையும் என்பதால், மிக மெதுவாகவே நடந்து செல்லுவாள்.

தெருவில் யாருமில்லாத நேரத்தில் நடையின் வேகம் இன்னும் குறைந்து சொல்லப் போனால், ஓரிடத்தில் நின்று நீண்டிருக்கும் தன் நிழலையே கொஞ்ச நேரம் பார்த்துத் திளைத்துவிட்டு நடக்கத் துவங்குவாள்.

அவள் சொன்ன ஆலோசனையைக் கேட்டுக்கொண்ட பள்ளியின் தலைமையாசிரியர்கள் அவளின் தோற்றம் காரணமாக அதீதமாக அவளைப் புகழ்ந்தார்களே தவிர, அதைச் செயல்முறைப் படுத்துவதில் ஒன்றுபோலத் தயக்கம் காட்டி அவளை அலட்சியம் செய்தார்கள்.

அன்று மாலை சோர்வுடன் கோசலை, வீட்டுக்கு வந்ததும் ஜோதியை வழியில் பார்த்துப் பேசிய விஷயத்தை மல்லிகாக்கா சொன்னாள்.

கோசலை, அதற்கு எதுவுமே பதில் சொல்லாமல் கழுவிய முகத்தை டவலால் ஒத்தடம் கொடுத்தாள்.

"ஏ, அவங்கம்மா வெச்ச சூனியம் வேலை காட்டும்ன்னு பயந்துதான் வுட்டுப்போனானாம்."

"எக்கா, தெபார். உன் மேல இருக்கிற மரியாதையைக் கெடுத்துக்காத."

"சூனியம்லாம் உண்மைதான் கோசல. உனுக்கு வெச்ச சூனியந்தான் ரேவதிக்கு அச்சிச்சாம்."

"தேபார்க்கா. வேஸ்ட்டா என் வாயைக் கெளறாத. அவனுக்குச் சூனியம் ஒரு சாக்கு அவ்ளோதான். எம் பொண்ணு ஒன்னும் சூனியத்தால சாவுல. அவன் எங்ககூட இருந்திருந்தா அது ஏன் சாவுது. வண்டி ரேவதி மேல ஏறும்போதுகூட அப்பான்னு சொல்லித்தான் கத்துச்சாம்" எனச் சொல்லும்போது வந்த அழுகையை அடக்கினாள். இதுநாள் வரை இதைக் கோசலை மல்லிகாக்காவிடம் சொன்னதில்லை. அவளுக்குள்ளே கூடச் சொல்லிப் பார்த்துக்கொண்டதில்லை.

மல்லிகாக்கா கோசலையைத் தொட்டதும் அவளால் கட்டுப்படுத்த இயலவில்லை.

பளிச்சென்று கழுவிய முகத்தில் அவள் கண்ணீர் பளபளவென்று உருண்டோடியது.

"இவனுங்க எவனையும் ஞாபகத்துலயே எடுத்துன்னு வரக் கூடாதுன்னுதான்க்கா, நா என்னா என்னாவோ பண்ணின்னு இருக்கிறேன்.

இவனுங்களப் பத்தியே என்கிட்டே பேசாத. எனக்குத் தலை வலிக்குது" என வெடிக்கப் போகும் தலையை இரண்டு கைகளாலும் தடுத்து நிறுத்துவது போலப் பிடித்துக்கொண்டாள்.

ஜோதி சூனியத்தால்தான் விட்டுச் சென்றேன் என மல்லிகாக்காவிடம் சொன்னதைக் கேட்டதிலிருந்து கோசலைக்கு அவன் மீதிருந்த ஆத்திரத்தைக் கிளறிவிட்டது போல இருந்தது. வழியில் அவனைப் பார்த்தால் அவன் நாண்டு கொள்வதுபோலக் கேட்க வேண்டுமெனத் தனக்குள்ளே அவனைப் பற்றிப் பேசி மூச்சிரைத்தாள்.

புதுப்பிக்கப்பட்டு மூன்று மாத காலம் கடந்தும், நூலகம் அதே ஆறு பேரை உள்ளடக்கியிருந்தது. ஆறுபேர் நூலகத்துக்குப் படிக்க வருகிறார்கள் என்கிற எண்ணம் கூட அவளை விட்டு விலகி, நூலகத்தில் அவர்களும் ஒரு பகுதி, அங்குள்ள திடப்பொருட்களைப் போல, ஆறுபேரையும் அவள் தனித்துப் பார்க்கவில்லை.

நூலகத்துச் சாலை வழியாக நடந்து போனவர்கள், இத்தனை நாட்கள் தாங்கள் பார்த்துக் கடந்து போன ஒரு பழையக் கட்டடம் புதுப் பொலிவு பெற்றிருக்கிறதென ஒரு கணம் திகைத்து நடையைத் தொடர்ந்தார்களே தவிர, உள்ளே வந்து என்ன இருக்கிறதென்று பார்க்கக்கூட அவர்களுக்குத் தோன்றாதது அவளுக்கும் அதிர்ச்சியாக இருந்ததே தவிர மனச்சோர்வு இல்லை. அவ்வப்போது நெஞ்சுப் படபடப்பாக, இதயத் துடிப்பின் வேகம் அதிகரிக்கும் சமயம் மட்டும் ஒரு மாதிரி பயமாகவும் சீக்கிரமே ரேவதி கூடப் போய் இருக்க வேண்டும், அவள் தனியாக இருப்பாள் என்று நினைத்து உண்டாகும் நெஞ்சுப் படபடப்பை, உள்ளார்ந்த தகிப்பின் நிவாரணியாக மிக அந்தரமாக வைத்துக்கொண்டாள்.

"பக்கத்துலையே கன்னிமாரா லைப்ரரி இருக்கிறதால யாரும் இத மதிக்க மாட்டுறாங்களோ? ம்ம்க்கும்... நம்ம வீட்லகிற புள்ள சிவக்குமாரே சன் டிவியே கெதின்னு இருக்கிறானே ஒழிய, லைப்ரரிக்கு வாடான்னு கூப்ட்டா எட்டிக்கூடப் பாக்க மாட்டுறானே!"

"டேய், வாயேண்டா."

“அய, போ அத்த போர் அடிக்கும். அங்க வந்து இன்னா படிக்கிறது? என் ஸ்கூல் புக்க எத்துனு வந்தா படிக்க வுடுவியா... சொல்லு.”

நூலகத்துக்கு வரக் கூடிய எண்ணம் கிஞ்சித்தும் இல்லாமல் அங்குச் சாத்தியப்படாத ஒன்றைக் கேட்பதின் மூலம் அத்தையின் நச்சரிப்பில் இருந்து தப்பிக்கும் விதமாகக் கேட்டான். அதில் அவளுக்கு ஏதோ தட்டுப்பட்டது. சுற்று வட்டாரத்துப் பிள்ளைகளை மாலை நேரத்தில் நூலகத்துக்கு வரவழைத்து இங்குள்ள புத்தகங்களைப் படிக்கச் சொல்லிக் கட்டாயப்படுத்துவதை விட, அவரவர் பள்ளிப்பாடங்களைப் படிக்கச் சொன்னால் என்ன? நூலகக் கட்டிடத்திற்கும், சுற்றுச் சுவருக்கும் இடையே உள்ள அகன்ற பின்வளாகம் காலியாகத்தானே இருக்கிறது. ஏதாவதொரு வகையில் இங்குள்ளவர்களுக்குப் பயன்படட்டுமே என்று நினைத்தாள்.

மீண்டும் குடிசைப் பகுதிக்குச் சென்று இதைச் சொல்வதற்கு அவளின் உடல் முன்பு போல இசைந்து கொடுக்குமா என்கிற சந்தேகத்திலேயே சில நாட்கள் கழிந்தது.

மீண்டுமொருமுறை பம்பிங் ஸ்டேஷனுள் ஒரு நடை நடந்து வந்தாள். நூலகத்தில் வாடிக்கையாக வருபவர்களை மீறி ஒரு ஈக்கூட அதிகமாகப் பறக்கவில்லை. கொஞ்ச நாட்கள் அப்படியே சென்றது. இரவு மொட்டைமாடியில் உட்கார்ந்து மெல்ல நகரும் மேகங்களின் அசைவில் உழன்றவளுக்கு ஒரு யோசனைத் தோன்றியது.

அதை முயற்சி செய்து பார்க்கலாமென, இதுவரை சேர்த்து வைத்திருந்த பணத்துடன், புரசைவாக்கத்திற்கு மல்லிகாக்காவுடன் சென்று மதர்ஷாவில் இம்பீரியல் கம்பெனியின் வாயில் புடவைகள் நூறு கேட்டாள். அங்கே எழுபது மட்டுமே கைவசமிருக்கிறது எனச் சொல்ல மீதியை அடுத்த நாள், வண்ணாரப்பேட்டை குடோன் தெருவுக்குச் சென்று இருவரும் வாங்கி ஆட்டோவிலிருந்து இறங்கினார்கள்.

“லைப்ரிகாரம்மா வாயில் பொடவ கடன் போடுது” என்கிற செய்தி பம்பிங் ஸ்டேஷனில் அதற்குமுன் பற்றியெரிந்த தீயின் வேகத்தை முந்தியது.

விஷயம் கேள்விப்பட்டுப் பம்பிங் ஸ்டேஷன் பெண்கள் அவள் வீட்டுப் படி ஏறினார்கள். "உங்க வூட்டுப் புள்ளைங்கள எங்க லைப்ரரிக்கு அனுப்புங்க. அங்ககிற புக்கதான் படிக்கணும்னு இல்ல. ஸ்கூல் புக்ஸ எடுத்துனு வந்து கூடப் படிக்கலாம். அப்டி அனுப்புறதா இருந்தா முன்பணம் வாங்கிக்காமலே பொடவ தரேன்" என்றாள்.

"இது இன்னாடி பெரும சிலாக்கியம் புச்சிதாகிது" என கன்னிகா சொல்ல, அவளுடன் சேர்ந்து சிலர் கோசலையை நிராகரித்து வெளிநடப்புச் செய்தார்கள். சிலர், தங்கள் வீட்டில் படிக்கிற அளவுக்குச் சிறிய குழந்தை இல்லை என்பதைச் சொல்லி முன்பணம் கொடுத்துப் புடவையுடன் கிளம்பினார்கள். அவள் சொன்னதைச் சாத்தியமாக்க வாய்ப்பிருந்த ஒரு குறுங்கூட்டம் உடன்படிக்கைக்கு ஒப்புக்கொண்டது. ஒப்புக்கொண்ட எல்லோரும் பிள்ளைகளை அனுப்பவில்லை என்றாலும் அவர்களின் அசைவில் சில பிள்ளைகள் உதிர்ந்து நூலகத்துள் விழுந்தன.

நான்கைந்து சிறுவர்கள் நூலகத்துக்குத் தங்கள் பாடப் புத்தகங்களுடன் படிக்க வந்தார்கள். நூலகத்துப் பின்வளாகத்தில் இருக்கும் நாகப்பழ மரத்திலிருந்து கீழேவிழும் பழங்களை வீட்டுக்குக் எடுத்து வந்து உப்புக்காரம் போட்டுச் சாப்பிட்டு, ஊதாநிற நாக்கைத் தன் தோழமைகளிடம் தினசரி நீட்டிக் காட்ட, அதைப் பார்த்து ஏங்கிப் போன இன்னும் நான்கைந்து பேர் படிக்க வந்தார்கள்.

பிள்ளைகள் கூட்டம் நாட்கள் செல்ல அதிகமாகி அவர்கள் போக்கில் காச் மூச் என்று சத்தம் போடுவதைக் கண்டு என்ன செய்வதென்று கோசலை திகைத்து நின்றாலும், எக்காரணத்தை முன்வைத்தும் சிறுபிள்ளைகளைக் கைநீட்டி அடித்துவிடக் கூடாதென்று மட்டும் தீர்க்கமாக இருந்தாள். அவள் தீர்க்கத்தின் மீது பெரிய பரிசோதனையைப் பிள்ளைகள் நிகழ்த்திய வண்ணமிருந்த ஒரு சாயுங்காலத்தில் பூர்ணிமா நூலகத்திற்கு வந்தாள்.

"நீ எதுக்குக்கா நின்னுனுகிற. இப்டி ஒக்காரு" என அருகே இருந்த நாற்காலியில் கோசலையை உட்கார வைத்து "இங்க யாருகிட்ட கட்ட ஸ்கேலுகிது" எனக் கேட்க போட்டிப் போட்டுப் பாய்ந்தெழுந்து கொடுக்க வந்த சிறுவர் சிறுமிகளில், ஒருவனிடம் கட்டை ஸ்கேலை பூர்ணிமா வாங்கிய மறுநாளிலிருந்து தேவையில்லாத சத்தமின்றி இரவுப் பள்ளி நடந்தது.

சிறுவர் சிறுமியர்களை வகுப்பு வாரியாக உட்காரவைத்து மாணவர்களுக்குத் தனித்தனி பாடத் திட்டங்களை, வீட்டுக்குப் போக வேண்டுமென்றால் முடிக்க வேண்டிய இலக்குகளை வகுத்தாள். பிள்ளைகளும் அவள் அடிக்குப் பயந்தும், சீக்கிரம் வீட்டுக்குப் போவதன் மூலம் பக்கத்தில் மனப்பாடம் செய்ய போராடுபவனைவிடத் தான் மேம்பட்டவன் என்பதைக் காண்பிக்க, வெளிப்படையாக உருவாகியிருக்கும் வாய்ப்பை அவர்கள் தவறவிடவில்லை. அடி பொறுக்க முடியாத பிள்ளைகள் அம்மாவை, ஆயாவைச் சண்டைக்குக் கூட்டி வர எச்சில் தெறிக்க வாய்சண்டை போட்டு "ட்யூஷன்னா இப்டிதான் இருக்கும். இஷ்டந்நதா அனுப்பு. நஷ்டன்னா நடையைக் கட்டு" என்றாள். "கண்ண வுட்டுட்டு எங்க ஓணா அடிம்மா" எனப் பிள்ளைகளின் கல்வியின் மீது அக்கறைக் கொண்ட சில தாய்மார்கள் உத்திரவாதம் வழங்க, எரிகிற நெருப்பில் எரிபொருளாக அவ்வார்த்தைகள் பூர்ணிமாவின் காதுகளில் விழுந்தன.

கசகசவென்று பேசிய பிள்ளைகள், நூலகத்துள் பூர்ணிமா வந்ததும் வாய்மீது விரலை வைத்துக் கண்களால் பேசிக்கொண்டனர். நாள் தவறாமல் பூர்ணிமா வந்தாள். பூர்ணிமாவுக்கும் செலவுக்கு ஆகுமென மாதம் எதாவது தருகிறேன் எனக் கோசலை சொன்னதும், பூர்ணிமா இரண்டு நாட்கள் பேசாமல் இருக்க கோசலைக்கு என்னவோ போல ஆகிவிட்டது.

வீட்டுக்கு வந்து படுத்தவளுக்கு உறக்கமே வரவில்லை. பூர்ணிமாவுக்கு ஏதாவது செய்தாக வேண்டுமெனத் தோன்றிக்கொண்டே இருக்க, ரேவதிக்கு வாங்கி வைத்த மயில் வடிவ தங்கக் காதணிகளை இன்னொரு மகளாக பூர்ணிமாவை நினைத்துக் கொடுக்க வேண்டுமென எண்ணினாள். உடனே கட்டிலிருந்து எழுந்து தன்னுடைய பழைய ஆல்பா சூட்கேஸைத் திறந்து காதணிகளைத் தேடினாள். ரேவதி இறந்ததற்குப் பிறகு ஆல்பா சூட்கேஸையோ, அதிலிருக்கும் காதணிகளையோ பார்க்க வேண்டுமென அவளுக்குத் தோன்றியதே இல்லையாதலால், நீண்ட நாட்களுக்குப் பிறகு சூட்கேஸைத் திறந்தவளுக்கு அதிலுள்ள ஒவ்வொன்றும் பழைய நினைவுகளைக் கிளறின. ரேவதியின் சொப்புச் சாமான்களுக்கிடையே இருந்த தன்னுடைய டைரியை எடுத்துப் புரட்ட, அவளுடைய காதலை அப்பா அலங்காரவேலன் நிராகரித்து மிக மூர்க்கமாக நடந்துகொண்டபோது மிகுந்த துயரத்தில் அவள் எழுதி, பின்னர் முடிவை மாற்றிக்கொண்டாலும் பத்திரப்படுத்தி வைத்த கடிதத்தைப் படிக்க நேர்ந்தது.

அன்புள்ள உங்களுக்கு, எனக்கு இதை எப்படி
சொல்வதென்று தெரியலை. இதை எழுதும் போது
ஒவ்வொரு முறையும் கை நடுங்கி எழுத முடியாமல்
போனது இப்போது எப்படியோ எழுதுகிறேன். என்னை
நீங்கள் புரிந்து கொள்வீர்களென்று முகேஷையும்
மாமா அம்மாவையும் நம்பி இதை உங்களிடம் சொல்கி
றேன். எனக்கு கடவுள் நம்பிக்கை போய் ரொம்ப நாளா
ஆகிவிட்டது. இப்போது கூடவும் எழுதும் போது
அந்த நம்பிக்கை அந்த நம்பிக்கை ஏன் வந்தது
தெரியவில்லை. என்னை மன்னித்து விடுங்கள்.
நாம் பிரிந்து விடுவது தான் இரண்டு பேருக்கும்
நிச்சயமே நல்லது. என் அப்பா நேற்று
மாதிரி கோபப்பட்டு நான் பார்த்ததில்லை.
அவருக்கு என்மேல் எவ்வளவு பாசம் என்பதை
நேற்று தான் அறிந்தேன். என் அம்மா இன்னு
உயிரோடு இருந்த போதும் இன்னொரு
கல்யாணம் செய்து கொள்ளாமல் என்
அப்பா எனக்காகவே வாழ்ந்தார். இப்போதும்
அவருக்குப் பிடிக்காத உங்களை நான் திருமணம்
செய்து அப்பாவை தனியாக விட்டு வாழ
என்னுடைய மனம் இடம் கொடுக்கலை. இந்த
உலகத்தில் நான் அதிகம் நேசித்தது என் தம்பி
கணேஷ். அடுத்து என் அப்பா. இந்த இருவரையும்
தான். இந்த இருவரைவிட உங்களை அதிகமாக
நேசிக்கும் நேரம் எனக்கு எப்போ வரும் என்று
தெரியவில்லை. அதுவே எனக்கு ஒரு பதிலாக

இருக்கிறது. அப்படியும் என்றைக்கும் அப்பாவே எனக்கு ரொம்ப பாரமாக இருக்கிறது. இதனால் உங்கள் மீது காதலோ அன்போ இல்லை என்று தயவு செய்து நினைத்து விட வேண்டாமே. உங்கள் காலைத் தொட்டு கேட்டு கொள்கிறேன். இதுவரை வானத்திலிருந்து வந்து விழுந்திருக்கும் மழைத்துளிகளை விட அதிகமாக உங்களை நேசிக்கிறேன். இந்த பூமியில் இருக்கும் மண் துகள்களின் எண்ணிக்கையை விட அதிகமாக உங்களை நேசிக்கிறேன். இந்த உலகத்தில் முதன்முறையாக என் மீது அன்பு செலுத்தியது நீங்கள் தான். என்னைப் போல் ஒருத்தியை ஏற்றுக்கொள்ளும் பெரிய மனசு உலகத்தில் யாருக்கு வரும். ஒவ்வொரு நொடியும் உங்களைப் பற்றித்தான் நான் நினைத்து உருகுகிறேன். என் இதயம் முழுக்க நீங்கள்தான் நிறைந்து இருக்கிறீர்கள். நீங்கள் நிறைந்திருக்கும் ~~[illegible]~~ இதயத்துடன் என்னை மாய்த்துக் கொள்ள விரும்புகிறேன். நான் உங்களுக்கு கொடுத்த நம்பிக்கையை பொய்யாக்கிவிட்டு உடலும் சுத்த வைக்கவில்லை. உங்கள் மீது நான் எவ்வளவு காதல் வைத்திருக்கிறேன் என்று நீங்கள் நினைத்ததைவிட சிறந்த வழி எனக்கு தெரியவில்லை. என் சாவுக்குப் பிறகு அப்போதுதான் புரியும் நான் உங்கள் மீது வைத்திருக்கும் காதல். உங்களுடன் பேசி பழகிய நிமிடங்களுக்காகத்தான் இதுவரை என்னைப்போன்ற ஒரு பிறவியை இத்தனை நாட்களாகவும் உயிரோடு வைத்திருந்தது என்று நினைக்கிறேன். அதற்கு நான் கடவுளுக்கு என்னுடைய நன்றி சொல்லுகிறேன். நீங்கள் என்னை நேசித்தது நிஜமென்றால் வேறு ஒரு பெண்ணை திருமணம் செய்து கொள்ளுங்கள். பெண் குழந்தை பிறந்தால் அதற்கு என் பெயர் வைக்கவும். என்னைக் குறித்து நீங்கள் கவலை கொள்ள வேண்டாம். நான் ஒவ்வொரு நாளும் ஒவ்வொரு உருவத்தில் மேகமாக உங்களை ரசித்தபடியே வானத்தில் உலாவந்து வருவேன்.

நான் இறைவனின் அருகிலேயே இருப்பேன் என்பதால் உங்கள் நலனுக்காக அங்கும் இறைவனை நிச்சயம் வேண்டிக் கொள்வேன். எப்படியாவது, என்னுடைய உடலுக்கு நீங்கள் நிச்சயம் வந்து மாலை போட வேண்டும். அதுவே என் கல்யாண மாலை. அது என் தோளில் விழுந்த பிறகுதான் என் ஆத்மா சாந்தி அடையும். அடுத்த பிறவியில் சந்திப்போம். என் தற்கொலைக்கு என்னை தவிர யாரும் காரணமல்ல.

அன்புடன்
கோசலை

அதைப் படித்து முடித்தவள் ஓர் அவலச் சிரிப்புடன் டைரியைத் தூக்கிப் போட எடுத்து அதே வேகத்தில் சூட்கேஸில் போட்டு அதை மூட, சத்தம் கேட்டுத் தூக்கம் கலைந்த மல்லிகாக்கா என்ன என்று விசாரிக்க ஒன்றுமில்லையென மௌனமாகத் தலையாட்டியபடி கோசலை படுக்கைக்குச் சென்றாள்.

17

இரவுப் பள்ளியில் தலைகள் அதிகமாக பூர்ணிமா தன்னுடன் பட்டம் படித்த பம்பிங் ஸ்டேஷன் தோழிகள் இருவரை உடன் அழைத்துக் கொண்டாள். அவர்களுக்குக் கல்லூரியில் தேர்வு இருக்கும் சமயங்களில் பத்தாவது படிக்கும் ஆரோன் ட்யூஷனைப் பார்த்துக்கொண்டான்.

"எக்கா யார் தெரிமா இந்தப் பையன்" என்றாள் மீனாளு.

'யாராம்' என்பது போல கோசலை தலையாட்டினாள்.

"ஆரம்பத்துல சண்ட வல்ச்சாங் பாரு ப்ரேசிலெ அவம்புள்ள!"

"நல்ல விஷயந்தானடி" என்றாள்.

நூலகத்துக்குப் பின்னால் இருந்த பெரிய இடம் பயனுள்ளதாக மாறியதைப் பார்க்க கோசலை சந்துஷ்டி அடைந்தாள். வாரத்தில் சனிக்கிழமை மாலை மாணவர்களை நூலகத்தினுள்ளே அழைத்துவந்து, நூலகத்துப் புத்தகங்களையும் படிக்க வைக்கும் ஒரு சூழலை உருவாக்கினாள். அவர்களிடம் கட்டாயமாக நூல்களைக் கொடுத்துப் படிக்க விட வேண்டாமென்றும் அவர்கள் வெறுமனே நூலகத்தைச் சுற்றி வந்தால் போதுமென்றும் பூர்ணிமாவிடம் சொன்னாள். வெறுமெனச் சுற்றிவந்த மாணவர்கள் அவ்வப்போது அலமாரியிலுள்ள புத்தகங்களைப் பிரித்துப் படிக்கத் துவங்கினார்கள். சிலர் மேசையிலிருக்கும் நாளிதழ்களைப் புரட்டினார்கள். இதனால், ததும்பும் மன நிறைவைத் தாண்டி அவளுக்கு அவ்வப்போது தன் மகள் ரேவதியின் நினைவு வந்துவிடும். ட்யூஷன் படிக்கும் ஒரு சிறுமி பார்ப்பதற்கு ரேவதியைப் போலவே இருக்க, அவளைப் பார்க்கும் போதெல்லாம் அழத் தொடங்கி, பின்னர் அதுவும் அவளுக்குப் பழகிப் போயிருந்ததை உணர்ந்தபோது நெஞ்சுப் படபடப்பு எப்போது வருமெனக் காத்திருந்தாள்.

கோசலைக்கு ஜோதியால் இழைக்கப்பட்ட துரோகத்தால் அவனுடனான நட்பைத் துண்டித்துக்கொண்ட ஜோதியின் சொந்தக்கார நண்பன் வெங்கட்டய்யா கோசலையிடம் வழியில் போகவர இருக்கும் போதெல்லாம் பேசுவான்.

கோசலையின் தற்போதைய நிலைமையை ஜோதியிடம் சொல்லுவதற்கு அவனிடம் மீண்டும் நட்புகொள்ள உத்வேகமெழுந்த வெங்கட்டய்யாவுக்கு உறக்கத்திலேயே இறந்துபோன பர்வதம்மாவின் சாவு ஒரு சாக்காக அமைந்தது. சாவு நிகழ்வில் அவனிடம் பழக்கமாகி கோசலையைப் பற்றிக் கூறினான் வெங்கட்டய்யா. அவன் வழியாக ஜோதிக்கு கோசலைப் பற்றிய விஷயம் போய்ச் சேர்ந்தது. வெங்கட்டய்யா தனக்குப் புலப்பட்ட, தன்னிடம் சொல்லப்பட்ட யதார்த்தத்தைவிட இன்னும் மிகையாகக் கோசலையின் பெருமையை ஜோதியிடம் சொல்லி, அதைக் கேட்கும்போது அவன் முகம் மாறுவதில் ஆனந்தம் கொண்டான். தான் தவிர்த்தாலும், கோசலையைப் பற்றிய செய்திகள், அவளைப் பற்றிய பேச்சுகள் ஜோதிக்கு வந்த வண்ணமாகவே இருக்க, அதிலிருந்து தப்பிக்க முடியாமல் தவித்தான் ஜோதி.

பம்பிங் ஸ்டேஷன் பகுதி பெண்களின் பிள்ளைகள் நூலகத்தில் ட்யூஷன் படிப்பதாலும், புடவை கடன் போட்டதாலும், அவ்வப்போது கைமாத்துக் கொடுப்பதாலும் அங்குள்ள பெண்களுக்கும் கோசலைக்கும் ஒரு இணக்கம் உருவானது. காலை லைப்ரரி முடிந்த நேரமான முற்பகலில் வீட்டுக்குப் போயிட்டு ஓய்வெடுத்துவிட்டு மதிய உணவு சாப்பிட்டு இரண்டு மணி போல நூலகத்துக்கு வந்துவிடுவாள் கோசலை.

வரண்டாவில் இருக்கும் செண்பக மரத்தினடியில் கோசலையிடம் கதை பேசக் கூட்டம் கூடும். குடும்பப் பாரங்களை, மாமியார் கொடுமைகளை, ரிச்சி தெருவில் சேட்டு ஓனர் செய்யும் காமச் சீண்டல்களை, எதிர் வீட்டுப் பெண்ணுக்கும் இன்னொருவனுக்கும் இருக்கும் ரகசிய உறவை, குழம்பு ஆண்டு வரத் தேவையான சமையற் குறிப்பை, எந்தக் கோயில் சாமி சக்தி உள்ளது என்பதை, அநியாய வட்டிக்கு விடுபவளின் அந்தரங்கங்களை இப்படிப் பல கதைகளை அவர்களுக்குள் பேசிக்கொள்வார்கள். குடிசைப் பகுதியிலுள்ள பொதுக் கழிப்பிடத்தைப் பயன்படுத்தக் கூச்சப்பட்ட இந்தப் பெண்களை, கோசலை நூலகத்துக் கழிப்பறையைப் பயன்படுத்தச் சொல்லி இருந்ததால், அவர்களுக்குக் கோசலையின்மீது அளவற்ற அன்பிருந்தது.

கோசலையும் அவர்களில் ஒருத்தி வராவிட்டால்கூட என்ன ஏது என்று அடுத்தவளிடம் கேட்டு விசாரிப்பாள். இரண்டு மணிக்கு ஆரம்பிக்கும் புறணிக் கூட்டம் நான்கு மணி வரை தொடரும். பூர்ணிமா வந்து இவர்களை விரட்டிவிட "அயோ வந்திச்சிடி கனியாத மூஞ்சி." "அயோ வர்றாம்மா வெடுக்கெத்த வெங்காய ரசம்" எனப் பெண்கள் ஆள் ஆளுக்குப் பிரிந்து ஓட கோசலை சிரித்துக்கொள்வாள்.

தன் நூலகத்திற்குக் கதையளக்க வரும் பெண்களிடம் உரையாடி, அவர்களின் வாழ்க்கைப்பாடுகளைக் களைக்க வேண்டுமென்கிற எண்ணம் இருந்தாலும், அதைச் செயல்முறைப்படுத்துவதன் வழியறியாமல் தகித்தலைந்தவளுக்குத் தமிழ்நாடு ஆதி திராவிடர் வீட்டு வசதி மற்றும் மேம்பாட்டுக் கழகம் தாட்கோ லோன் வழங்குவது குறித்தான அறிவிப்பை ஒருநாள் காலை செய்தித்தாளில் வாசித்தாள். ஏற்கெனவே, தாட்கோ லோன் பற்றிக் கேள்விப்பட்டிருக்கிறாள் என்றாலும், அதன் தேவையை உணரக்கூடிய இடத்தில் தற்போது இருந்ததால் மீனாளுவுடன் தமிழ்நாடு கூட்டுறவு வங்கிக்கு ஒரு நடை நடந்து வந்தாள்.

தாட்கோ லோனுக்குச் சாதிச் சான்றிதழ் அவசியம் என்றறிந்த பிறகு, நூலகத்துக்குக் கதையளக்க வரும் தன் குழுப் பெண்களில் சாதிச் சான்றிதழ் இல்லாதவர்களுக்குத் தாசில்தார் அலுவலகத்துக்கு நடை நடந்து வாங்கி வந்து கொடுத்தாள்.

கணவர்களுக்கு ஆட்டோ வாங்க, சலூன் கடை வைக்க, தள்ளுவண்டியில் நாஸ்டா கடை வைக்க, புடவை கடன் போட, மாலைக்கடை குத்தகை எடுக்க என ஆளாளுக்குக் கோசலையிடம் வந்து நின்றார்கள். மொத்தம் பதினேழு நபர்களுக்கு விண்ணப்பம் பூர்த்தி செய்து, அவர்களுக்குக் கூட்டுறவு வங்கியிலேயே கணக்குத் துவங்கி எல்லாக் காரியங்களையும் முடித்தாள். அடுத்த மூன்று நான்கு மாதத்தில் அவர்களுக்கு முப்பது சதவீத மானியத்துடன் லோன் கிடைத்தது. நான்கு பேர்க்குப் புதியதாக ஆட்டோ கிடைத்தது. கோட்டீஸ்வரி தள்ளுவண்டியில் நாஸ்டா கடை துவங்கினாள். கன்னிகா புருஷன் சலூன் கடை வைத்தான்.

ஆட்டோவின் பின்னங்கழுத்தில் 'தாட்கோ நிதியில் வாங்கப்பட்டது' என்பதற்குக் கீழ் பெரிய எழுத்தில் 'கோசலை' என்று புதுப்பேட்டை ஸ்டிக்கர் டாலடிக்க, ஆட்டோவில் வளைந்து நெளிந்து வந்தார்கள் மகிமைதாஸும், வீராவும்.

கோசலைக்கு மரியாதை என்ன மரியாதை பம்பிங் ஸ்டேஷனில்.

பம்பிங் ஸ்டேஷனில் உள்ளவர்களுக்கு லைப்ரிகாரம்மா என்றால் தெரியாதவர்களில்லை என்றானது. பம்பிங் ஸ்டேஷன் மட்டுமின்றி, நூலகத்துக்கு எதிரே உள்ள கோயிலையொட்டியிருக்கும் நடைபாதை வாசிகளுக்கும் அவளுடன் நல்ல முகதாட்சண்யம் உண்டு. மழைக்காலத்தில் அவர்களை நூலகத்தினுள் இரவு படுத்துக்கொள்ள அனுமதி அளிப்பாள். ரேவதியின் நினைவாக மாதமொரு நாள் அவர்களுக்குப் புளியாவரை, லெமன் ரைஸ், தேங்காசோறு எனத் தன் கையாலேயே கிளறித் தையலிலையில் பொட்டலங்களாக்கிப் பரிமாறுவாள். அவள் நடந்து போனாலே "இன்னா லைப்ரரிகாரம்மா எங்க போற? த பையைக் குடு" எனப் பார்ப்பவர்கள் பையைப் பிடுங்குவார்கள்.

நூலகத்துக்கு மாணவர்கள் தவிர, பெரியவர்களையும் வர வைக்கலாமெனத் தனக்குத் தெரிந்த ஒரு வழியைக் கோசலையிடம் ஒருமுறை பூர்ணிமா சொன்னாள்.

சிந்தாதிரிபேட்டையில் தினசரி நாளிதழ்களை விநியோகம் செய்யும் பேப்பர்காரர்களிடம் சொல்லி ஒவ்வொரு பேப்பரிலும் 'புதுப் பொலிவுடன் சிந்தையில் ஒரு நூலகம்' என்கிற தலைப்பில் இரண்டாயிரம் கைப்பிரதிகள் அடித்து அதில் சொருகி விநியோகம் செய்யச் சொன்னாள்.

மே தினப் பூங்காவில் ஆரோக்கிய நடை செல்பவர்களிடம் பூங்கா வாசலில் நின்றபடி நூலகத்தில் மாலைப் பள்ளி பயிலும், குடிசைப் பகுதி மாணவ மாணவியர்களை வைத்துக் கைப்பிரதிகளைக் கொடுக்கச் சொன்னாள். பிள்ளைகளும் சலிக்காமல் ஒரு மாதத்திற்குக் கைப்பிரதிகளை விநியோகம் செய்தார்கள். கோசலையும் அவர்களுடன் சேர்ந்து பூங்காவிற்கு வருவோர் போவோரிடம் கைப்பிரதிகளை வழங்கினாள். அப்போது தன்னைப் பார்த்ததும் வேறு பாதையில் நடந்து பூங்காவிலிருந்து வெளியேறிய ஜோதியைக் கண்டதும் அவளுக்குக் கண்கள் இருண்டது. அங்கிருந்து போக வேண்டுமெனத் தோன்றிய எண்ணத்தையும், அழுகையையும் அடக்கி வலிந்த சிரிப்புடன் ஒவ்வொருவரிடமும் கைப்பிரதியை அளித்தாள்.

ஜோதி தூரத்திலிருந்து அவளை ஒருமுறை திரும்பிப் பார்த்தான். கோசலையிடம் மன்னிப்புக் கேட்பதென்பது இடைப்பட்ட நாட்களில் நிகழ்ந்த இழப்புகளுக்குப் பொறுப்பேற்றுக்கொள்வதற்குச் சான்றாக அமைந்து

அது தன்னையே கொல்லும். ஆகவே, மன்னிப்புக் கேட்காமலிருப்பது தானொரு நியாயமான முடிவை எடுத்ததன் உறுதி என்றெண்ணி காலம் நகர்த்தி வந்த ஜோதிக்கு, கோசலை சிந்தாதிரிப்பேட்டைக்கு வந்து அவள் செய்கிற விஷயங்களினால் அவளுக்குக் கிடக்கிற கவனங்களைப் பற்றி தெரிய வருகிற ஒவ்வொருமுறையும் அவள் தன்னைக் காயப்படுத்தத்தான் அவ்வாறு செய்கிறாள் என்றும், தன்னை இழந்ததை அவளொரு பொருட்டாக நினைக்கவில்லை என்பதும் ஜோதியைக் கவலைக்குள்ளாக்கியது. போக வரும்போதெல்லாம் நூலகத்தைப் பார்க்கையிலெல்லாம் அவனுக்கு எரிச்சலாக இருந்தது. அவளிடம் சமாதனம் ஆகி அவளுடைய தன்முனைப்பை மழுங்கச் செய்வதன் மூலம் அவளை ஆட்கொள்ளலாம் என்று எண்ணினான். ஆனால், அது எந்தவிதமாக முடியும் என்கிற யோசனையும் அவனுக்கு இருந்தது.

அவளிடம் பேசி ஒருவேளை சமாதானம் ஆகிவிட்டால் தன் மன உறுத்தலிருந்தும் விடுபடலாம். அதேசமயம் அவளுடன் உறவைத் தொடரக்கூடிய நிர்பந்தம் வருமாயின், அது தற்போதைய வாழ்வை பாதிக்கும் என்கிற கவனத்தில் அவளை அணுகுவதற்குத் தயங்கினான்.

கைப்பிரதி முயற்சி நன்றாகப் பலனளித்தது. சிந்தாதிரிப்பேட்டையில் இப்படியொரு நூலகம் இயங்குவதே இப்போதுதான் தெரிய வருகிறது என்றனர் சிலர். இன்னும் சிலருக்குப் புத்தக வாசிப்பின் மீது தங்களுக்கிருக்கும் அலட்சியம் கைப்பிரதியை வாங்கியதும் குற்ற உணர்ச்சியாக மாற, அதிலிருந்து விடுபட நூலகம் பற்றி இதுகாறும் அறிந்திருக்கவில்லை எனப் பொய்யுரைத்தார்கள்.

எப்படியோ, விரல்விட்டு எண்ணுவதற்குச் சிரமமாக இருக்கும் வகையில் காலையிலும், மாலையிலும் நூலகத்திற்கு ஆட்கள் வரத் துவங்கினார்கள். புதிய நபர்களால் நூலகத்துத் திடப்பொருட்களான ஆறுபேர் உணர்ந்த அசௌகர்யத்தைக் கண்டு கோசலை உள்ளூர மகிழ்ந்தாள்.

ஒரு சனிக்கிழமை காலை பதினொரு மணிக்குக் கோசலை நூலகத்துப் பூட்டில் எண்ணெய் விட்டுச் சாவியை அதனுள் சொருகி நெகிழ்வுப்படுத்துகையில், ஆளரவம் கேட்டுத் திரும்பிப் பார்க்க ஒரு பதினாறு வயது இளைஞன் நின்றிருந்தான்.

புருவத்தை நெருக்கி அவன் யாரென்பது போலப் பார்க்க,

அவன் "அத்தமா" என்றான்.

கோசலை அவனையே உற்றுப் பார்த்தாள்.

"டே... அப்புனு" என வேகமாக வந்து அவனைக் கட்டிக்கொண்டவள்,

"எப்டிடா இருக்கிற?" என்பதை முழுவதுமாகக் கேட்க முடியாமல் அவன் கன்னங்களைத் தடவி அழுதாள்.

"நீ இங்க இருக்கிறன்னு தெரிஞ்சி யாருக்கும் தெரியாம உன்னப் பாக்க வந்தேன் அத்தமா" என அவன் பேசும்போது அவனுடைய முகபாவனைச் சிறுவயது கணேசனை நினைவில் நிறுத்த, அவன் வயிற்றுத் தொப்பை அவள் முகத்தில் இடிக்க கோசலை அப்புனுவைக் கட்டிக்கொண்டாள்.

மிகவும் தயங்கி அவனிடம் "உங்க அப்பாவக் கூட்டுன்னு வாயேண்டா" என்றாள்.

"சரியத்தமா" என்றான்.

அவனைக் கையுடன் பக்கத்துச் சேட்டா கடைக்கு அழைத்துச் சென்று சுடச்சுட உருளைக்கிழங்கு போண்டா வாங்கிக் கொடுத்து அவன் சாப்பிடுவதைப் பார்த்துக் கொண்டிருந்தாள்.

சாப்பிட்டு முடித்ததும் "அத்தம்மா... நா அப்பாவக் கூட்டினு வரேன்" எனச் சொல்லி அங்கிருந்து வேகமாக நடந்தான். அவன் தோற்றத்தை மலைப்புடன் பார்த்தபடி இருந்தாள் கோசலை.

"ப்பா, அத்தமாவ பாத்தேன். அது உன்ன பாக்கணும்ன்னு லைப்ரிக்குக் கூப்டுச்சு."

குத்த வைத்து உட்கார்ந்து சாக்ஸில் சோப்பை நிரவிய கணேசன், அதை நிறுத்தித் தலையை எட்டி அப்புனு சொன்னதை உஷா கவனித்தாளா என்று உறுதிப்படுத்திக்கொண்ட பிறகு காற்றுக் குரலில் கேட்டான்.

"எப்படா போயி பாத்த?"

"இப்போ கொஞ்ச நேரத்துக்கு முன்னாடி."

"எப்ப வர சொல்லுச்சு?"

"எப்போன்னு சொல்லல"

'நாளைக்குப் போயி பாக்கலாம்' என உள்ளத்தில் முணுமுணுத்து "சரி நீ போ" என்றவன், அப்புனு அங்கிருந்து போகும்போது... "டேய். உங்கம்மாகிட்ட சொல்லாத" என்றான்.

"நீ சொல்லாம இருந்தா செரிப்பா" என்று அப்புனு 'சின்ன பாப்பா பெரிய பாப்பா' பார்க்க உட்கார்ந்து விட்டான்.

அக்காவுக்குத் தன்மீது இன்னும் பாசமிருக்கிறது என்பதன் சாட்சியாக அப்புனு வந்து சொன்னதைக் கேட்டதிலிருந்து, அவனுக்குள் எழுந்த படபடப்பை நிதானப்படுத்தி சாக்ஸிற்கு மீண்டுமொருமுறை சோப்பைப் போட்டான்.

இத்தனை ஆண்டுகள் அக்கா இல்லாமல் கணேசன் ரொம்பத்தான் கஷ்டப்பட்டான். போன வாரம்கூட ஜுரம் அடித்து ரொம்ப முடியாமல் ஆகித்தான் பிறகு குணமானது. அக்கா இருந்திருந்தால், ஜுரம் அடிப்பதற்கு முன் உடல் குளுமையாவதை ஆரம்பத்திலேயே கண்டுபிடித்து ரசம் வைத்துக் கொடுப்பாள். அதிலேயே எல்லாம் ஓடிவிடும். மீறிக் கேட்கவில்லை என்றால், கணேசனை ஆவி பிடிக்க வைப்பாள். ராத்திரியில் பால் சுண்டக் காய்ச்சி இஞ்சி நசுக்கி மஞ்சத்தூளைக் கலந்து கொடுப்பாள், தேங்காய் எண்ணெயில் கற்பூரத்தைச் சேர்த்து சூடு செய்து நெஞ்சில் தேய்த்து நீவி விடுவாள், காதில் பஞ்சு வைப்பாள், தூங்கும்போது அவன் கால்களுக்கு சாக்ஸ் மாட்டிவிடுவாள். இப்படி என்னென்னமோ ஒவ்வொருநாள் ஒவ்வொன்று செய்வாள். கணேசனுக்கு ஜுரம் வராமல் தடுக்க அவள் செய்யும் வியூகங்களெல்லாம் வெறும் நினைவுகளாக மட்டுமே அவனுக்கு இப்போது எஞ்சி நிற்கிறது. தன் மகன் அப்புனுக்கு அதுவும் கொடுப்பினை இல்லையென்று வருத்தப்பட்டான்.

உஷா மாதிரி ஒருத்தியிடம் தன்னை மாட்டிவிட்டதும் அக்காதானே. அப்படியிருக்க உஷாவாலேயே அக்காவை விட்டு விலகினதற்கு எப்படி நான் மட்டும் பொறுப்பாக முடியுமெனக் கணேசன் அவ்வப்போது நினைப்பது, அவளைப் பார்க்க இருக்கும் மறுநாளுக்கு முந்தைய இரவான இன்று ஆவேசம் இன்னும் அதிகமாகவே அவனுக்குள் இருந்தது.

ஜோதி, இன்னொரு பெண்ணைக் கல்யாணம் செய்துகொண்ட விஷயம் தெரிந்த உடனே அக்கா மீதுதான் கோபம் வந்தது. இதுவே வீட்டில்

பார்த்து அவனைக் கல்யாணம் செய்து வைத்திருந்தால் ராஸ்கலை உண்டு இல்லையென்று ஆக்கியிருக்கலாம்.

அவனைப் போய்க் கேட்கிற பட்சத்தில் 'நீங்களாடா கல்யாணம் பண்ணி வெச்சிங்க'ன்னு கேட்டா, எந்த முகத்துடன் அவனிடம் மல்லுக்கு நிற்பது. அக்கா பொண்ணு விபத்தில் இறந்துபோன விஷயங்கூட ஒரு வாரம் கழித்துதான் தெரியும். போயி பார்க்கலாமா என அப்பாவிடம் கேட்டபோது அவர் மறுத்துவிட்டார். அப்பாவை மீறியும் போயி பார்த்து இருக்கலாம்தான். இன்னொருமுறை வாடகைக்கு வீடு தேடி அலைய முடியாது. அலைச்சலை விடச் சம்பளத்திலிருந்து ஒரு பாதி வாடகைப் பணமாகப் போவதற்கு அக்காதான் காரணமென்று ஆகிப் போனால் உஷாவுடன் இருக்கும் ஒவ்வொரு நிமிடமும் நரகம்தான். இதெல்லாம் அக்காவுக்குப் புரியுமா என்ன? அக்காவுக்கு இவ்வளவு நடந்த பிறகும்கூட அதுக்கு இங்கே வந்து எங்களுடன் சேர்ந்து இருக்க வேண்டுமென்று தோன்றவில்லை என்றால் அக்காளுக்கு என்மீதும், அப்பா மீதும், அப்புனு மீதும் இருக்கிற அன்பு அவ்வளவுதானா!

அக்கா சிந்தாதிரிப்பேட்டைக்கு வந்ததிலிருந்தே அதைப் போய்ப் பார்க்க வேண்டும் போலத்தான் இருந்தது. இவ்வளவு பக்கத்தில் இருந்தும்கூட அதுக்கு வந்து ஒரு எட்டு என்னைப் பார்க்கத் தோன்றவில்லை. சிறுவயதிலிருந்து 'டேய் கணேசா டேய் கணேசா' என்று அது என்னையே சுற்றிச் சுற்றி வந்தது எல்லாம் பொய்யா. சரி என்னை விடு. இவ்வளவு நாட்களில் அப்புனுவையாவது வந்து பார்த்திருக்கலாம்.

இது எல்லாவற்றையும் மறந்துவிட்டு அப்புனு வந்து சொன்ன உடனே எனக்குக் கை கால் ஓடவில்லை. என்ன இருந்தாலும் அது என் அக்கா. என்னை வளத்த அக்கா. அதுக்கு என்மீது இருக்கும் பாசம் ஒருபோதும் குறையாது. கணேசனுக்குக் கண் கலங்கியது. உஷாவுக்கு முதுகுப் பக்கம் காட்டியபடி கண்களைத் துடைக்காமல் கண்ணீரை வெளியேற அனுமதித்தான். அது வழிந்து அவன் காதுக்குள் இறங்கியது. எப்போது விடியுமென்று ஜன்னலுக்கு வெளியே அவன் பார்வை ஊடுருவியிருந்தது.

18

கணேசன் அன்று அலுவலகத்திலிருந்து சீக்கிரம் கிளம்பி வீட்டுக்குப் போகாமல், முன்மாலைப் பொழுதிலேயே அக்காவைப் பார்க்க நூலகத்திற்கு வந்தான். அவனைப் பார்த்த கோசலை ஒரு கணம் அவனையே உற்று நோக்கினாள். கணேசனால் அவளது பார்வையை எதிர்கொள்ள இயலவில்லை. அவள் அவனிடம் எதுவுமே பேசவில்லை. "பக்கத்துலதான் வீடு வா" என்று அவள் நடக்க அவன் பின்னாடி நடந்தான்.

அக்கா தன்னைப் பார்த்தவுடன் கட்டிக்கொண்டு அழுவாள் என எதிர்பார்த்து வந்த கணேசனுக்கு அது ஏமாற்றமாக இருந்தது. அக்காவுக்குத் தன்மீது பாசமே இல்லை. இது தெரிய வந்திருந்தால் அவளைப் பார்க்கவே வந்திருக்க மாட்டோம் என நினைத்தபடியே அவள் வீட்டை பார்வையால் துழாவினான்.

சுவரில் மாலையிட்டு மாட்டி வைத்திருந்த ரேவதியின் புகைப்படத்தைக் கணேசன் பார்த்து உறைந்தபோது, அவனைச் சீண்டிய கோசலை அவனுக்குப் பிடித்த பொடி தோசையைத் தட்டில் கொடுத்தாள். "தோசையில பொடி கம்மியாயிருக்குதுன்னா சொல்லுடா" என்றாள்.

கணேசனுக்குச் சாப்பிடவே ஒப்பவில்லை. மௌனத்தில் உறைந்திருந்துவிட்டு, போகும்போது மிகுந்த தயக்கத்துடன் சொன்னான். "அப்பாவுக்கு உடம்பு ரொம்ப முடியலை. நினைவு தப்பிடுச்சு வந்து பார்க்க முடியுமா?"

அவள் யோசித்து "நீ போ வரேன்" என்றாள்.

அப்பாவைப் போய்ப் பார்க்கலாமா வேண்டாமா என மூன்று நாட்களாக அவளுக்கு யோசனையாகவே இருந்தது.

பல ஆண்டுகளுக்குப் பின்பு அந்தத் தெருவுக்குள் செல்லும் அவளுக்கு அதன் பழைய தடயங்களைத் தேட வேண்டியிருந்தது. இவர்கள் வீட்டோடு சேர்த்து இரண்டு மாடிவீடுகள் மட்டுமே இருந்த தெருவில் ஏழெட்டு மாடிவீடு இருந்ததை அவள் கவனித்தபடியேதான் வந்தாள்.

வீட்டுக்குள் நுழைந்ததும் "வாங்க அண்ணி" எனக் குரல் வராதபடி வரவேற்றுக் கிண்ணத்தில் புளியைக் கரைத்தபடியே உஷா சமையலறைக்குள் சென்றுவிட்டாள்.

கணேசன் கண்களாலேயே அப்பா இருக்கும் அறையைக் கோசலையிடம் காட்ட, அவள் உள்ளே சென்றாள்.

மூத்திரக் கவுச்சி குப்பென்று அடிக்க அதன் தாக்கத்தை வெளிப்படுத்திக் கொள்ள இயலாதவாறு தன்னைக் கட்டுப்படுத்திக் கொண்டாலும், தன் அப்பா இப்படியொரு நிலைமையில் இருப்பதைக் கண்டு அவளுக்குக் கண்கள் கலங்கியது.

அலங்காரவேலன் தரையில் பாய் விரித்துப் படுக்க வைக்கப்பட்டிருந்தார். கோசலை உள்ளே வந்ததும் அவளையே உற்றுப் பார்த்தார். அவள் அவர் தலைமாட்டருகே உட்கார்ந்தாள்.

"ப்ப்ப்பா"

அவர் அவளையே உற்றுப் பார்த்தார்.

"அப்பா கோசலப்பா."

அவள் கணேசனைப் பார்த்தாள். கலங்கிய கண்களை அவன் துடைத்தபோது அப்புனு கணேசனைப் பார்த்தான்.

"அப்பா கோசல வந்துகிறேன்ப்பா... அப்பா... அப்பா என்னாப்பா பண்ணுது உங்களுக்கு... அப்பா..."

அவர் கையைப் பற்றினாள். விரல்களைப் பார்த்தாள். நீண்டு வளர்ந்து வளைந்திருந்தது. "ப்பா, முடி அதிகமாயிடுச்சுப்பாரு வெட்டுங்ப்பா. நகம்

தமிழ்ப்பிரபா ♦ 195

பெருசாயிடுச்சுப் பாரு கையைக் காட்டுங்கப்பா. அப்பா, வெள்ளிக்கம்பி அதிகமாயிடுச்சுப்பா... இன்னைக்கு ஒக்காருங்க டை அடிடுச்சுடுறேன்" என அவரைப் பார்த்துப் பார்த்து ஏதாவது சொல்லிக்கொண்டே இருப்பது அவள் நினைவுக்கு வந்தது.

"அண்ணி இந்தாங்க காப்பி" என உஷா நீட்டிய போது கோசலை உஷாவின் முகத்தைப் பார்த்தாள். அவளால் கோசலையின் முகத்தைப் பார்க்க இயலாமல் அங்கிருந்து நகர்ந்தாள். காப்பி டம்ப்ளரை பக்கத்தில் வைத்துக்கொண்டவள் அலங்காரவேலனின் தலையைக் கோதியபடி...

"அப்பா, என்னாப்பா பண்ணுது உங்களுக்கு... என்னைத் தெரியலையாப்பா? கோசலப்பா." அவர் நெற்றியைத் தொட்டு வருடினாள்.

யாரையோ பார்ப்பது போல அவளை நெடுநேரம் உற்றிருந்தவர், அடையாளங் கண்டதும் கண்களிலிருந்த கருவிழிகள் இரண்டும் வேகமாகச் சுழன்றது.

கணேசன் கோசலையிடம் அதைக் காட்டி "உன்னைத் தெரிஞ்சிகிச்சி" என்றான்.

நடுங்கிய தன்னுடைய கையைக் கோசலையின் தலையில் வைக்க வந்து அவரால் அது முடியாமல் போக அவர் கையைப் பிடித்து அவளாகவே தன் தலையில் வைத்துக்கொண்டாள்.

அவருடைய கை அவள் தலையில் பதிந்தபோது அவர் கண்களிலிருந்து நீர்க்கோடு இறங்கியது. மகளையே இமையசையாமல் பார்த்தார்.

சமத்துவத்தின் பாதையிலிருந்து வழுவாத ஒருவராகவே எல்லோராலும் அறியப்பட்ட அலங்காரவேலன் கோசலை ஜோதி திருமண விஷயத்தில் அவர் நடந்துகொண்ட விதம் குறித்து அவர் பின்னாட்களில் யோசிக்கும்போது அவரே தன்னைப் புரிந்துகொள்வது சுலபமானதாய் இருந்திருக்கவில்லை.

அதுவரை இல்லாத சாதியுணர்வு ஜோதியைத் தேர்ந்தெடுப்பதில் திடீரென முளைத்துவந்து தனக்குள் செயல்பட்டதா? இல்லை ஏற்கெனவே, இருந்த சாதியுணர்வு வெளிப்படும் தருணமாக அது அமைந்ததா?

அரசியல் வாழ்க்கைக்கு வந்த ஆரம்ப நாட்களிலிருந்தே எந்தவித நெருக்கடியும் தராமல் குடும்பம், உறவுகள் ஒதுங்கிவிட்ட நிலையில்,

கோசலை திருமணத் தேர்வில் இவர்களை ஒரு நிர்பந்தம் போல் ஏன் ஆக்கிக் கொண்டோம்? கட்சிப் பணியில் தனக்குக் கிடைத்திராத மரியாதையைச் சாதி தக்கவைக்கும் என்கிற ஏக்கத்தினால் இம்மாற்றம் உருப்பெற்றதா?

தான் மேலானதாகக் கருதி செயல்பட்டுவந்த அரசியல் வாழ்க்கையோடு, நேர் எதிராக தனக்குள் இருந்த மரபான ஒன்றே சவாலாக எழுந்து நிற்கும் என்பதை இதுவரை யோசித்ததுகூட இல்லையே!

கண்ணுக்குத் தெரியாத ஸ்தூலமற்ற சாதி என்னும் கருத்துத் தன்னைப் பாதிக்கும் என்பதை, பொருள்முதல்வாதியான தான் இதுவரை யூகிக்கக் கூட முடியாத நிலைக்கு எது காரணம்?

பொது வாழ்க்கையில் தேவைப்படாத ஒன்றைத் தனிப்பட்ட வாழ்க்கையில் இழக்க முடியாதவனாக ஏன் இருந்தோம். கோசலை ஒருவனைக் காதலிப்பது பதிலுக்கு அவனும் காதலிப்பது இதெல்லாம் நடக்குமென யோசிக்கக்கூட இல்லையே! உடலூனங்கொண்ட முதிர்கன்னி மகளுக்கு எப்படியோ நாம்தான் திருமணம் செய்து வைப்போம். அவளுக்குத் தன் சமூகத்திலிருந்த ஒருவனைத்தான் வரன் பார்ப்போம் என்பது இயல்பான ஒன்றாகத் தனக்குள் பொதிந்திருக்கும்போது எதிர்மறையான விளைவுகள் பற்றி யோசிக்க வாய்ப்பின்றிப் போனது குறித்து இந்தளவுக்கு வருந்தும்படி ஆகிவிட்டதே!

கோசலை வீட்டைவிட்டு வெளியேறிப் போனதிலிருந்து அவருக்குள் எழும் குற்ற உணர்ச்சியை அவரே வளரவிடுவதில்லை. அம்மாதிரி ஓர் உணர்வு அவரைப் படரும்போதே அதற்குத் தானொன்றும் காரணமில்லை என்பதைப் பல்வேறு கேள்விகளாக எழுப்பி அதற்குப் பதில் சொல்லுமிடத்திலிருந்து வெகுதூரம் நகர்ந்து ஒரு பீடத்திலமர்ந்து அவர் எழுப்பிய அக்கேள்விகள் அநாதராவாகச் சுற்றிக்கொண்டிருப்பதைச் சற்று ஆசுவாசத்துடன் வெறித்துக்கொண்டிருப்பார்.

சாதி தனக்குத் தேவையாயிருக்கும் என்பதை அவர் முன்பு எப்போதேனும் யோசித்திருப்பாரா என்று தெரியவில்லை. இந்தியச் சமூகத்தில் சாதியின் இடம் என்ன? அது மனிதனுக்கு ஏன் தேவைப்படுகிறது? அதிலும், அது எப்போது தேவைப்படுகிறது? அது அரசியல் பிரச்சினையா? உளவியல் பிரச்சினையா? சமூகப் பிரச்சினையா? சாதியையும் அதன் உளவியலையும் புரிந்துகொள்வதற்கு இங்கு எந்த உபகரணம் இருக்கிறது? இவற்றையெல்லாம் அவர் யோசித்திருந்தாலும் காரணத்தைக் கண்டுபிடித்து விட்டிருப்பாரா

என்பதை உறுதியாகக் கூறமுடியாது... அவர் கற்ற அரசியல் இதில் எந்த அளவுக்கு உதவியிருக்கும் என்றும் உறுதிப்படுத்த முடியவில்லை. இவற்றில் ஏதோ ஒன்றை வேண்டுமானால் காரணமாகக் கண்டுபிடித்து அவர் திருப்தி அடைந்திருக்க முடியும்.

கோசலை விஷயத்தில் தன்னையே காரணமாக்குவதா? கட்சியைச் சாடுவதா? மாறி மாறி குழப்பங்கள் எழுவதுண்டு. சாதியின் உளவியலைக் கட்சி ஏன் கற்றுத்தரவில்லை என்றுகூட சிலவேளைகளில் எண்ணியிருக்கிறார். வேறு சில நேரங்களில் இதனைக் கட்சியின் விடுபடலாகக் கருதிவிட்டுத் தப்புகிறோமோ என்றும் எண்ணுவார். இதுநாள்வரை அறிந்துவைத்திருந்த அரசியல் அறிவைக் கொண்டு இந்த முரண்பாட்டை அவரால் விளங்கிக்கொள்ளவும் முடியவில்லை. இதனால் ஏற்படும் சோர்வில் யாரிடம் சொல்வதற்காக இதற்கான பதில்களைத் தேடுகிறோம் என்று யோசித்துவிட்டு அமைதி கொள்வார்.

அதற்காக அதுவரை அவர் செய்ததையெல்லாம் சாதியை உள்ளே வைத்துக்கொண்டுதான் செய்தார் என்றும் சொல்லிவிட முடியாது. அந்த நினைவே இல்லாமல்தான் முன்பெல்லாம் செயல்பட்டார். ஒருவேளைக் கட்சியிலுள்ள இடைநிலையினர் எல்லோரும் இப்படித்தான் இரட்டை நிலையில் தத்தளிப்பார்களோ என்று அகம் மலர்ந்து அதுவரை செயற்பட்டவர்களின் தியாகங்களைக் கொச்சைப்படுத்தவும் அவர் விரும்பவில்லை. அவர் விஷயத்தில் இரண்டுமே உண்மை. அவர் முன்பு செய்தவையும் உண்மை. இப்படி மாறிப்போனதும் உண்மை. இதை அவர் தனக்குள் ஆழ்ந்து உணர உணர நாளடைவில் வீட்டில் யாரிடமும் அதிகம் பேசாமலானார். ஒருமுறை கழிவறையிலிருந்து வெளியே வரும்போது வழுக்கி விழுந்தவர்க்குப் பந்து கிண்ண மூட்டு விலகி எழுந்து நடக்க, கொள்ள முடியாமல் போனது.

காலம் முழுக்க நடை நடை என்றிருந்தவர்க்கு இந்த முடக்கம் சோர்வை அளிக்க ஆகாரங்கள் உட்கொள்ளும் அளவும் குறைந்துக் கொண்டே இரைப்பைச் சுருங்கியது. உடல் தசைகள் ஊட்டச்சத்தை இழந்து அவரைத் தளர்வாக்கியது. விரல்கள் நடுக்கம் கொள்ள ஆரம்பித்தன. கைகளும் கால்களும் அதன் சுரணைத் தன்மையை முற்றிலும் இழந்து அவரால் அசைக்கக்கூட முடியாமல் போயிப் படுக்கையென்றானபோது சருமம் வறண்டு புண்ணானது. அவருக்கிருந்த சர்க்கரை நோய் புண்களை அதே ஈரத்துடன் பாதுகாத்துக்கொள்ள அவர் அதிகம் சிரமப்பட்டார்.

உடல் அசையும்போது புண்கள் படுக்கையுடன் உராய்ந்து ஏற்படும் வலியைத் தவிர்க்கும் பொருட்டும், அதிலிருந்து வடியும் சீழின் நாற்றத்தை உணர்ந்து தன் பேரனும் மருமகளும் முகம் சுழிக்கும் கணங்கள் மரணத்தின் வாசல் எங்கே எனத் தேடும் பரிதவிப்பினாலும், ஒருநிலையில் படுத்தாரென்றால் அதிலேயே கிடப்பார். உடல் அசைவுகள் குறைந்து போகவே இரத்த ஓட்டம் ஒழுக்கமாகச் செல்லாமல் தேங்கும் குருதியினுள் கிருமிகள் உருவாகிப் பெருகத் துவங்கின. அவை உடலினுள் எல்லாப் பாகங்களுக்கும் சென்று மூளையையும் வியாபிக்கத் துவங்கிய நாளிலிருந்து அவருடைய எண்ணங்கள் பிசகி, மூளை சிந்திப்பதை வாய்மொழியாக வெளிப்படுத்துவதில் குழப்பம் ஏற்பட்டது. நாளடைவில் ஞாபக சக்தியையும் முற்றிலும் இழந்து ஏதேதோ அரற்றியபடி அறையில் கிடந்தவரை உஷாவின் அதட்டல் காயப்படுத்த அரற்றலையும் நிறுத்திக்கொண்டார்.

கோசலை அவர் கைகளை இறுக்கமாகப் பற்றிக்கொண்டு கணேசனிடம் சொன்னாள். "நா, அப்பாவ கூட்டினு வெச்சுப் பாத்துகிறேன்டா."

"வேணா. உனக்கு ரொம்ப கஷ்டமாயிடும்" எனக் கணேசன் சொன்னதை உஷா கவனித்துப் பற்களைக் கடித்தாள்.

கோசலை அந்த அறையில் மாட்டியிருந்த புகைப்படத்தைக் காட்டி அது தனக்கு வேண்டுமெனக் கேட்டாள்.

கணேசனுக்கு மூன்றுவயது இருக்கும்போது அலங்காரவேலன், கோசலை, கணேசன், வேண்டாமணி நால்வரும் குமரன் ஸ்டுடியோவில் எடுத்த புகைப்படம். கோசலை, கணேசனை இடுப்பில் தூக்கிவைத்தபடி நின்றிருக்க அலங்காரவேலன் வேண்டாமணியின் தோளை அணைத்தபடி இருப்பார். வேண்டாமணி மிரட்சியில் புகைப்படம் எடுப்பவனை முறைத்துக்கொண்டிருப்பாள்.

அப்புனு அதை எடுத்து அத்தையிடம் கொடுத்தான்.

கோசலை கொஞ்ச நேரம் உட்கார்ந்துவிட்டு அப்பாவை அடிக்கடி வந்து பார்ப்பதாகச் சொல்லிவிட்டுச் சென்றாள்.

நீண்ட காலத்திற்குப் பிறகு தன்னுடைய வீட்டுக்குப் போயிருக்கிறோம். வீடு எப்படியிருக்கிறதெனப் பார்வையினால் எதையுமே துழாவாமல்

எப்படி வந்தோம்... பால்கனிக்குப் போய் கொஞ்ச நேரம் நின்றிருக்கலாம், மரவேலைப்பாடு செய்யப்பட தன் கண்ணாடி இன்னும் அங்குதான் இருக்கிறதா... என யோசித்தவாறு நடந்தாள். சடாரெனத் தன் கண்ணில் தட்டுப்பட்டக் காட்சியைக் கண்டு பின்வாங்கி வந்த வழியாகச் செல்லும்போது, அவளுக்கு நெஞ்சுத் துடித்து அதன் நடுக்கம் விரல் நுனிகளில் தெரிந்தது. அவள் அழவில்லை என்றாலும் எதிரே வருபவர்களுக்கு அழுவதுபோல தெரியுமோ என்கிற சந்தேகத்துடனே வீடு வந்து சேர்ந்தாள்.

ராத்திரியெல்லாம் அவளுக்குத் தூக்கமே வரவில்லை.

மறுநாள் பூர்ணிமா கேட்பதற்கு மட்டும் கோசலை பதில் சொல்லிவிட்டு முகத்தைத் திருப்பிக்கொண்டாள். இது பூர்ணிமாவுக்கு மனத்தாங்கலாக இருக்கவே கோசலையைத் தன்னிடம் இயல்பாகப் பேச வைக்க மேலும் முயற்சித்தாள்.

பூர்ணிமா இரவுப் பள்ளி முடித்து சொல்லிவிட்டுப் போகும்போது கூட அவள் முகத்தைப் பார்க்காமலேயே கோசலை தலையை மட்டும் ஆட்டியபோது, பூர்ணிமா ஈரம் பூத்த கண்களுடன் நூலகத்தை விட்டுச் செல்வதைக் கோசலைப் பார்த்தாள்.

அடுத்தடுத்த நாட்களில் பூர்ணிமா கோசலையிடம் பேசும் முயற்சியை முற்றிலும் கைவிட்டு விடவே, இருவருக்கும் ஏற்பட்டிருக்கும் பிளவு வெளிப்படையாகத் தெரிய ஆரம்பித்தது. "எக்கா, இன்னா பூர்ணிமாகிட்ட மூஞ்சுக்குத்தே பேச மாட்ற. அதுவும் திருப்பிக்கினு போது. இன்னா கத" மீனாளு கேட்டாள்.

கோசலை அவளுக்குப் பதில் சொல்லாமல் அழுத்தமாக இருந்தாள்.

மறுநாள், பூர்ணிமா இரவுப் பள்ளி முடித்துவிட்டுப் போகும்போது மீனாளு "ஏய், எதுக்கு மூஞ்சத் தூக்கியே வெச்சுனுகிற. அதுவும் உர்ருன்னுகிது இன்னாடி கத?"

"ஆங். நானா பேசா மாட்டுறேங்" - மீனாளு பூர்ணிமாவின் கையைப் பிடித்து கோசலையின் முன் வந்து நிறுத்தினாள்.

"நா, இன்னா தப்பு பண்ணேங். என்கிட்டே பேச மாட்டுறக்கா" பூர்ணிமா முகத்துக்கு நேராகக் கேட்க கோசலை முகத்தைத் திருப்பிக்கொண்டாள்.

பூர்ணிமா வெடுக்கென்று போகையில் கோசலை சொன்னாள்.

"உன்கிட்ட நா பேசலைன்னா என்னமா... பேசுறதுக்கு உனக்கு ஆளா இல்ல"

பூர்ணிமா திரும்பிவந்து கேட்டாள் "எதுவா இருந்தாலும் மூஞ்சிக்கு நேரா சொல்லுக்கா?"

கோசலை பதில் சொல்லாமல் நூலகத்திலிருந்து கிளம்பினாள். பூர்ணிமாவால் அதை யூகிக்க முடிந்திருந்தாலும் அவளே வெளிப்படையாகக் கேட்பதற்கு அச்சமாக இருந்தது.

மறுநாள் ஒரு சமயம் போல கோசலை சொன்னாள். "மீனாளு, டூஷனுக்கு வேற யார்னா டீச்சர்ங்க பாக்கணும்டி. எல்லோரும் நம்ம கூடவே எப்பவும் இருப்பாங்கன்னு நம்ப முடியாது" எனச் சொல்லி, பூர்ணிமா காதில் அது விழுந்து அவள் தடுமாறுவதைப் பார்த்தாள்.

அன்று, பூர்ணிமா ஒரு இளைஞனுடன் நெருக்கமாக நின்று பேசிச் சிரித்ததைப் பார்த்ததிலிருந்து, பூர்ணிமா மீது எழும்பியிருக்கும் கோபத்தின் பின்னே, தன்னை விட்டுப் போய்விடக்கூடாது என்கிற சுயநலத்தின் நிழல்தான் படிந்திருக்கிறது என்பதை கோசலைக்கு நம்ப விருப்பமில்லை. பூர்ணிமாவின் வாழ்வின் மீதான கரிசனமே என்று தனக்குள் விசனப்பட்டு அதை நியாயப்படுத்த தன் வாழ்வையே முன்மாதிரியாக வைத்துச் சிணுங்கினாள். தன் கடந்தகாலம் முதன்முறையாகத் தனக்கு ஆதரவான ஒரு மனநிலையைத் தருவது குறித்து அவளுக்கு விசித்திரமாக இருந்தது. அவ்விசித்திரத்தை அனுபவிக்க முடியாதவாறு நிகழ்காலத்தின் மீதான அச்சம் அவள்மீது கவிய அது கோபமாகவே வெளிப்பட்டது.

கோசலை தவிர்த்தாலும், வலுக்கட்டாயமாக அவளிடம் சென்று பேச வேண்டுமென ஆரம்பத்தில் ஒரு ஏக்கமும் தவிப்பும் இருந்த பூர்ணிமாவுக்குப் பேசப்போனாலே குத்துவது மாதிரி கோசலை பேசி அனுப்புவது பூர்ணிமாவை மேலும் விலகச் செய்தது. ஆனால், இருவருக்குள் உருவாகியிருந்த விரிசலில், நூலகத்திற்கு வருவதிலோ பிள்ளைகளுக்குப் பாடம் சொல்லித் தருவதிலோ பூர்ணிமாவிடம் எந்தச் சுணக்கமும் இல்லாததைக் கண்டு கோசலைக்குப் பூர்ணிமா மீது மேலும் அன்பு அதிகமாக அதன் வெளிப்பாடாகவே அவள் இன்னும் பூர்ணிமாவைத் தவிர்த்தாள். ஏன் அவளை மேலும் மேலும் நிராகரிக்கிறோம் எனக் கோசலைக்குச் சரியாகத் தெரியவில்லை. அது சுயநலமாக இருக்காது

என்று தனக்குத்தானே நினைத்துக்கொண்டாள்.

உறவு ரீதியாக கோசலைக்கு ஏற்பட்ட பாதுகாப்பற்ற உணர்ச்சியின் பொருட்டு, பூர்ணிமா எப்போது வேண்டுமென்றாலும் தன்னை விட்டு விலகிவிடுவாள் என்பதனால், அதற்குத் தயாராகும் பயிற்சி! ஒரு தற்காப்பு நடவடிக்கையென்று வலிந்து நினைத்துக்கொண்டாள். இதில் தவிர்க்க முடியாத சேதாரமாகப் பூர்ணிமா காயப்படுகிறாள். பூர்ணிமா மீது வைத்திருந்த அன்பின் பொருட்டு, அவளும் ஒருவன்மீது காதலில் விழுந்து தன்னைப் போல இல்லற வாழ்க்கையில் ஏமாந்துவிடக் கூடாதென்கிற விரக்தியின் வெளிப்பாடுதான் பூர்ணிமாவின் மீதான புறக்கணிப்பு! எவ்வளவுதான் சொல்லிக் கொண்டாலும் தனக்குச் சற்றுத் தள்ளி நின்று கடைக்கண்களால் கவனிக்கும் தன் சுயநலத்தின் நிழலின் மீது பாராமுகமாக இருந்தாள்.

பந்தல் கே.ரவிக்கு நூலகத்தைத் தாண்டிப் போக வரும்போதெல்லாம், உள்ளே நிறைய ஆட்கள் வருவதும் போவதும், குழந்தைகள் படிக்கும் சத்தங் கேட்பதும், அவர்களின் எண்ணிக்கை நாளுக்கு நாள் அதிகமாகி வருவதும் உறுத்தலாக இருந்தது. படிக்கும் பிள்ளைகளின் வாய் முணுமுணுப்பு அவ்விடத்தைப் பறிகொடுத்துவிட்ட தன்னைக் கேலி செய்வது போல இருந்தது. ஒரு பெண், அதுவும் கூன்விழுந்த குள்ளப்பெண்ணிடம் தோற்றுப் போகிவிட்டோம் என்கிற இயலாமை ஒரு அகங்காரமாக அவனுக்குள் கொஞ்சம் கொஞ்சமாக வளர்ந்து தன்னிடம் வேலை செய்யும் பம்பிங் ஸ்டேஷன் ஆட்களை வைத்தே இரவோடு இரவாக நூலகத்தைக் கொளுத்தலாம் எனத் தன் குடோனின் பின்புறம், ஒருமுறை குடித்துவிட்டு ஆட்களுடன் ஏடாகூடமாகப் பேசினான்.

"வாணான்னா. எம் புள்ளைங்களாங் அங்கதாங் படிக்குது" என்றான் ப்ரேசில்.

"ச்சீ, பசங்கலாம் படிக்கும்போதாடா சொல்றங். நா ன்னா அவ்ளோ மோசமானவனா இன்னா? யாரும் இல்லாதப்ப நைட்ல கொளுத்தி வுட்டுட வேண்டியதுதாங்."

"அதுக்கில்லனா. எனக்குங் அந்தப் பொம்பளை ஆவாதுதாங். ஆனா, எம்

புள்ளைங்க ரெண்டுங் அங்கப் போயிதாங் நல்லா ரேங்க் எடுக்குதுங்கன்னு ஒய்ப் சொல்லுச்சு. எம் பையன்கூட அங்க லீட்ராகிறானாங்."

"ஏன்டா, ங்கோத்தா உம் புள்ளைங்க படிக்கிதுங்கிறதுக்காக வுட சொல்ற பாத்தியா நீ?"

"நீ வேறன்னா. எம் புள்ளைங்கன்னு இல்ல. நம்ம பம்பிங் ஸ்டேசன் புள்ளிங்களுக்கு உஸ்கல வுட்டா வூட்ல படிக்க எங்க அந்துசுகிது... சாயுங்காலத்துல எங்கனா சுத்திகினு சண்ட வல்ச்சிக்கினுருக்கோங்க. இப்போ அடக்கமா ஒரு இடத்துல ஒக்காந்து படிக்கிதுங்கோ. அந்த இடமுங் கரெட்டாகிது அதுக்குத்தாங்."

"ங்கோத்தா டேய். நீயில்லாம் எனுக்கு சொல்லி குடுக்கிற அளவுக்கு வன்ட்ட பாத்தியா. அவக் குள்ளச்சி அங்ககிறதுங்களுக்கெல்லாம் கடம் குத்து மடிச்சி போட்டு வெச்சுக்கிறாளே. உனுக்கு ன்னா தூக்கி காம்ச்சாளா இன்னா!"

"ண்ணோவ், ன்னாணா தேவையில்லாம வாய் வுடுற?"

"த்தா எறந்து துன்ற புத்திய காட்டுறீங்கள்ல"

"ண்ணோவ்வ், யாரை சொல்ற, வார்த்தய பாத்து வுடு. அப்புறம் ஏடாகூடாமாய்டும்" எனப் ப்ரேசில் கையை ஓங்க, பந்தல் கே.ரவி ப்ரேசிலை ஒரு அடி அடிக்க, பதிலுக்கு அவன் ரவியைப் போட்டு அடித்த அடியில் அவன் பாத்திரங்களின்மீது விழுந்து சட்டையெல்லாம் கரியானது. சண்டைப் பெரிதாக மூள்வதற்குள் ப்ரேசிலை மடக்கி அனுப்பி வைத்தார்கள்.

"ம்மாள, இவ்ளோ கூதி எய்ப்பு ஆச்சா இவனுக்கு... வுட கூடாது இவன" என மீண்டும் குடித்தான். அவனுடன் சேர்ந்து குடித்த, அவனிடம் வேலை செய்யும் பம்பிங் ஸ்டேஷன் ஆட்கள் பந்தல் கே.ரவி மீது தங்களுக்கிருக்கும் விசுவாசத்தைக் காண்பிக்க இதொரு நல்ல சந்தர்ப்பமாகக் கருதி அன்றிரவு ப்ரேசிலிடம் வலியஞ்சண்டை வாங்கினார்கள்.

அங்கே ஒரு பெரிய அடிதடி நடந்தது. ப்ரேசில் சுரேசாவைப் போட்டு அடிக்க, அவனுடைய அண்ணன் தம்பி அப்பா என மூவரும் சுரேசாவுக்குத் துணையாகக் கல்லு கட்டைகளுடன் ப்ரேசிலை சுத்துப் போட்டார்கள். கையிலிருந்த இரும்புப் பைப்பால் நால்வரையும் ப்ரேசில் அடித்து

அவர்கள் மருத்துவமனையில் சேர்க்கப்பட்டார்கள். ப்ரேசிலைக் கைது செய்து விசாரித்தபோது சண்டை ஆரம்பித்த காரணத்தைப் போலீஸிடம் சொன்னான். அக்காரணம் மீனாளு வழியாகக் கோசலைக்குத் தெரியவந்தது.

ப்ரேசிலை விடுவிக்கச் சொல்லியும், பந்தல் கே.ரவியைக் கைது செய்யச் சொல்லியும் பம்பிங் ஸ்டேஷனில் தனக்கு ஆதரவாகப் பெண்களை ஸ்டேஷனுக்குக் முன் திரட்டி வந்து கோசலை உட்கார வைத்தாள். ஜனங்களிடம் கையெழுத்து வாங்கினாள். ப்ரேசிலை விடுதலை செய்ய முடியவில்லை என்றாலும், மக்களின் எதிர்ப்பைச் சமாளிக்க முடியாமல் பந்தல் கே.ரவி கைது செய்யப்பட்டு ஓரிரு நாட்களில் ஜாமீனில் வந்தான். ப்ரேசில் அடித்த நான்கு பேரில் பெரியவர்க்கு மட்டும் பின்னந்தலையில் பலத்த அடியாகிப் போகியிருந்ததால் ஒருவாரத்தில் அவர் இறந்துபோனார். இறந்தவரின் குடும்பம் ப்ரேசிலின் மனைவி பிள்ளைகளை அடித்து விரட்டினார்கள். ப்ரேசில் ஜெயிலுக்குக் இழுத்துச் செல்லப்பட்டான்.

19

இரண்டு மாதங்கள் ஆகியும் ப்ரேசிலின் மனைவி பயத்தில் சிந்தாதிரிப்பேட்டைக்கு வராமல் இருந்தாள். அவள் பிள்ளைகளின் படிப்புப் பாதிக்கப்படுகிறதென்றும், இதற்கெல்லாம் ஒருவகையில் தானும் காரணமென்றும் கோசலை நினைக்க, மீனாளுவுடன் புதுப்பேட்டை கொய்யாத்தோப்பிற்குச் சென்று, ப்ரேசிலின் மனைவி பிள்ளைகளைக் கூட்டி வந்து பம்பிங் ஸ்டேஷனில் இருக்கச் சொன்னாள். சுரேசா குடும்பமும் இவர்களிடம் மீண்டும் வன்மத்தைக் காட்டாமல் ப்ரேசில் எப்போது வருவானெனக் காத்திருந்தனர்.

நூலகத்தில் பம்பிங் ஸ்டேஷன் பிள்ளைகள் மட்டுமின்றி நெடுஞ் செழியன் காலனி, காக்ஸ் ஸ்கொயர், காக்ஸ் தெரு, ரெக்ஸ் தெரு, நரசிங்கபுரம், ராமர் தோட்டம், ஐந்து குடிசை ஆகிய பகுதிகளில் இருந்தெல்லாம் பிள்ளைகள் வந்து சேர்ந்தார்கள். அது லைப்ரரியா, டியூஷன் சென்ட்டரா என நூலகத்துச் சாலைவழிப் போக்குவரத்தாக இருப்பவர்களுக்குக் குழப்பமாகிப் போனது. நூலகக் கட்டடச் சுவரின் தன்மையும் வெளியே என்ன சத்தம் போட்டாலும் கேட்காதவாறு இருந்ததால் உள்ளே படிக்க வந்தவர்களை அது தொந்தரவுக்கு உட்படுத்தவில்லை.

பள்ளி மாணவர்கள் தவிர, போட்டித் தேர்வுகளுக்குக்குப் படிக்கும் மாணவர்களும் அங்கே கூட ஆரம்பித்தார்கள். அவர்களுக்குத் தேவையான புத்தகங்களையும் அவர்கள் உள்ளே வந்து குறிப்பெடுக்க வரலாம் எனவும், அதற்கான சிறப்பு அனுமதியை சாம்பவமூர்த்தி ஐயாவிடம் சொல்லி மேலிடத்தில் வாங்கியபிறகு நூலகக் கதவில் ஒரு போர்டில் பூர்ணிமா கையெழுத்தில் எழுதி மாட்டினாள். சாம்பவமூர்த்தி ஐயா

பணி ஓய்வு பெற்றார் எனினும் தன்னுடைய தொடர்பைப் பயன்படுத்தி கோசலைக்குத் தேவையானதைச் செய்து கொடுத்தார்.

போகப் போகப் பூர்ணிமாவும் கோசலையும் பழைய மாதிரியே பேச ஆரம்பித்துவிட்டார்கள். ஆனபோதிலும் பூர்ணிமாவுக்கும் நூலகத்துக்கும், பூர்ணிமாவுக்கும் கோசலைக்கும் இடையே உள்ள உறவுப் பாலம் எப்போது வேண்டுமென்றாலும் உடைந்து போனாலும் தனக்கு அதில் எந்தப் பாதகமும் இல்லையென்பதை அவ்வப்போது குத்திக் காண்பித்து கோசலை பேசத்தான் செய்தாள். கோசலை கேட்டுக்கொண்டதன் பேரில்தான், ஒருமுறை நூலகத்தில் இரவு யாரும் இல்லாத சமயமாகப் பார்த்து நூலகத்து வளாகத்தில் தன் காதலனைப் பூர்ணிமா கோசலையின் முன் நிறுத்தி அறிமுகப்படுத்தி வைத்தாள். மரியாதை நிமித்தமாகக் கூட ஒரு வார்த்தைப் பேசாமல் விறுவிறுவென ஏன் நடந்துபோனோம் எனக் கோசலைக்குப் புரியவே இல்லை.

அதற்குப் பிறகு சில தினங்களில் கோசலை பூர்ணிமாவிடம் முகம் கொடுத்துப் பேசாமல் இருக்க, பூர்ணிமாவும் அழுத முகத்துடனேயே பிள்ளைகளுக்கு ட்யூஷன் எடுத்தாள். ஒருவர் முகத்தை ஒருவர் மௌனமாகப் பார்த்துக்கொண்டபோது பூர்ணிமா, ட்யூஷன் பிள்ளைகளெல்லாம் போனபிறகு “எக்கா. நல்லாதானே பேசினு இருந்த. நீ சொல்லித்தானே அவர கூட்டினு வந்தேன்” எனச் சொன்னபோது பதிலேதும் இல்லாமல் கோசலை வீட்டுக்கு வந்துவிட்டாள். மேகங்கள் வேகமாக நகர்கிறதா அல்லது தன் கண்ணுக்குதான் அவ்வாறு தெரிகிறதா என அவற்றை உற்றுப் பார்த்துக்கொண்டே இரவை நகர்த்தினாள்.

காலையில் பூர்ணிமா கல்லூரிக்குப் போகும்போது நூலகத்தில் கோசலை உட்கார்ந்திருந்ததைப் பார்த்தாள். அவள் வருவதைப் பார்த்ததும், தவிர்க்கும் விதமாக, கோசலை நாற்காலியிலிருந்து எழுந்து பின்வளாகம் பக்கம் நடந்தாள்.

“இன்னாதான்க்கா உன் பிரச்சன?”

“சாயுங்காலம் நம்ம பெருமாள் கோயிலுக்கு அவர கூட்டினு வா. நா பேசணும்” எனப் பூர்ணிமாவின் முகத்தைப் பார்க்காமல் சொன்னாள்.

அன்று மாலை, பூர்ணிமாவையும் அவன் காதலனையும் ஆதிகேசவப் பெருமாள் கோயிலில் சந்தித்து இருவரையும் அவள் ஆசிர்வதித்த பிறகுதான் பூர்ணிமாவுக்கு ஆறுதலாக இருந்தது.

அவன் போனபிறகு கோயில் குளத்துப் படிக்கற்களில் கோசலையும், பூர்ணிமாவும் உட்கார்ந்தார்கள்.

“உன் மனசுக்கு எல்லா நல்லதாவே நடக்கும்டி. கோயில்ல இருந்து இதைச் சொல்றேன்னு ஒன்னும் நெனச்சுக்காத. அப்டியே எதுனா ஆனாலும், அக்காவ நெனச்சிக்கோ. புரியுதா?”

“ரொம்ப நல்ல டைப்புக்கா அவரு” எனப் பூர்ணிமா சொல்லி கண் கலங்கும்போது “சரிடி” என்ற கோசலையின் கண்களும் கலங்கியது.

இருவரும் நேரடியாக வீட்டுக்கு வராமல் பூர்ணிமாவைச் சம்பந்த செட்டிக்குக் கூட்டிச் சென்று மாம்பழக் கலரில் ஜாக்கெட் துணியொன்று வாங்கிக் கொடுத்து அங்கிருந்து நதியா பேன்சி ஸ்டோர்க்குப் போகலாமெனக் கோசலை சொன்னாள். காய்கறி மார்கெட் வரை போக வேண்டுமெனவும் இது ஏறக்கட்டும் நேரம் எனவும் கோசலைக்கு மேற்கொண்டு செலவு வைக்க மனமில்லாமல் மேம்போக்கான காரணங்களைப் பூர்ணிமா சொல்ல அதைப் பொருட்படுத்தாமல் அவள் கையைப் பற்றி இழுத்துச் சென்றாள் கோசலை.

மார்க்கெட்டில் கடைகளை ஏறக்கட்டும் வேலையில் வியாபாரிகள் இருந்தார்கள். ஆளரவம் குறைந்துவிட்ட தெம்பில் அழுகிய தக்காளிகளையும், கோஸ் இதழ்களையும் ஆங்காங்கே மாடுகள் அசைபோடும் ஒலி கேட்டவாறிருந்தது. போகிற வழியில் பூர்ணிமா தன் தோழியைப் பார்த்துப் பேச, கோசலை பேன்சி ஸ்டோரில் காத்திருப்பதாகச் சொல்லி நடந்தாள். பேன்சி ஸ்டோரிலிருந்து ஜோதி ஒரு சிறுமியின் கையைப் பிடித்து எதிரே வருவதைப் பார்த்தாள். ஜோதி, கோசலையைப் பார்த்தும் பார்க்காதது மாதிரி ஒரு விளம்பரப் பலகையை ஆர்வமுடன் படிப்பது போலத் தலைத் திருப்பிக்கொண்டான். அவன் கையைப் பிடித்து நடந்து வந்த சிறுமியைக் கோசலை கவனித்தாள். அச்சிறுமியின் முகச்சாயல் ஜோதியைப் போலவே இருக்க, கோசலைக்குக் கோபத்தால் தலை இறுக்கம் கொண்டது. அவன் தன் குழந்தையுடன் வரும்போது அவனுக்கு எதிரே தனியாக நடந்து வருவது, அவன் முன் தோற்றுவிட்டோமோ என்கிற கோபம் அவளை நடுங்கச் செய்தது. தோல்வியின் காலத்தை நீட்டிக்க விரும்பாமல் வழியிலேயே ஒரு கடையில் பேரம் பேசுவது போல நின்று, அவர்கள் தன்னைக்

கடந்து செல்ல அனுமதித்தாள். அவர்களைப் போகவிட்டு, சிறுமியை ஓரக்கண்களால் பார்த்தாள். சிறுமியின் முகத்தில் சிரிப்புத் ததும்ப அவள் தன் அப்பா ஜோதியின் மணிக்கட்டை இறுகப் பற்றி நடந்தாள்.

அன்றிரவு கோசலைக்கு உறக்கம் கொள்ளவில்லை. அவள் பார்த்த காட்சி அவளைச் சலனமுறச் செய்தது.

உறக்கம் வராத அளவுக்கு நாம் ஏன் அதைப் பொருட்படுத்துகிறோம்? நம்முடைய உறக்கத்தைத் திருட யாருக்கும் உரிமையில்லை என வலுக்கட்டாயமாகக் கண்களை இறுக்கி மூடினாள்.

காலையில் அவள் முகத்தைப் பார்த்தவர்கள், சரியாகத் தூக்கமே இல்லை போல என்று ஆளாளுக்கு விசாரிக்க ஏதோ பொய்க்காரணம் சொல்கிறாள். மற்றவர்களிடம் மழுப்பும்படி ஆகிவிட்டதே என்று ஆத்திரமாக இருந்தது அவளுக்கு. நேற்று அவனைப் பார்த்த போது ஏன் எதுவும் கேட்காமல் சும்மா வந்தோம் என்கிற ஆற்றாமையில் உச்சி வெயிலில் வியர்க்க வெகுவெகுவென நடந்து அதே மார்க்கெட் பகுதியில் அவள் நின்றிருந்த அதே கடையில் ஆவேசங்கொள்ளக் காத்திருக்கிறாள். ஏன் இவ்வளவு மூச்சு வாங்குகிறது எனக் கடைக்காரம்மா கேட்க பதில் சொல்லாமல், ஜோதியும் அவன் மகளும் வந்த வழியையே பார்த்துக்கொண்டிருந்தாள்.

அவர்களிருவரும் நேற்று வந்த மாதிரியே இவளை நோக்கி நடந்துவருகிறார்கள். கோசலைக்கு மூச்சு அதிகமாக வாங்குகிறது. அவள் பற்களைக் கடிக்கிறாள். ஜோதியும் அவன் மகளும் தாண்டிப் போகையில் கடைக்கார அம்மாளிடம் இருந்த எடைக்கல்லை கையில் எடுத்துச் சிறுமியின் பின்மண்டையைக் குறி பார்த்துச் சிறுமியை நோக்கி மெல்ல மெல்ல நடந்து அருகில் செல்கிறாள்.

சிறுமியோ அப்பாவுடன் சிரித்தும், அவரை அடித்தும் விளையாடிக் களித்து நடக்கிறாள். கோசலை அவளை நெருங்க சிறுமியின் தலையில் வீசும் சீயக்காய் மனம் கோசலையின் மூக்கை நிறைத்து அவளுள் இன்னும் வன்மத்தைப் படர்த்துகிறது.

கோசலை எடைக்கல்லை சிறுமியின் பின்மண்டை நோக்கி வீசுவதற்குக் கல்லை கையால் உருட்டியபடியே நடையை இன்னும் வேகப்படுத்திச் செல்ல சிறுமிக்கு எதிரே நின்று தக்காளிகளையும், கோஸ் இதழ்களையும் மென்றிருந்த மாடொன்று சிறுமியை உற்று நோக்கி தன் கொம்புகளால்

சிறுமியைக் குத்தி வீசுகிறது. சிறுமி இரத்த வெள்ளத்தில் தலையில் அடிபட்டு வீழ்ந்து கிடைப்பதைப் பார்த்த ஜோதி, சிறுமியை நோக்கி ஓடுகிறான். கோசலையும் ஓடி வந்து அவனை இடித்துத் தள்ளிவிட்டுச் சிறுமியைத் தூக்கித் தன் மார்போடு அணைத்து ஓவென்று அழுகிறாள். அவளுடைய கண்ணீரின் அளவு மேலே ஏறி ஏறி சிறுமியையும் கோசலையையும் மூழ்கடிக்கிறது. நீரின் அடியாழத்தில் தாவரப்புதர்களினூடாகக் கோசலை சிறுமியை அணைத்தபடி மூச்சற்றுக் கிடக்கிறாள்.

நூலகத்தில் அமர்ந்து, இரவு கண்ட கனவின் சித்திரத்தை நினைவில் வரைய அவள் முயலவில்லை. அது குறித்த மங்கலமான சித்திரமே அவளுக்கு ஏற்படுத்திய குற்ற உணர்ச்சியில் அவளை வாட்டியது. கனவின் தாக்கம் அன்றைய இரவு முழுக்க அவளை ஆக்கிரமித்திருந்தது. காலை, மதியம் இருவேளையும் சுத்தமாகச் சாப்பிடத் தோன்றவில்லை என்பதால் இரவு அவளையறியாமல் ஒரு வேகத்தில் சோற்றைப் பிசைந்து விழுங்கியபடி இருக்க, மீனாளு வீட்டுக்கு வந்து, "எக்கா விஷயம் தெரிமா?" என்றாள்.

"என்னாடி?"

"ப்ரேசிலெ ரிலீஸ் ஆயிட்டானாங். வூட்லதான்கிறானாங்."

"அப்டியாடி. வாயேன் ஒரு எட்டு பாத்துட்டு வந்துல்லாம்."

"வாணாக்கா பயம்மாக்து"

"அடிங்... யார்டி இவ"

கோசலை ப்ரேசிலை வீட்டில் போய்ப் பார்த்தாள். ஏற்கெனவே, கோசலை செய்துவரும் உதவிகளைப் பற்றி ப்ரேசிலின் மனைவி சொல்லி இருந்ததால் அவன் கோசலையிடம் முகம் கொடுத்துப் பேசினான்.

"எக்கா பெயிலுக்கு காசு குத்தவங்க பேர்லாம் எய்தி வெச்சிகிறேங். உனுக்குங் குத்துடுறேங்."

"அயோ... இதுலா என்னா இருக்குதுப்பா. ஒன்னும் அவசரமில்ல. நீ எதுவும் திரும்பவும் அவனுங்களாண்ட வம்புக்குப் போவாத. அவனுங்களே வந்தாக்கூட ஒதுங்கிப் போய்டு. என்னா நா சொல்றது?"

"நம்ம எதுக்குக்கா வலிய சண்டக்கி போவப்போறோங். ஜெயில்ல ஒருத்தர் ரொம்ப சிநேகிதங் ஆய்ட்டாப்போல. அவருதாங் அவரோட

வக்கீல வெச்சு ஜாமீன் ஏற்பாடு பண்ணாரு. அவ்ரு வெளிய வரவெரிக்குங் ஒரு இடத்துல வேலைக்குச் சொல்லிக்கிறாரு."

"எங்கப்பா வேலை செய்யப் போற?"

"நம்ம ஆல்பர்ட் தேட்டர்க்குப் போற ரவுன்ட்டானா முன்னாடி இருக்குதே பெரிய பில்டிங்கு"

"எது சிஎம்டிஏ பில்டிங்கா?"

"ஆங்.. அங்க தாங்க்கா. அங்க செக்யூரிட்டி வேலைக்குச் சொல்லிகிறாரு. தொ நாளைக்கே போயிட வேண்டித்தாங்"

"சரிப்பா இப்போதைக்குச் செய்யு. நா உனுக்குத் தாட்கோல லோன் வாங்கித் தரேன். ஆட்டோ வாங்கி ஓட்டிப் பொழப்பப் பாரு என்னா?"

"ஆங் சரிக்கா"

கோசலை கிளம்பும்போது ப்ரேசிலின் மனைவியிடம் சொன்னாள் "ம்மா, உங்க வீட்டுக்கார் பாஸ்போர்ட் சைஸ் போட்டா ரெண்டு, ஓட்டர் ஐடி, ஜாதி சர்ட்டிகேட்டு இதெல்லாம் எத்துகினு லைப்ரியாண்ட வா."

"ஆங் சரி எக்கா"

கோசலை நூலகத்தில் இருக்கும்போது அப்புனு வந்து கோசலையிடம் சொன்னான்.

"அத்த, ஊர்ல இருந்து தவமணி பாட்டி வந்து இருக்காங்களாம். உன்னைப் பாக்கணுமாம். கூட்டிட்டு வர சொன்னாங்க."

அத்தையின் பதிலுக்காக அவள் முகத்தையே பார்த்தான் அப்புனு.

"நா வரலன்னு போய் சொல்லுடா" என்றாள்.

அப்புனு சைக்கிளில் வந்த வேகத்திலேயே சென்றான்.

அப்படிச் சொல்லியிருக்கக்கூடாதோ என்று தோன்றியது. சித்தி கடிதம் எழுதுவாள் என்று எத்தனை நாட்கள் காத்திருந்தோம். தன் வாழ்வில் இவ்வளவு நடந்தது எதுவுமேவா அவளுக்குத் தெரிந்திருக்காது. அவள் முகத்தைப் பார்த்தால் நிச்சயம் அழுது சமாதானமாகி விடுவோம். அது கூடாது. அவள் மீது வைத்த நம்பிக்கையை அவள் பொய்யாக்கியதினால் ஏற்பட்ட வலி சாதாரணமானது இல்லை. அப்பாவோ கணேசனோ

அவர்களிடமிருந்து கோசலை ஒருபோதும் எதுவுமே எதிர்பார்த்ததில்லை. கல்யாண வயது வரையிலும் சித்தியிடம் கோசலை ஒரு சிறுகுழந்தையைப் போலவே நடந்துகொண்டாள். சித்தி வீட்டுக்கு வந்தால் அவளைத்தான் சோறூட்டச் சொல்லுவாள். சித்திக்கு அவளைப் பற்றி எல்லாமே தெரியும். கடிதங்களில் சித்தியிடம் எவ்வளவோ பகிர்ந்திருக்கிறாள். எந்தச் சூழலிலும் கடைசிவரை தன்னுடன் சித்தி இருப்பாள் என்று நம்பினாள். வீட்டுக்குப் போய் தன்னுடைய ஆல்பா சூட்கேஸைத் திறந்து திருமணமான புதிதில் சித்தி கடைசியாக எழுதிய கடிதத்தை எடுத்துப் படித்தாள்.

கோசலைக்கு,

உன் கடிதம் கிடைக்கப் பெற்றது அதை படிக்கும் போது எனக்கு கை, கால் எல்லாம் உதற ஆரம்பித்து விட்டது. என்ன இருந்தாலும் உனக்கு இவ்வளவு தைரியம் ஆகியிருக்கக் கூடாது நம் குடும்பத்தில் இதற்கு முன் யாரும் இப்படி செய்தார்கள் இல்லை, எனக்கு உன் சித்தாப்பாவிடம் எதையும் மறைத்து பழக்கம் இல்லை இதை சொன்னபோது அவரால் நம்ப முடியவில்லை உன் மீது கோபத்தில் இருக்கிறார், உன் சித்தப்பா உலக விஷயமெல்லாம் தெரிந்தவர் என்பது உனக்கே தெரியும், அவர் காதலுக்கு எதிரானவர் எல்லாம் கிடையாது அவரே நீ வேற்று ஆளை திருமணம் செய்து இருக்க கூடாது அது பெரிய தப்பு என்று கோபத்தில் இருக்கிறார் எனக்கு அவர் கூட பிரச்சனை இல்லை கோசலை நீ இப்படி போயிருக்கக் கூடாது, உன் சித்தியின் வளர்ப்பையே நீ கலங்கப் படுத்திவிட்டாய், சமீபமாக நான் வீட்டிற்கு வந்த போது கூட உனக்கு இப்படி ஒரு எண்ணம் இருக்கிறது என்று ஏன்? சித்தியிடம் சொல்ல தோன்றவில்லை என்னவோ இந்த பதில் கடிதம் கூட உன் சித்தப்பாவுக்கு தெரியாமல் தான் எழுதுகிறேன், இனி நீ கடிதம் எழுத வேண்டாம் நானே உனக்கு எழுதுகிறேன் உனக்கு பெருமாள் துணை இருக்கட்டும்,

அன்புடன்
தவமணி சித்தி

நெருக்கடியான காலங்களில் அவள் கைவிட்டது அவ்வளவு எளிதில் மறக்கவோ, மன்னிக்கவோ இயலவில்லை. இதே மனநிலையை நீண்ட நாட்கள் தக்க வைக்க முடியுமா எனக் கோசலைக்குத் தெரியவில்லை. சித்தி. அம்மாவாக வளர்த்த சித்தி. சித்தியின் மூக்குத்தி ஜ்வலிப்பு அவளுக்கு நினைவுக்கு வந்தது. சித்தி எப்போதும் தூற்றும் இந்த நூலகத்துக்கு அவள் வந்து பார்க்க வேண்டும். என்ன பெண்களின் கதையை அவள் வாசித்துவிட்டாள். அவளுக்குக் 'கருக்கு' நாவலைப் படிக்கச் சொல்லி பரிசளிக்க வேண்டும். தானாக அவளிடம் போகக்கூடாது என்கிற வைராக்கியம் ஒரு சமயம் அதிகமாகவும் ஒரு சமயம் இல்லாமலும் அவளை அலைக்கழித்தது.

சிந்தாதிரிப்பேட்டையில் வேலைக்குக் கேட்டு வந்திருக்கவே வேண்டாமோ! தனக்கு ஏற்பட்ட இழப்புகளையும், காயங்களையும், வெறுப்புகளையும் ஆற்றலாக மாற்றிக்காட்ட வேண்டுமென்கிற விசையினால் உந்தப்பட்டுதானே இங்கு வந்தோம். அல்லது இவர்களுக்கு முன் வாழ்ந்து காட்ட வேண்டுமென்கிற எண்ணம்தான் அடியாழத்திலிருந்து உந்தியதா? அந்த வாழ்க்கையில் அவர்களும் ஒருபகுதி என்பது ஏற்றுக்கொள்ளக் கூடியதுதானா! பழைய மாதிரி எல்லோருடனும் சேர்ந்து கொள்ளலாமெனச் சில நேரங்களில் தோன்றினாலும், பழைய பிடிமானம் இல்லை. அதுகுறித்த வருத்தம் அவளுக்கு இருந்தாலும் பொதுவாழ்க்கையில் தன்னை ஈடுபடுத்திக்கொண்டவளுக்கு உறவுகளுடன் ஏற்பட்டத் தளர்வு வேதனையாகவெல்லாம் இல்லை.

இரண்டு மாதங்கள் நகர்ந்த நிலையில், பம்பிங் ஸ்டேஷனுக்குள் ஒரு பெரிய அழுகை ஓலம் கேட்டது. மீனாளு விஷயம் தெரிந்து கோசலையுடன் வந்தாள்.

ப்ரேசில் வேலை முடித்து சிந்தாதிரிப்பேட்டை ஜெயின் கோயிலருகே சைக்கிளில் வரும்போது, ஆறு பேர் அவனை சுத்துப் போட்டுப் பாளபாளமாக வெட்டிக் கொன்றிருக்கிறார்கள். விஷயம் அறிந்த கோசலைக்கு உடல் நடுங்கியது. ப்ரேசில் வீட்டிற்கு ஓடிவந்தாள். அழுது தேம்பும் அவன் பிள்ளைகளுக்கு என்ன சொல்வதென்று தெரியாமல் அவளும் அழுதாள்.

கோசலை மூன்று நாட்களுக்கு நூலகத்தை மூடி வைத்திருந்தாள். தன்னால்தான் ப்ரேசில் இறந்துவிட்டானோ என நினைக்க அவளுக்கு

என்னவோ மாதிரியாகத்தான் இருந்தது. மல்லிகாக்கா ஏதேதோ சமாதானம் சொல்லியும் கூட அவள் அரற்றல் நிற்க வழியில்லை.

வேலையை ராஜினாமா செய்துவிட்டு இருக்கிற பணத்தில் வீடுண்டு என இருந்துவிடலாமா என்று கூட அவளுக்குத் தோன்றியது. அதுமாதிரி எண்ணங்கள் ஓர் இரவுதான். காலை ஆகிவிட்டதென்றால் அன்றாடங்களின் மீதிருக்கும் பொறுப்பில் அவள் கரையத் துவங்கிவிடுவாள்.

ஒருநாள் பூர்ணிமா திடீரென வந்து அவன் திருமணம் செய்ய வற்புறுத்துவதாகவும், அதனால் பூர்ணிமா வீட்டில் விஷயத்தைச் சொல்லி அவள் அப்பா ரொம்பவும் போட்டு அடித்துவிட்டதாகவும், கோசலை வந்து வீட்டில் பேசினால் எல்லாம் சுமூகமாக இருக்குமெனக் கேட்டுக்கொண்டாள். கோசலை பதிலேதும் சொல்லாமல் அமைதியாக இருந்தாள். பூர்ணிமாவுக்கு அழுகையாக இருந்தது. கோசலை மீண்டும் மௌனத்திற்குத் திரும்பியது பூர்ணிமாவை அச்சுறுத்தியது. அழுகையுடனே கோசலையின் வீட்டை விட்டுச் சென்றாள்.

மறுநாள், கூவாற்றில் தண்ணீர் வேகத்துடன் வருவதைப் பற்றி பம்பிங் ஸ்டேஷன் மக்கள் எல்லாம் கேள்விப்பட்டுப் பரவசத்துடன் ஓடியதை, பால்கனியில் நின்று கோசலை பார்த்தாள். வீட்டின் உள்ளே வந்து துணி மாற்றும்போது மெரினாவில் அலைகள் கரை வரைக்கும் வந்து எல்லாவற்றையும் வாரிச்சுருட்டுகிறது என டிவியில் செய்தி வாசிப்பவரின் வருத்தக் குரலை கேட்டபடியே, தலைவாரி பற்களில் கடித்திருந்த ஸ்லைடு பின்னை கொண்டையில் சொருகிக் கண்ணாடியில் திருத்தம் பார்த்து முடித்ததும் பூர்ணிமா வீட்டிற்குச் சென்றாள்.

அன்று காலையில் ஊரே அவுதிபவுதியாக இருந்தது. பூர்ணிமா தன் வீட்டில் சும்மாவாகக் கண்களை மூடி தலையணையில் முகத்தைப் புதைத்திருக்க, ஏதோ கேட்ட குரல் போல இருக்கிறதென அவதானிக்க அது கோசலைதான் என்று அவளுக்குத் தெரிந்தது. ஆனாலும், எழுந்துகொள்ளாமல் முகத்தை இன்னும் அழுத்தித் தலையணையில் புதைத்து அவள் பேசுவதைக் கூர்ந்து கேட்டாள். பூர்ணிமாவின் திருமணம் குறித்து அப்பா அம்மாவை உட்கார வைத்து அதற்குரிய உத்தரவாதத்தைக் கொடுத்தாள். பூர்ணிமாவின் அப்பா தன் மகள் மேல் வைத்திருக்கும் அன்பை மீண்டும் மீண்டும் சொல்லி அவளுக்குக் காதல் திருமணம் வேண்டாமெனச் சொன்னதையே சொல்லிப் புலம்பினார். அவன் வேறுசாதிப் பையன். புகுந்த வீட்டில் தன் மகளை

எப்படி நடத்துவார்கள் என்கிற கவலை அவருக்கிருப்பதாகச் சொல்லி அழுதார். அதெல்லாம் பூர்ணிமா பார்த்துக் கொள்வாள். உங்கள் வளர்ப்பு அப்படி. அதையும் மீறி ஏதேனும் நடந்தால் தான் இருப்பதாக அவள் கொடுத்த வாக்கிலிருந்த உறுதிக்கு முன் பூர்ணிமா அப்பாவிடம் சரியான பதிலில்லை. பூர்ணிமாவின் கண்ணீரால் தலையணை நனைந்தது.

'லைப்ரரிகாரம்மா' மேலிருந்த மதிப்பில், நம்பிக்கையில் அவள் அப்பா ஒருவழியாக ஒப்புக்கொள்ள, கனகவேல் திருமண மண்டபத்தில் பூர்ணிமாவின் திருமணம் நடைபெற்றது. பூர்ணிமாவால் முன்பு போல நூலகத்துக்கு வந்து பார்த்துக்கொள்ள முடியவில்லை எனினும் கோசலையும் அதனால் சோர்ந்து போகவில்லை. ஏற்கெனவே நூலகத்தில் படித்த பெரிய பிள்ளைகள் அதை நடத்தினார்கள்.

ஒருமுறை, திடீரெனப் பம்பிங் ஸ்டேஷனுக்கு அரசுத்துறையிலிருந்து அதிகாரிகள் வந்தார்கள். இங்கே பக்கத்திலிருக்கிற ராஜாஜி ஹால் இருக்கும் ஓமந்தூரார் அரசினர் தோட்டம் இடிக்கப்பட்டு அங்கே தமிழக அரசின் புதிய தலைமைச் செயலகம் கட்டப்பட முடிவு செய்திருப்பதால், தலைமைச் செயலகம் சுற்றி ஒரு கிலோமீட்டர்க்குக் குடிசைப் பகுதி மக்களுக்குத் துரைப்பாக்கத்தில் சொந்தமாக வீடு கட்டித் தர அரசாங்கம் முடிவு செய்திருக்கும் செய்தியைச் சொல்லி இருக்கிறார்கள்.

"அப்போ இங்க இருக்கிற வீடு?" என்று அங்குள்ளவர்கள் கேட்டதற்கு, "சொந்தமாக வீடு கட்டித்தரோம்னு சொல்றோம், பட்டா இல்லாத இடத்த போய் பேசுறீங்களே இன்னா ஜனங்களோ... உங்க வீடு கதவு எண், ரேஷன் கார்டு ஜெராக்ஸ் காப்பி, இதெல்லாம் ரெடியா வைங்க. நாளைக்கு வந்து டோக்கன் தரோம். உங்களையெல்லாம் ஏற்கெனவே காலி பண்ணச் சொல்லி ஒரு வருஷம் மேல ஆச்சு. குடுத்த டைம் முடிஞ்சு போச்சு.. ஒரு வாரம் எடுத்துக்கோங்க. அப்புறம் நாங்களா காலி பண்ண வைக்கிற மாதிரி நடந்துக்காதீங்க" எனச் சொல்ல அங்கிருக்கும் தனஞ்செழியன் என்கிற இளைஞன், "யார் ஏரியால வந்து யார காலி பண்ணுவன்னு சொல்ற ஒழுங்கா போங்க சார்" எனச் சொல்ல, மற்ற ஜனங்களும் அவர்களை எதிர்க்க அவர்கள் அங்கிருந்து செல்கிறார்கள்.

அன்று மாலை கோசலையிடம் மீனாளு நடந்த விஷயத்தைச் சொன்னாள். அருகேயிருந்த ஜெயசீலி முகம் முழுக்க சிரிப்புடன்..

“எக்கா சொந்த வூடு தரேன்றாங்.”

“அது சரிடி, அவ்ளோ தூரம் போய்ட்டா ஜனங்க சோத்துக்கு இன்னா பண்ணோம். வேலைக்கு எங்க போவுங்கோ..? “

“இன்னா இருந்தாலும் சொந்த வூடு.”

மீனாளு குறுக்கிட்டுச் சொன்னாள் “எக்கா கதய கேட்டியா, ஒரு வாரத்துல காலி பண்ணலன்னா மிஷின வுட்டு வூடுங்கள இடிச்சி அனுப்பிடுவானுங்களாங்.”

“அப்டியாடி சொன்னானுங்க. அது எப்டி நானும் பாக்குறேன்!” என்றாள் கோசலை.

இரண்டு நாட்கள் கழித்து மக்களிடையே வந்து பேசுவதற்கு அதிகாரிகள் வந்திருக்கிறார்கள் எனத் தெரிந்ததும் கோசலை அங்குச் சென்றாள்.

“சார், பக்கத்துல ரிச்சி தெரு, மீன் மார்கெட், சென்ட்ரல் பார்சல் ஆபிஸ், எக்மூர், பாரிஸ்னு இங்கெல்லாம் கூலி வேலை செய்ற ஜனங்க சார். நீங்க தூக்கினு போயி ஒர் ஊர்ல போட்டா சோத்துக்கு ஜனங்க என்னா பண்ணும்”

“ஏம்மா நீ யாரு! உனக்கு எதுக்கு தேவயில்லாத வேலை? என்று சிரித்தவனின் முகத்தில் கோசலையின் தோற்றத்தின் மீது ஒரு இளக்காரம் படிந்திருந்தது. அதை உணர்ந்த அவளுக்குக் கோபம் அதிகமானது.

“நானும் ஒரு கவர்மெண்ட் ஸ்டாப்புதான். நீ எப்டி இங்க இவங்கள காலி பண்றேன்னு பாக்குறேன்”

“ஏம்மா கவர்மெண்ட் ஸ்டாப்புன்னு சொல்றீங்க. கவர்மெண்ட்டு திட்டத்தையே எதுக்குறீங்க?”

“நா, அரசாங்கத்துக்கு வேலை செய்ற சர்வன்ட்டே ஒழிய, அடிமை இல்லை. அத மொதல்ல ஞாபகத்துல வெச்சுக்கோ.”

அதிகாரிகள் அவளுடன் விவாதிக்கும் சூழலில் இல்லை.

“இங்க பாருங்க... ப்ரூப் குடுக்கிறவங்க குடுங்க. ஒரு வாரத்துல டோக்கன் குடுத்துடுவோம்.”

“சார், யாரும் வர மாட்டாங்க சார். நீங்க கிளம்புங்க.”

"மேடம், உங்களுக்கு என்ன பிரச்சினை? எந்த டிப்பார்ட்மெண்ட் நீங்க. ஜனங்க வந்தாக்கூட நீங்க விட மாட்டீங்க போல."

"சரி ஜனங்க வர்றாங்கனா கூட்டிட்டுப் போ... வந்தா கூட்டிட்டுப் போ" என்றாள் கோசலை.

"மரியாதையா பேசுங்க."

"எதுக்கு மரியாதை? நா ஏதோ திருடன் மாதிரி என்னைப் பாத்து என்ன டிப்பார்ட்மெண்ட்டு யார் நீன்னுலாம் விசாரிக்கிற. என்னைப் பாத்து நெக்குலா சிரிக்கிற ஆங். எங்க ஏரியாவ வுட்டு போங்க மொதல்ல வெளிய."

மக்கள் கோசலையின் பக்கமே நின்றார்கள்.

"அப்படியா பாத்துடலாம்" என ஒரு அதிகாரி கோசலையிடம் சொல்ல "யோவ்.. சொல்றாங்கள்ல சூத்த மூடின்னு போயா கம்முனு" என்றாள் ஜெயசீலி.

அன்று மாலை, நூலகத்திற்கு வாடிக்கையாக வரும் ஒரு வழக்கறிஞரிடம் கோசலை இதுகுறித்துப் பேசி அவர் சொன்னது போலச் செய்தாள்.

பம்பிங் ஸ்டேஷனிலிருக்கிற ஒவ்வொருவருடமிருந்தும் அவர்களுடைய ஆவணங்களை வாங்கி, தனித் தனியாக மனு தயார்செய்து கலெக்டரிடம் மனு கொடுக்க மக்களை அழைத்துச் சென்றாள். ஜனங்கள் மீன்பாடி வண்டி, ஆட்டோ, சைக்கிள், பைக் ஆகியவற்றில் வந்து ஆட்சியர் அலுவலகத்தையே முற்றுகையிட்டார்கள். அவள் உள்ளே செல்லவில்லை. அவள் முன்னெடுக்கிறாள் எனத் தெரிந்தால் வேலை போய்விடுமென தனஞ்செழியனை முன்னிறுத்தினாள்.

தனஞ்செழியன், கலெக்டரிடம் சென்று பேச, அவர் வெறும் செயல்முறைபடுத்தும் அதிகாரிதான் என்றும் மற்றபடி இதில் தனக்கு அதிகாரம் இல்லை என்றும், குடிசை மாற்று வாரியத்திடம் மனுக்களைக் கொடுங்கள் என்று சொல்ல அங்கிருந்த கூட்டத்தைக் குடிசை மாற்று வாரியத்திடம் அழைத்துப் போனான் தனஞ்செழியன். கோசலை மகிமைதாஸின் ஆட்டோவில் அவர்களைப் பின்தொடர்ந்தாள்.

குடிசை மாற்று வாரியத் துறை தங்களுக்கு எதுவும் தெரியாது என்றும், தங்களுக்குக் கட்டளையிடும் பொதுப் பணித்துறையிடம்தான் நீங்கள் கேட்க

வேண்டியது என்று சொல்ல, சேப்பாக்கத்திலுள்ள பொதுப்பணித்துறை அலுவலகத்தின் முன் உட்கார்ந்து போராட்டம் செய்ய, காவலர்கள் இவர்களைத் தடியடி நடத்திக் கலைத்தார்கள்.

அன்றிரவு பம்பிங் ஸ்டேஷன் மக்கள், சிந்தாதிரிப்பேட்டை சாலையில் உட்கார்ந்து போராட்டத்தைத் தொடர்ந்தார்கள். போராட்டத்தின் மையம் இங்கிருந்து காலி பண்ண வேண்டாம் என்பதுடன் தற்போது வசிக்கும் இடத்தில் வீட்டுக்கு வீடு கழிப்பறை வைத்துக்கொள்ள முறையான கழிவுநீர் வடிகால், தெருவினுள் தார்ச்சாலை, அடிக்கடி தீப்பற்றுவதால் ஓலை வீடுகளுக்குப் பதில் சிமெண்ட் ஓடு வைத்த வீடுகள் கட்டித் தர வேண்டும், தெருவிளக்குகள் வேண்டும் என எழுதப்பட்ட கோரிக்கைகளை ட்யூஷன் பிள்ளைகள் ஒவ்வொருவராக எழுந்து வாசித்தார்கள். கூட்டத்தைக் கலைக்கவந்த போலீஸுக்கும் பம்பிங் ஸ்டேஷன் மக்களுக்கும் வாக்குவாதம் ஆனது.

மக்கள் மிக மூர்க்கமாக இருந்ததால் காவல் ஆணையர்க்கு விஷயம் தெரிவிக்கப்பட்டு, அவர் குறிப்பிட்ட அரசு அதிகாரியுடன் பேசினார். அரசு அதிகாரி குறிப்பிட்ட அமைச்சரிடம் பேசிவிட்டு லைனுக்கு வந்து விஷயத்தைச் சொன்னார்.

தலைமைச் செயலகம் கட்டுவதற்கு அதற்கு எதிரே உள்ள ரிச்சி தெருவையும் காலிபண்ண வேண்டுமென்கிற விஷயம் கசியத் துவங்கி விட்டது. மார்வாடிகள் காலி செய்வதற்குத் தயாராக இல்லை. இப்படிப்பட்ட சூழலில், சேட்டுகளைவிட்டு பம்பிங் ஸ்டேஷன் மக்களை மட்டும் காலி செய்ய வைத்தால் பிரச்சினை ஆகிவிடும் என அரசுத் தரப்பு மௌனம் சாதித்து, இப்போதைக்குப் பம்பிங் ஸ்டேஷன் மக்களுக்குத் தேவையானதைச் செய்துகொடுப்போம் என உறுதியளித்து போராட்டத்தைக் கலைத்தது.

இரண்டரை ஆண்டுகளில் தேர்தலும் வர இருப்பதால் அம்மக்களின் கோரிக்கைகள் நிறைவேற்றப்படுவதற்கான அடிக்கல்கள் நாட்டப்பட்டன.

வருகின்ற தேர்தலில் ஜனங்கள் கோசலையைச் சுயேட்சையாக நிற்குமாறும், அவர்கள் அவளை ஜெயிக்க வைப்பதாகவும் சொன்னார்கள். அவள் மறுத்து விட்டாள்.

வாழையிலையில் நீர்ப்பந்துகள் உருண்டோடுவது போலக் காலம் சென்றது.

இடைப்பட்ட ஆண்டுகளில் சாம்பவமூர்த்தி ஐயா இறந்து போனார்.

நூலகத்து முன்பின் வளாகம் எனச் சேர்த்து நூற்றிப் பன்னிரண்டு சிறுவர் சிறுமியர்கள் மாலைப்பள்ளியில் படித்தார்கள்.

அலங்காரவேலன் இருந்த இடத்திலேயே மலஜலம் கழிக்கும் நிலைக்குச் சென்று உஷாவால் அவமானப்படுத்தப்பட்டு, அதனால் அவளுக்கும் கணேசனுக்கும் பெரிய சண்டை வந்து, தன் அப்பா எப்போது சாவார் என கணேசன் காத்திருந்து காத்திருந்து அவன் சோர்ந்து போன ஒரு சமயத்தில், அவர் உயிர் பிரிந்தது.

கோசலையின் கூன் சதையும் பெரியதாகி அவளால் முன்பு போல் நடக்க முடியாமல் போயிருந்தது. கூனின் சுமையும், பார்வைக் குறைவுமென வயதுக்கு மீறிய முதுமை அவளுள் ஊடுருவ அதன் சோர்வு அவளுடைய பேச்சிலும், நடையிலும் பிரதிபலித்தது.

இந்தியாவில் நடந்த கிரிக்கெட் உலகக் கோப்பை போட்டியை நூலகத்தில் ஒரு டிவி வைத்து கோசலை ஒளிபரப்பும் போது, பம்பிங் ஸ்டேஷன் ஜனங்களைத் தாண்டி வேறு சில மக்களும் நூலகத்துக்குள்ளே வந்து கிரிக்கெட் பார்க்கப் புழங்கியது அவளுக்குச் சந்தோஷமாக இருந்தது. இறுதிப் போட்டியில் இந்தியா வெற்றி பெற்று நூலகத்து வளாகத்தினுள்ளேயே பட்டாசும் ஆட்டமும் பாட்டமுமாக மக்கள் இருந்தபோது அம்மகிழ்ச்சியில் கோசலையும் பங்கெடுத்தாள்.

பணி ஓய்வுக்கு இன்னும் ஐந்தாண்டுகள் இருக்கிறதெனத் தெரியவந்தபோது அவளுக்கு மலைப்பாக இருந்தது.

கண்ணாடிக்குப் பவர் குறைந்து வேறு மாற்ற வேண்டுமெனத் துணைக்கு வரச் சொல்லியிருந்த சிவக்குமாருக்காகக் காத்திருந்தபடியே கோவேறு கழுதைகளை வாசித்துக் கொண்டிருந்தாள். அப்போது, நூலகத்துக்கு உள்ளே சிரித்துக் கொண்டே வரும் இளைஞனை யாரென்று அவளால் கண்டு கொள்ள இயலாமல் கண்ணாடியை அழுத்திப் பார்த்தாள்.

வந்தவன், கையில் ஒரு பணியுறுதிக் கடிதத்தைச் சுருட்டி வைத்திருந்தான்.

அவளிடம் அதைக் காண்பித்தவன், அமெரிக்காவில் தனக்கொரு வேலை கிடைத்திருப்பதாகச் சொன்னான். "இங்கதான் ட்யூஷன் படிச்சங்" என்றான்.

அவள் அவனைக் குனியச் சொல்லி அவன் கன்னத்தில் முத்தம் கொடுத்தாள்.

"உம் பேர் மறந்துட்டனே ராஜா. பம்பிங் ஸ்டேஷன்லயா வீடு உனக்கு?"

"ஆமா.."

"அப்டியா உன் பேர் இன்னா?"

"ஆரோனு."

அவள் யோசிப்பதற்கு நேரம் எடுத்து "யாரு புள்ள..." என்று கண்களை இடுக்கிக் கேட்டாள்.

"ப்ரேசில் புள்ள" என்றான்.

சட்டென்று கோசலையின் கண்கள் கலங்கி, அவள் இமை ரோமங்கள் ஈரத்தால் பளபளத்தது.

"சரிப்பா... நல்லா படி. உனக்குக் கிடைச்சத நாலு பேர்கூட பகிர்ந்துக்கோ" எனச் சொல்லி பர்ஸைத் திறந்து ஒரு நூறு ரூபாய் நோட்டை அவன் வேண்டாம் வேண்டாமெனச் சொல்ல அவன் கையில் திணித்தாள்.

அன்றிரவு மல்லிகாக்காவை அழைத்து ஏதேதோ பேசினாள். சாப்பிடக் கூடத் தோன்றவில்லை. இரவு தூங்கச் சென்றவள் தூக்கமே வராமல் புரண்டு புரண்டு வழக்கத்தை விட காலை ஒரு மணி நேரம் முன்னதாகவே நூலகத்திற்கு வந்து கதவைத் திறந்தாள். எப்போதும் போல அலமாரிகளில் இருக்கும் புத்தகங்களிடையே ஒரு நடை போட்டாள். நூலகத்துக்கு வெளியே உட்கார்ந்து வானத்தைப் பார்த்தாள். மேகங்களின்றித் துடைத்துப் போட்ட நிர்மலமாக அவையிருந்தது. அவற்றையே நீண்டநேரம் உற்றுப் பார்த்துக் கண்களை மூட நெளிந்தோடிய ஊதா, செந்நிற வளையங்களைக் கண்களாலேயே பிடிக்க முயன்று விளையாடி ஒரு புன்முறுவலுடன் விழிகளைத் திறந்தாள். செண்பக மரத்திலிருந்து உதிர்ந்த மஞ்சள் நிறப் பூக்களால் நூலக வாசல் நிறைந்திருந்தது.

வாசல் பெருக்க வந்த மீனாளு "இன்னா எக்கா இவ்ளோ சீக்கிரம் வந்துட்ட" எனக் கேட்டதற்குப் பதிலேதும் இல்லாமல் அமைதியாக இருந்தாள்.

"எத்தனி வாட்டிடி சொல்றது. பூவுங்கள பெருக்கித் தள்ளாதன்னு" என்று மீனாளுவிடம் குரலுயர்த்தினாள்.

"சீக்கிரம் பெருக்கிட்டு டீ வாங்கினு வா குடிக்கலாம்" என்றாள்.

மீனாளு கோசலைக்கு டீயை ஆற்றி பொங்கிய நுரையைப் பார்த்து நிறைவுற்றதும் அவளிடம் கொடுக்க "இருடி உள்ள போயிட்டு வரேன்" என்று போன சில நொடிகள் கழித்து, உள்ளே புத்தகங்கள் சரிவது போலச் சத்தம் கேட்டு மீனாளு உள்ளே ஓடிச் சென்றாள். அவள் பெருக்கித் தள்ளிய செண்பகப் பூக்கள் காற்றின் வருடலில் மீண்டும் நூலகத்து முற்றத்தை நிறைத்திருந்தன.

20

கோசலையின் இறுதிச் சடங்கை பம்பிங் ஸ்டேஷன் ஜனம் மிக ஆடம்பரமாகச் செய்தது.

நூலகத்து வளாகத்தில் செண்பக மரத்தின் நிழலில் அவளுடல் வைக்கப்பட்டது. சிறுவர் சிறுமியர்கள் கோசலையின் சவப்பெட்டியைச் சுற்றி மெழுதுவர்த்தியைக் கையில் ஏந்தியபடி வலம் வந்தார்கள்.

சிவக்குமார்தான் சாவுக்கு உண்டான வேலைகளைச் சிட்டாகப் பறந்து செய்தான். மல்லிகாக்கா கோசலையின் அருகேயே ஒரு நாற்காலியில் அமர்ந்து அழுதழுது சோர்ந்திருந்தாள்.

கோசலை கால் மீது படுத்திருந்த பூர்ணிமா எழுந்துகொள்ளவே இல்லை.

மீனாளு கோசலை இறந்தது குறித்து 'அவள் என்றைக்கும் இல்லாமல் சீக்கிரம் வந்தது, டீ வாங்கச் சொன்னது, உள்ளே போனது' எனக் கோசலையின் இத்தனை ஆண்டுகால நட்பை இழந்துவிட்ட உணர்வை விட, கடைசியாகத் தன்னிடம் பேசிக்கொண்டிருந்தபோதுதான், கோசலை இறந்து போனாள் என்கிற சம்பவத்தின் மூல ஆதாரமாகத் தான் இருப்பதின் முக்கியத்துவம் அங்கே எல்லோருக்கும் தேவைப்பட்டது கருதி, அதையே அங்கே புலம்பி மூக்கை உறிஞ்சினாள். கோசலையின் இறுதித் தருணங்களை விவரிக்கும்போது அதிலிருக்கும் உண்மைத்தன்மையை இரண்டாம்பட்சமாக்கிக் கேட்பவரும் அழ வேண்டுமென்கிற எண்ணத்தில் சிலவற்றைப் புனைந்தாள்.

அவள் கதையைக் கேட்க சாவுக்கு வந்த புதிய ஆட்கள் குறைந்து போனபோது அந்த வெறுமையில் கோசலையின் இழப்பின் பொருளுணர்ந்து அழத் துவங்கினாள் மீனாளு.

ஏழு ஊர் மேளச் சத்தத்திற்கு இடையே கோசலையின் சாவு எடுக்கும் போது கோசலையுடன் செண்பக மரத்தின் கீழ் உட்காரும் பெண்கள் ‘எக்கா எக்கா’ என்று அடித்துக்கொண்டு அழுதார்கள்.

கோசலையின் குடும்பத்தினர் குவிந்திருந்த கூட்டத்தினுள் கரைந்து போனார்கள்.

ஜோதியும், கணேசனும், அத்தை மகள்களும் கூட்டத்தைக் கண்டு பிரமித்தார்கள். தங்கள் பிள்ளைகளிடமும் சொந்தங்களிடமும் பெருமையாகக் கோசலையைப் பற்றிப் பேசினார்கள். சாவைத் தங்கள் குடும்ப வழக்கப்படி தான் எடுக்க வேண்டுமெனக் கணேசன் சொல்லுவதற்கு வாய் வரை வந்த வார்த்தைகளைத் தன் பாதுகாப்புக் கருதி அடக்கிக்கொண்டான். பம்பிங் ஸ்டேஷன் ஜனங்கள் சாவை எடுப்பதில் அவனுக்கு உடன்பாடே இல்லாமலிருந்தது.

ஜோதியைப் பார்த்த மல்லிகாக்கா “இவ சாவயாடா காணா பொணமா ஆக்கிடுவேன்னு உங்க அம்மா சொன்னா, ஜன்த்த பாத்தியா?” என்று கத்தி அழுகையில் முடித்தாள்.

கோசலைக்குப் பிறகு அங்கு வந்த நூலகர்க்கு மாலை நேரம் பிள்ளைகள் திரளாக வருவதைத் தவிர்க்க முடியவில்லை எனினும், கோசலை இருந்தபோது நூலகம் எப்படியெல்லாம் பயன்படுத்தப்பட்டிருக்கிறது என்பதையும் கோசலை விட்டுச் சென்ற பழக்க வழக்கங்களின் சொச்சத்தை அவர் எதிர்கொள்ளும்போது, அதனால் அசூசையானவர் மேலிடத்திற்கு எழுதிப் போட்டார். அதன்படி அரசு அதிகாரிகள் வந்து விசாரணை செய்து நூலகம் அரசு இடம் எனவும், இனிப் பிள்ளைகள் உள்ளே படிப்பதற்கு அனுமதி இல்லை எனவும் சொன்னபோது அதிகாரிகளுக்கும் மக்களுக்குமிடையே வாக்குவாதமாகி தனஞ்செழியன் மரியாதைக் குறைவாகப் பேசிய ஒரு அதிகாரியை அடித்துவிட, அவர் காவல் நிலையத்தில் புகாரளித்து அவனைக் கைது செய்து இழுத்துக்கொண்டு போனார்கள். அவனை விடுதலை செய்யச் சொல்லி பம்பிங் ஸ்டேஷன் மக்கள் காவல் நிலையம் சென்று பேசக் காவலர்கள் மேலும் கோபத்திற்குள்ளாகிச் சிலரைக் கைது செய்து உள்ளே வைத்தார்கள்.

கோசலையின் இரவுப் பள்ளியில் படித்து, சட்டக் கல்லூரியில் பயின்று சென்னை நீதிமன்ற வழக்கறிஞரிடம் ஜூனியராகப் பணிபுரியும் சுகுமார் விஷயம் கேள்விப்பட்டுத் தன்னுடைய சீனியருடன் வந்து ஸ்டேஷனில் பெரும் விவாதம் செய்து, கைது செய்தவர்களை வெளியே கொண்டு வந்தான். ஆனாலும், பம்பிங் ஸ்டேஷன் மக்களுக்குத் தங்கள் பிள்ளைகளை நூலகத்தினுள் படிக்க வைக்க அனுமதிக் கிடைக்கவில்லை. இதை உணர்ந்த பூர்ணிமா பம்பிங் ஸ்டேஷன் உள்ளேயே காலியாக இருந்த ஒரு இடத்தை ட்யூஷன் மாணவர்களை வைத்துச் சுத்தம் செய்தாள். நில உரிமையாளர்க்கு விஷயம் போகவே அவர் அனுமதிக்க மறுத்தார். வேண்டுமென்றால் விலைக்கு வாங்கிக்கொள்ளச் சொல்லிக் கேட்டார். பூர்ணிமா இதை மல்லிகாக்காவிடம் சொன்னபோது கோசலைக்கு வேலையிலிருந்து கிடைத்த தொகை, அவள் சேர்த்து வைத்தது, அது இது எனப் புரட்டி மல்லிகாக்கா பேரில் இடத்தைப் பதிவு செய்தார்கள்.

கோசலை இறந்து முதல் வருடம் முடிவதற்குள் பம்பிங் ஸ்டேஷன் மக்கள் எல்லாம் சேர்ந்து, கோசலைக்கு நூலக வளாகத்தினுள்ளேயே ஒரு உயரமான பீடத்தில் மார்பளவு சிலை அமைக்க வேண்டுமென முடிவு செய்து, சிலை செய்து பீடம் கட்டுவதற்கு உள்ளே நுழைந்தார்கள். அப்போதிருந்த நூலகர் அதை அனுமதிக்கவில்லை. போலீஸ் வரை விஷயத்தை இழுத்தால் நாளைய தினங்களில் இங்கே பிழைக்க முடியாது என அவர் அமைதியாகிப் போகவே, அங்கே பீடம் கட்டி கோசலையின் சிலை பம்பிங் ஸ்டேஷன் மக்களால் நிறுவப்பட்டது.

சில தினங்களில், நூலகத்திற்கு எதிரே உள்ள சீயோன் ஆலயத்துப் பங்குதாரர்களும், நூலகத்துக்குப் பக்கத்திலிருக்கும் இடர் தீர்த்த விநாயகர் கோயில் நிர்வாகியும் இணைந்து நூலகரைச் சந்தித்துப் பேசினார்[illegible]ள். மனிதர்களின் உருவச் சிலை கடவுளின் விக்கிரஹத்திற்கு முன்பாக இ[illegible]பது சரியான காரியமில்லை என்று நூலகரிடம் முறையிட்டு, வி[illegible]த்தை எவ்வளவு தூரம் வேண்டுமானாலும் கொண்டு செல்லல[illegible] நாங்கள் இருக்கிறோமெனச் சொல்ல, அவர் இதுதான் வாய்ப்பென்று [illegible]டத்திற்குத் தகவல் சொன்ன சில தினங்களில் காவலர்களின் உ[illegible]யாடு பீடம் [illegible]ல் நூலகத்தின் நள்ளிரவில் இடித்துத் தள்ளப்பட்டு கோசலையின் [illegible] பின்பக்கம் கிடத்தப்பட்டது.

மறுநாள் நூலகரிடம் மக்கள் வாக்குவாதம் செய்ய, போலீஸார் உதவியுடன் அவர் தன்னைக் காப்பாற்றிக் கொண்டார். போலீஸ் தரப்பு மக்களிடம் கடுமையாக நடந்து கொண்டதுடன், நூலகத்தின் பின்னாடி இருக்கும் சிலையை யாரும் எடுத்து வேறெங்கேயும் நிறுவக் கூடாது. அது அங்கேயே கிடக்கட்டும் என உத்தரவு பிறப்பித்தனர். புதிய நூலகர் வருகைக்குப் பிறகு, உள்ளே இருப்பவைகளுள் வேண்டாமென நூலகத்தின் பின்வளாகத்தில் அவர் போட்டு வைத்திருந்த புகைப்படங்கள், புத்தகங்களினூடாக வானம் பார்த்தபடி கோசலை கிடந்தாள். அவளின் கண்கள், பால்கனியில் அமர்ந்து அவள் மேகங்களை வேடிக்கைப் பார்ப்பது போல இருந்தது.